'THE VENDOR OF SWEETS' या इंग्रजी पुस्तकाचा अनुवाद

# हलवाई

**आर. के. नारायण**

अनुवाद

**डॉ. श्रीमती मडिमन**



**मेहता पब्लिशिंग हाऊस**

Please contact us at **Mehta Publishing House,** Pune.
Email : production@mehtapublishinghouse.com
Website : www.mehtapublishinghouse.com

- *या पुस्तकातील लेखकाची मते, घटना, वर्णने ही त्या लेखकाची असून त्याच्याशी प्रकाशक सहमत असतीलच असे नाही.*

**THE VENDOR OF SWEETS** by **R. K. Narayan**
First published in 1967 by THE BODLEY HEAD, Ltd; London
First Indian Edition 1967, 37th Reprint 2019

Translated into Marathi Language by Dr. Shrimathi Madiman

**हलवाई** / अनुवादित कादंबरी

अनुवाद : डॉ. श्रीमती मडिमन
author@mehtapublishinghouse.com



प्रकाशक : सुनील अनिल मेहता, मेहता पब्लिशिंग हाऊस,
१९४१, सदाशिव पेठ, पुणे ३०.

मुद्रक : रेप्रो इंडिया लि., मराठे उद्योग भवन,
अप्पासाहेब मराठे मार्ग, प्रभादेवी, मुंबई – ४०००२५.

मुखपृष्ठ : चंद्रमोहन कुलकर्णी

प्रथमावृत्ती : फेब्रुवारी, २०२०

किंमत : ₹ २५०

P Book ISBN 9789353174316
E Book ISBN 9789353174323
E Books available on : play.google.com/store/books
www.amazon.in

माझा प्रिय मित्र
लायल ब्लेयर (मिशिगन युनिव्हर्सिटी प्रेस)
'मालगुडी'च्या हृदयात घर करून राहिलेला
अविस्मरणीय ऑस्ट्रेलियन...

# एक

"तुम्ही तुमच्या जिभेवर ताबा मिळवला की स्वत:वर विजय मिळवला म्हणून समजा," जगन त्याच्याजवळ बसलेल्या श्रोत्याला म्हणाला.

"पण आपण स्वत:वर विजय का मिळवायचा?" तो श्रोता म्हणाला.

त्यावर जगन म्हणाला, "ते मला माहीत नाही; पण आपले ऋषिमुनी पूर्वापार असे सांगत आले आहेत." खरेतर जगनच्या खुर्चीजवळ स्टुलावर बसलेल्या त्या श्रोत्याला बोलणे वाढवायचे होते; पण हे उत्तर ऐकून प्रश्न विचारणाऱ्या श्रोत्याचा उत्साह ओसरला.

खुर्चीपाठी असणाऱ्या लक्ष्मीच्या फोटोची जगनची नेहमीप्रमाणे भक्तिभावाने पूजा चालली होती. त्याने फोटोला मोगऱ्याचे हार घातले. उदबत्ती पेटवून भिंतीच्या फटीत खोचली. वातावरण मोगऱ्याच्या आणि उदबत्तीच्या सुगंधाने दरवळले. हॉलच्या टोकाशी असणाऱ्या मुदपाकखान्यातून येणाऱ्या शुद्ध तुपात तयार होणाऱ्या मिठाईच्या सुगंधात मिसळून गेले.

तो श्रोता स्वत:ला जगनचा लांबचा भाऊ म्हणवून घेत असे. पण असे नाते त्याने गावातल्या अनेकांशी जोडून ठेवले होते आणि कोणी विचारलेच तर तो विचारणाऱ्याला नात्यांच्या गोंधळात गुंगवून टाके. तो साऱ्या गावाचाच सोयरा होता आणि दिवसभर अगदी रात्रीपर्यंत गावातल्या अनेक घरांच्या तो हक्काने गाठीभेटी घेई. मात्र तो दररोज साडेचार वाजता न चुकता जगनच्या दुकानात येई. गल्ल्यावरच्या जगनकडे एक दृष्टिक्षेप टाकून मान डोलावे आणि सरळ मुदपाकखान्याकडे मोर्चा वळवे.

आजही तो मुदपाकखान्यातून दहा मिनिटांनी बाहेर येत खांद्यावरच्या रुमालाला तोंड पुसत म्हणाला, "साखरेच्या परिस्थितीचा विचार करायला पाहिजे. मी असे ऐकले आहे की, सरकार साखरेचा भाव वाढवणार आहे. गव्हाचे पीठ आज ठीक होते. मी त्या गिरणीवाल्याला काल गोडाउन स्ट्रीटमध्ये जात असता

चांगलाच उपदेशाचा डोस दिला. आता तू मला विचारू नकोस की मी तिथे कसा उपटलो? माझे मित्र आणि नातेवाईक या गावभर पसरले आहेत. आणि त्यांचे एक ना अनेक प्रश्न मलाच सोडवावे लागतात. मला त्यांची ही सेवा करण्यात कुठलेच पूर्वग्रह नाहीत. दुसऱ्यांची सेवा केली नाही, मदत केली नाही तर या जीवनाला काय अर्थ आहे बरे?''

यावर जगनने विचारले, ''अरे पण आता महाराजाने केलेली नवीन मिठाई चाखलीस की नाही?''

त्यावर तो दूरचा भाऊ म्हणाला, ''हो तर! एकदम चविष्ट!''

''हो! पण मला वाटते त्याने जुनाच पदार्थ नवीन आकारात तयार केला आहे. सगळ्या मिठाया शेवटी सारख्याच आहेत असं तुला नाही वाटत?''

''नाही! नाही!'' भाऊ म्हणाला, ''मला अजूनही दोन प्रकारच्या मिठायांमध्ये बराच फरक दिसतो. मी कधी योगी बनून मला सगळ्या चवी सारख्याच वाटू नयेत म्हणजे झालं.''

आणि भाऊच्या या बोलण्यावर जगनने स्वत:चे वरील तत्त्वज्ञान मांडले की, ''जिभेवर ताबा मिळवला की माणूस आत्म्यावर विजय मिळवतो.''

या विषयावर जवळजवळ अर्धा तास त्या दोघांची चर्चा झाली आणि शेवटी जगनने त्याला विचारले, ''तुला हल्ली मी काय खातो हे माहीत आहे का?''

''काही नवीन?'' भाऊनं विचारलं

''मी सकाळपासून मीठ सोडले आहे,'' जगनने मोठ्या अभिमानाने सांगितले. त्याच्या बोलण्याचा समोरच्यावर इच्छित परिणाम झालेला पाहून, समाधानाने त्याने त्याचे तत्त्वज्ञान विस्तारपूर्वक सांगण्यास सुरुवात केली... ''माणसाने केवळ नैसर्गिक मीठच सेवन केले पाहिजे.''

''नैसर्गिक मीठ म्हणजे?'' भाऊ बोलला आणि पुढे त्याने पुस्ती जोडली... ''म्हणजे ते मीठ जे उन्हात एक मैल धावल्यावर पाठीवर वाळते ते?'' हा संदर्भ ऐकून जगन शिसारला.

जगनच्या डोळ्यांपुढे अशरीरी आत्मा पृथ्वीच्या वातावरणात तरंगत होता.

वयाच्या पंचावन्नाव्या वर्षीसुद्धा जगन सडपातळ व चुणचुणीत होता. त्याची सावळी कांती तजेलदार होती. त्याचे कपाळ टक्कल पडत चाललेल्या अक्रोड कांतीशी एकरूप होऊ पाहत होते. आणि केसांच्या महिरपीच्या पाठी मानेशी छोट्या दोन-चार वळ्या होत्या. त्याच्या हनुवटीवर पांढरे खुंट वाढलेले दिसत, कारण त्याच्या लेखी दररोज आरशात बघणे ही एक त्रासदायक युरोपियन सवय होती. तो धोतरावर खादीचा सैलसर झब्बा घाले. हे दोन्ही कपडे त्याने

स्वत: कातलेल्या सुतापासून तयार होत. तो दर दिवशी तासभर सूत कातत असे, त्यातून त्याच्या कपड्यांच्या गरजेपुरते सूत निघत असे. त्याच्याकडे एका वेळी दोन कपड्यांच्या जोडीशिवाय जास्त कपडे नसत. जास्तीचे कातलेले सूत तो स्थानिक हातमाग संस्थेला विकून पैसे मिळवी. जरी ते पैसे पाच रुपयांपेक्षा कमी असले तरी त्यापासून त्याला एक भावनिक स्फुरण मिळे. पंचवीस वर्षांपूर्वी गांधीजींनी त्यांच्या गावाला भेट देऊन खादी वापरायचा मंत्र दिला होता. आणि त्यावेळेपासून जगनने ही सवय अंगी बाणवली होती. तो बदामाच्या आकाराच्या काचांचा पिवळसर चष्मा घाली व त्यावरून जगाकडे पाही.

त्याच्या खांद्यावर बटबटीत पिवळ्या नक्षीची खादीची शाल असे. पायामध्ये वृद्धापकाळाने मेलेल्या प्राण्याच्या कातड्यापासून केलेले जोडे घाली. गांधीजींचा कट्टर अनुयायी असल्यामुळे तो म्हणे की, ‘‘माझ्या केवळ पायताणासाठी एखाद्या जिवंत प्राण्याची हत्या व्हावी असे मला वाटत नाही.’’ तो त्यासाठी जिथे एखादी गाय अगर वासरू मरायला टेकले आहे अशा दूरच्या खेड्यांना भेट देई. कातडे मिळाल्यावर ते एका रसायनात बुडवून ठेवी. मग ते कातडे अल्बर्ट मिशन कम्पाउंडमध्ये झाडाखाली चप्पल दुरुस्तीचे दुकान थाटून बसलेल्या, ओळखीच्या चांभाराला देई.

जगनचा मुलगा सहा वर्षांचा होता, तेव्हा तो मोठ्या खुशीने बापाच्या या परसदारच्या कामात सहभागी होई. पण तो मोठा होऊ लागला, तसा बापाने आणलेल्या कातड्याचा दुर्गंध येतो म्हणून तक्रार करू लागला. जगनच्या बायकोला तर ते अजिबातच सहन होत नसे. ती ही कातडे कमवायची प्रक्रिया संपेपर्यंत स्वत:ला एका खोलीत कोंडून घेई. ती बाहेर येण्याचे नावच घेत नसे. ही कातडी कमवायची प्रक्रिया बरेच दिवस चालत असे व त्या दरम्यान घर कसे विस्कळीत होई याची कल्पनाच केलेली बरी. त्यामुळे जगन जेव्हा जेव्हा नवीन पायताण बनविण्याचे ठरवी, तेव्हा तेव्हा ती एक कष्टप्रद धोक्याची कृती वाटे. घरातले कातड्याचे अस्तित्व सबंध घराचेच जीवन उद्‌ध्वस्त करी.

सुरुवातीच्या काळात आणलेले कातडे पाठच्या जळणाच्या खोलीत ठेवून ते बायकोच्या हाती लागणार नाही ही काळजी घ्यावी लागे. तसेच तिथे उंदीर कातडे कुरतडणार नाही तेही पाहावे लागे.

बायकोच्या शेवटच्या दिवसांत जेव्हा तिने जगनला जवळ बोलाविले आणि ती काहीतरी पुटपुटली, तेव्हा जगनला त्या शब्दांचा बोध झाला नाही. कदाचित घरात आणलेले कातडे फेकून द्या असे ती बोलली असेल, असा विचार करून त्याने घरातला शेवटचा कातड्याचा तुकडा मिशनला दिला व अहिंसक चपला वापरायची संधी दुसऱ्या कोणाला तरी देण्याचा आनंद मिळविला. नंतरच्या

काळात तशा गुंतागुंतीच्या चपला पुरविण्याचे काम त्याने अल्बर्ट मिशनच्या आवारात काम करणाऱ्या चांभारावरच सोपविले.

आज त्याच्या दूरच्या भावाचे नैसर्गिक मिठाविषयी विचार ऐकून जगनच्या मनाचा तोलच ढळला. त्याचा चेहरा लाल झाला. या जगनच्या अवताराने इच्छित गोष्ट साधल्याचे समाधान त्या भावाला झाले. पण जगनची मन:स्थिती ताळ्यावर आणण्यासाठी तो म्हणाला, "तू तुझे आयुष्य एकदम साधे, सोपे करून टाकले आहेस. तू स्वत:ला एकदम स्वयंभू बनवून टाकले आहेस. हेच मी त्या कॉर्पोरेट सोसायटीच्या अध्यक्षाला सांगत होतो."

त्या बोलण्याचा इष्ट परिणाम होऊन जगन पुढे म्हणाला, "मी साखरही खाण्याचे सोडले आहे. त्याऐवजी मधाचे वीस थेंब गरम पाण्यातून घेतले असता नैसर्गिकरीत्या साखर घेतल्यासारखेच होते."

भावाने त्याचा उत्साह वाढवीत म्हटले, "तू कशावरही अवलंबून न राहता आपल्या आयुष्याला पूर्णत्व आणले आहेस."

तेव्हा उत्साही होऊन जगन म्हणाला, "मी भात खाणेही सोडले आहे. आता मी दळलेले गव्हाचे पीठ, मध आणि उकडलेल्या हिरव्या भाज्या खातो." त्यावर भरलेल्या मिठायांच्या ताटाकडे हात दाखवीत भाऊ म्हणाला, "तरी मला समजत नाही की का तू एवढे कष्ट करून पैसे मिळवीत आहेस?" पण तेवढ्यावरच त्याने स्वत:ला आवरले व हा प्रश्न विचारला नाही की "जगन दुसऱ्यानी मिठाई खावी आणि त्याला स्वत:ला पैसेवाला बनवीत राहावे अशी आशा का करतो?' त्याने शांत राहणेच योग्य समजले आणि तो जागेवरून उठला.

जगनची पैसे मोजण्याची वेळ येऊन ठेपली आहे तेव्हा आपण येथून जावे हे त्याने ओळखले. कारण जगनला त्याने पैसे मोजताना तिथे कोणी पाहत राहावे हे आवडत नसे.

सहा वाजण्याची वेळ होती. विक्रीचा भर ओसरला होता. दुकानाच्या समोरच्या भागातल्या मुलाची दिवसभरच्या विक्रीचे पैसे घेऊन येण्याची ती वेळ होती. त्या क्षणाला जगनला आपण सिंहासनावर बसलेला राजा आहोत असे वाटत असे. आपण आपल्या प्रजेचे, म्हणजेच मुदपाकखान्यातील चार आचारी आणि समोरच्या गल्ल्यावरचा मुलगा यांचे नजराणे स्वीकारीत आहोत असे वाटत असे. त्याचे सिंहासन म्हणजे एक लाकडी खुर्ची त्यावर एक पातळ गादी असून ती ओट्यावर अशी ठेवलेली असे जिथून या मिठाईच्या साम्राज्यावर तो सगळीकडून लक्ष ठेवू शके. ही खुर्ची जवळजवळ शंभर वर्षांची असून तिच्या हातावर व पाठीवर पितळी पट्ट्या चकाकत. तिचे पाय नक्षीदार होते. ही खुर्ची

जगनच्या वडिलांनी लॉली महाशयांच्या पुतळ्याच्या मागे घर बांधले तेव्हा तयार केली होती.

साधारणपणे जगनच्या वडिलांनी अशा प्रकारचे फर्निचर करण्याचे कारण नव्हते. कारण सबंध कुटुंब सारवलेल्या जमिनीवरच बसे. पण त्यांच्याकडे नोबल नावाचे इंग्रज गृहस्थ वारंवार येत. ते जिल्ह्याचे कलेक्टर होतेच, शिवाय ते जगनच्या वडिलांकडे ज्योतिषशास्त्राचे धडे घेण्यासाठी येत. त्यांना जमिनीवर बसणे फार अडचणीचे असे आणि शिकवणीनंतर मांडी घातलेल्या अवस्थेतून उठणे तर आणखीनच कष्टप्रद होई.

मिस्टर नोबलनी सही केलेले त्यांचे स्वतःचे पोर्ट्रेट तर या कुटुंबाच्या अमूल्य खजिन्याचाच भाग होता. कुटुंबाचा पूर्वेतिहास सांगताना तो फोटो कित्येकदा माळ्यावरच्या अडगळीतून खाली आणला जाई. मुले त्याच्याबरोबर खेळत. तो फोटो बाहेर काढून त्या जागी एखाद्या देवाचा फोटो लावून ती फ्रेम टांगली जाई. नोबलचा फोटो एकमेकांकडे देऊन बारकाईने निरीक्षण केले जाई. मुले फोटोतील गृहस्थांच्या गलमिशांकडे टक लावून पाहत व दुपारभर खिदळत. गरमीत त्या माउंट केलेल्या फोटोने वारा घेत आणि शेवटी एकदाचा तो माळ्यावर जुन्या हिशेबाच्या वह्यांमध्ये व इतर अडगळीमध्ये लुप्त होई.

तर असो... त्या खुर्चीवर बसून जगनला कृतकृत्य वाटायचे. तिथे बसून मुदपाकखान्यात काय चालू आहे ते ऐकू यायचे, दिसायचे आणि वासही यायचा. तिथून रंगीबेरंगी मिठायांनी भरलेली ताटे सतत दुकानाच्या समोरच्या भागातील काउन्टरवर जायची. जोपर्यंत स्वयंपाक घरातले तळणाचे चुरचुरणारे आवाज आणि भरलेली ताटे समोरच्या काउन्टरवर जाण्याचे आवाज येत तोपर्यंत जगन इकडेतिकडे न पाहता सतत समोरच्या लाल वेष्टनातल्या भगवद्गीतेतील संस्कृत श्लोकांकडे लक्ष केंद्रित करी. स्वयंपाकघरातील आवाजात खंड पडला तर पोथीवरील दृष्टी न हलवता तो ओरडे, "काय चाललं आहे?" "काही नाही!" असे नेहमीचे ठरावीक उत्तर मुख्य स्वयंपाक्याने दिल्यावर जगन शांत होऊन पूर्ववत पोथीकडे लक्ष देई.

समोरच्या काउन्टरवर जरा ढिलाई दिसली की तो जोरात हाक मारे, "कॅप्टन! ती पिवळ्या परकरांतील छोटी मुलगी किती वेळ उभी आहे! तिला काय हवे आहे म्हणून विचारा." जगनच्या ओरडण्याने काउन्टरवरचा नोकर तसेच दुकानाच्या दाराशी बसलेला माजी लष्करी शिपाई, जो मधून मधून डुलक्या काढी, तो खडबडून जागा होई. जगन ओरडे, "कॅप्टन! तो भिकारी इथे शुक्रवारशिवाय दिसता कामा नये, ही काही धर्मादाय संस्था नाही."

मालकाने दिवसाची कमाई मोजताना मात्र आजूबाजूला चिडिचूप असायचे.

समोरच्या काउन्टरवरचा मुलगा जरी सकाळपासून विक्रीचे सगळे पैसे जमा करी तरी एकूण किती रक्कम जमा झाली हे त्या मुलाला कळणे जगनला मान्य नव्हते. तो मुलगा विक्रीची प्रत्येक पैन्पै एका उंच मानेच्या तांब्याच्या खुज्यात जमा करी आणि बरोबर सहा वाजता तो खुजा आत आणून देई आणि आपल्या जागेकडे परत जाई. आणि नंतर जमा होणारे पैसे सात वाजता दुसऱ्या छोट्या पेटीत ठेवून दुकान बंद होताना येई.

जगन लगेच पैसे मोजण्यास बसत नसे. तो भगवद्गीता वाचण्यात मग्न असे. पण वरती न बघतासुद्धा त्याला स्वयंपाक घरातले तळण संपले आहे, चुलीवर पाणी मारून विझवलेला आवाज, भांड्यांचा आवाज, झारे, चमचे धुतल्याचा आवाज कळे. नंतर आतून बाहेर येणाऱ्या चार जणांच्या पावलांचा आवाज आणि समोरच्या काउन्टरवरून येणाऱ्या पोराच्या पावलांचा आवाज जगनचे कान टिपत. समोरचा पोरगा उरलेली मिठाई घेऊन आत येई. ही दिवसातील शेवटची ठरावीक कृती असे. जेव्हा जगनला त्याची सगळी टीम जमली आहे हे जाणवे तेव्हा त्याचे नेहमीचे ठरावीक प्रश्न सुरू होत.

"किती मिठाई उरली?"

"फार नाही..."

"नक्की किती?"

"दोन शेर मैसूरपाक... तो उद्या विकू शकू आणि जिलेबी अर्धा शेर..."

"ती उद्या राहणार नाही. ठीक आहे, तू जा."

समोरच्या काउन्टरचा मुलगा उरलेली मिठाई आत नेऊन ठेवी आणि काही अडथळा न येता निघे. तोपर्यंत आचारी जगनच्या परवानगीची वाट बघत ताटकळत असत. मग जगन विचारे, "सगळ्या खिडक्या बंद केल्या का?"

जगन प्रमुख स्वयंपाक्याला विचारी, "आज काय चुकले? उद्या जिलेबी नको." शिल्लक राहिलेल्या मिठाईचा विचार त्याला त्रासदायक वाटे. ते त्याच्या डोक्यात एखाद्या बारीक कुसाप्रमाणे टोचत राही. त्याला नेहमी दिवसाच्या शेवटी रिकामी, चकाकणारी ताटे परत येताना पाहाणे आवडे.

स्वयंपाक्यांमध्ये आपसांत थोडावेळ खालच्या स्वरांत वादावादी होई. जगन विचारी, "उरलेल्या मिठाईचे काय करायचे?"

प्रमुख स्वयंपाकी नेहमीच्या आश्वासक सुरात म्हणे, "उद्या काहीतरी नवीन मिठाई जर तुम्ही मला करू दिली तर... आणि उरलेल्या मिठाईचा काही प्रश्न नाही. आम्ही ती बारीक करून उद्या परत नवीन आकारात नव्याने तळू."

त्यावर जगन तत्त्ववेत्याच्या थाटात म्हणे, "खरेच, सर्व मिठाई म्हणजे काय... पीठ, साखर आणि वेगवेगळ्या चवी." शेवटी जो निर्णय घ्यायला तो

टाळत असे तो त्याला घ्यावा लागे. वाढत्या महागाईमुळे व्यवहाराला धरून निर्णय घेणे आवश्यक असे.

जेव्हा त्याचे सर्व नोकर जात तेव्हा तो भगवद्गीता बाजूला ठेवी, आणि समोरच्या टेबलाचा ड्रॉवर उघडे. त्यात एक टॉवेल पसरून ठेवलेला असे. त्यामुळे खुज्यामधून नाणी ओतताना आवाज होत नसे. तो बोटाच्या स्पर्शानेच वेगवेगळ्या किमतीची नाणी वेगळी करू शके. दहा पैसे, चार आणे, आठ आणे... एखाद्या कलाकाराने लीलया की- बोर्डवर हात फिरवावा तसे वेगवेगळ्या किंमतीच्या नाण्यांकडे दृष्टिक्षेप टाकताच ती एकूण रक्कम किती हे सराईतपणे त्याच्या लक्षात येई. पंधरा मिनिटात सर्व काम संपे. त्याची नोंद तो एका छोट्या डायरीत करे. ती नोंद तो येणारा कुठलाही इन्स्पेक्टर नीटपणे पाहू शकेल अशा लेजर बुकात व्यवस्थित करे.

नंतर त्याच्या छोट्या वहीत सहा वाजल्यानंतर येणाऱ्या रकमेची नोंद करी. ही रक्कम एका स्वतंत्र वर्गातली असून जगन तिला स्वतंत्र रक्कमच समजायचा. एकप्रकारे स्वयंभू निर्मिती. स्वत:तूनच निर्माण झालेली आणि कुठल्याही टॅक्सशी संबंध नसलेली. ती नाणी लगेचच करकरीत नोटेत बदलायची. तिचे एक बंडल बने व ते माळ्यावरच्या मिस्टर नोबलच्या फोटोला सोबत करायला जायचे.

जगन ड्रॉवरमधल्या पैशांवर एक शेवटचा दृष्टिक्षेप टाकून ड्रॉवर किल्ली लावून बंद करे. पुन्हा पुन्हा निदान चार वेळा ते ओढून बघे. मग जोरात खुर्ची सरकवून तो उठे, एका मोठ्या पितळी कुलपाने दार बंद करून किल्ली खिशात टाकी. कॅप्टनला बोलावून कुलूप नीट लागले की नाही हे पाहावयास सांगे. कॅप्टन हातात हॅन्डग्रेनेड पकडावा तसे कुलूप पकडून त्याला शेवटचा हिसका देऊन बघे. वर म्हणे, "हे कुलूप खूपच मजबूत आहे. आजकाल अशी कुठे मिळत नाहीत. मला कुलपांविषयी बरीच माहिती आहे. हे कुठल्यातरी खेडेगावातल्या लोहाराकडे बनले असावे." मग कुलूप आणि कुलूप बनविणाऱ्यावर कॅप्टन बरेच काही बोले. जगन त्याला मध्येच थांबवून "तू जागरूक राहा,'" असे सांगे. कॅप्टन त्याला एक मिलिटरी सॅल्यूट करी आणि अशा प्रकारे दिवस संपत असे.

# दोन

संध्याकाळी साडेसात वाजल्यानंतर जगन घरी जायला निघे तेव्हा मार्केट रोडवर बरीच सामसूम झालेली असे. डॉक्टर कृष्णाच्या दवाखान्यांतून रस्त्यावर निळा प्रकाशझोत पडलेला असे. जगनला डॉक्टर कृष्णा रुग्णाचा घसा तपासत असलेले दिसत. रस्त्यावरचे एक कुलंगी कुत्रे रस्त्यानजीकच्या दगडांच्या राशीवर धपापत झोपलेले असे. ही दगडांची रास स्वतंत्र भारतांत १९४७ साली जेव्हा पहिली नगरपालिकेची निवड झाली तेव्हापासून पडली होती. ती पक्का रस्ता करण्याच्या इराद्याने आणली होती.

ट्रूथ प्रिंटिंगच्या दरवाज्यातून थोडासा प्रकाश येताना दिसे. दुकानांच्या तासांच्या नियमांप्रमाणे ते बंद असायला हवे असे. जगनला माहीत होते की आपण जर दार ठोठावले तर नटराज दार उघडेल. आपले पुस्तक तयार झाले की नाही हे विचारण्याचे जगनकडे सबळ कारणही होते. हे त्याचे महत्त्वाचे पुस्तक नैसर्गिक रोगमुक्ती व नैसर्गिक आहार यावर होते. जगनला हेही माहीत होते की नेहमीप्रमाणे अजून टाइप्स यायचे आहेत असे नटराज म्हणेल. पण तिथल्या एखाद्या खुर्चीवर बसून राजकारणावर चर्चा करता येईल.

पण आज तो मोह टाळून जगन पुढे निघाला. ''मला घरी लवकर पोहोचायला हवे, कारण पोरगं बिचारं एकटं असेल,'' अशाप्रकारे अंतर्मुख होऊन विचार करीत रस्त्याच्या कडेने तो चालू लागला. त्याच्या बाजूने तारस्वरात घोड्यांना चुचकारत टांगे, सायकली, स्कूटर्स आणि कर्कश कर्णे वाजवीत मोटारी जात होत्या.

थोड्या वेळाने रहदारी कमी झाली आणि जवळजवळ नाहीशी झाली, तेव्हा त्याला जाणवले की तो कबीर लेनच्या जवळ पोहोचला आहे. आता दुकानातून येणारे प्रकाशझोत बंद झाले होते. मार्केटरोड आणि लॉली एक्स्टेन्शनच्या जोडावर एक छोटासा पार होता. त्यावर नेहमीप्रमाणे एक भिकारी येणाऱ्या

जाणाऱ्यांना निरखीत आणि जवळच्या गटारात थुंकत बसलेला होता. भिंतीलगत एक गाढव जणू स्वत:ला लोकांच्या चेष्टेचा विषय करून देत उभे होते. जगनला माहीत होते की तो भिकारी कबीर लेनमध्ये लोकांच्या घरातून बाहेर फेकल्या जाणाऱ्या उष्ट्या पत्रावळींची वाट पाहत असतो. तो त्या गोळा करून सोडलेल्या भाज्या, भात हाताने एकत्र करून पोट भरीत असे.

यावर उपाय म्हणजे लोकांनी त्यांच्या सवयी बदलाव्या. जेवण पानांऐवजी थाळ्यांमधून करावे, ज्या धुऊन ठेवल्या जातील असा विचार जगनच्या मनात आला. क्षणभर त्याच्या मनात देशामध्ये विविध मार्गांनी सुधारणा घडवून आणण्याच्या विचारांनी ठाण मांडले. जर का सर्वांनी पत्रावळीवर खाणे सोडले तर पत्रावळींच्या धंद्यात असणाऱ्या लोकांचा धंदा बसेल, त्यांना दुसऱ्या धंद्यात गुंतवणे आवश्यक होईल. परंतु प्रथम किती लोक पत्रावळींवर जेवतात आणि किती लोक थाळ्यांमधून जेवतात याची टक्केवारी काढणे आवश्यक आहे. (त्यातही कोणत्या प्रकारच्या धातूच्या थाळ्या? चांदी, ॲल्युमिनिअम का दुसऱ्या कोणत्या धातूच्या आहेत.) किती टक्के लोक मेम्पीच्या जंगलातून सुकलेली पानं गोळा करून, ती टाचून पत्रावळी बनवण्याच्या व्यवसायात आहेत आणि किती लोकं केळीची पानं वापरतात? हे सर्व देशांतर्गत होईपर्यंत भिकारी इथे राहणे सोडणार नाही.

रात्री उशिरा आपल्या खोपटातून उठून "आई, भुकेल्याच्या मुखात अन्न घाला" असे ओरडणे सोडणार नाही. त्या भिकाऱ्याचा खर्जातला आवाज दार चिरून आतल्या स्वंयपाकघरापर्यंत पोहोचत राहील. तो आवाज त्रास देणाऱ्या छोट्या मुलांनाही शांत करी. कारण घरातले मोठे त्याची ओळख तीन डोळे असलेला माणूस अशी करून देत. भिकारी हे देशासाठी अत्यंत लाजिरवाणी गोष्ट आहे असे जगन स्वत:शीच म्हणत असे. तोपर्यंत तो लॉली साहेबाच्या पुतळ्यापर्यंत पोहोचलेला असे. त्याचे डोके देशाच्या, माणसांच्या अनेक समस्यांनी व त्यावर करण्याच्या उपायांनी त्रस्त झालेले असे.

सर फ्रेडरिक लॉलीचा पुतळा शहराकडे तोंड करून होता. त्याची पाठ ही एके काळी या शहराची सीमा होती. त्यापलीकडे शहराचा विस्तार होणार नाही ही भविष्यवाणी खोटी ठरली, जेव्हा लॉली एक्स्टेन्शन, साउथ एक्स्टेन्शन आणि न्यू एक्स्टेन्शन ही सर्व एकामागून एक त्याच्या पाठी उभी राहिली. जगनचे पूर्वजांचे घर जे शहराच्या सीमेवरचे शेवटचे घर होते ते या सर्व वाढणाऱ्या वसाहतींमध्ये पहिले झाले.

जगन पुतळ्याजवळ येताना रोमांचित झाला. त्या नेपोलियनच्या आविर्भावात उभ्या असलेल्या आणि इतिहासाची तसेच मालगुडीच्या झपाझप बदलणाऱ्या

भविष्याची साक्ष असणाऱ्या लॉली साहेबाच्या दर्शनाने नव्हे, (कारण जवळजवळ गेली चाळीस वर्षे त्या पुतळ्याकडे बघणे जगनने सोडून दिले होते) तर त्या पुतळ्याशेजारच्या पायऱ्यांवर बसलेला त्याचा मुलगा माली दिसेल म्हणून तो उत्साहित झाला. या पुतळ्याच्या चहूबाजूंनी मोठ्या पायऱ्या होत्या. त्याचा उपयोग आजूबाजूचे लोक पार्कातील बाकांप्रमाणे करीत. त्या पायऱ्यांवर पेन्शनर लोक, निरुद्योगी, थकलेले श्रमिक, ताजी हवा घ्यायला सांगितलेले आजारी लोक, पूर्व, पश्चिम, दक्षिण, उत्तर या सर्व दिशांना तोंडे करून बसलेले असत. दक्षिणेकडील पायऱ्यांवर सायकलींना टेकून टाइट पॅन्ट, रंगीबेरंगी शर्ट्स घालून तरुण मुले सिनेमांतील नटनट्यांवर, क्रिकेटवर आणि चालू ड्रेस फॅशन्सवर तावातावाने, गटागटाने चर्चा करीत असत.

जगन उत्तरेकडील पायऱ्यांकडून पुढे जाई. ज्यामुळे तिथे असणाऱ्या त्याच्या मुलाला बापाला बघून लाज वाटू नये आणि त्याचबरोबर मुलगा तिथेच आहे याची जगनला खात्री वाटावी. मुलांच्या घोळक्यात असणाऱ्या मालीला त्याच्या पिवळ्या शर्टमुळे तो चट्कन ओळखत असे. त्याच्याकडे दृष्टिक्षेप टाकून जगन खूश होत असे. मग तो हळूच चोरपावलांनी दुसरीकडे बघत तोंडातल्या तोंडात "बिच्चारा माझा पोरगा" असे पुटपुटत घराकडे वळे. जगनला आपल्या मुलाची उंची, तसेच वजन वाढीचे खूप अप्रूप होते. तिथे दुसऱ्या मुलांमध्ये तो उठून दिसतो असे त्यास वाटे. "त्याच्या नशिबात काय लिहून ठेवले आहे देव जाणे, मी त्याला जास्त वेळ दिला पाहिजे" असे स्वत:शीच म्हणत मुलाच्या विचारात गुंग होऊन जगन घरात पोहचे.

जगन घरात शिरून समोरच्या खोलीचा दिवा लावे, उपरणे खुंटीला लावून, शर्ट काढून, दुसऱ्या दिवशी धुवायच्या बादलीत टाकी. जुन्या घराची तीन अंगणे ओलांडत घराच्या पाठच्या दारी पोहचे. तिथला अडसर हळू उचलून खाली ठेवी आणि आकाशातील ताऱ्यांकडे क्षणभर बघत उभा राही.

तो स्वत:शीच बोले, "पण प्रश्न राहतो की तिथे कोण राहत असेल? आपण कदाचित खरोखरचा स्वर्गच पाहत असू आणि ते आपल्याला माहीत नाही. कदाचित वरून आपले ऋषी-मुनी खाली आपल्याला पाहत असतील."

ती नक्षत्रे कोणती हे जगनला खात्रीने माहीत नव्हते. त्याचे खगोलशास्त्राचे ज्ञान मर्यादित होते. त्याला केवळ ध्रुवतारा, आकाशगंगा किंवा तलवारीसारखा आकार असलेले नक्षत्र यांच्या ज्ञानाबद्दल अनेक वर्षांपूर्वी स्काउटमध्ये असताना एक बॅच मिळाला होता. पण त्याच्या खगोलशास्त्राच्या ज्ञानाने यापुढे प्रगती केली नव्हती. या लाखो चमचमणाऱ्या नक्षत्रांच्या आकाशात जगनचा संबंध मृगशीर्ष व ध्रुव या दोनच ताऱ्यांशी होता. या दोन ताऱ्यांशिवाय त्यांने अनेकदा

आकाशात तळपणारे नक्षत्र पाहिले होते. तो कधी त्याला शुक्र तारा म्हणे, तर कधी गुरू ग्रह म्हणे, त्याला नक्की माहीत नव्हते तरी नेहमी त्याला गर्व वाटे की देवाच्या या सर्व निर्मितीचा तोही एक अंश आहे. तो परसदारच्या न्हाणीघरात जात असे तेव्हा तेव्हा हे सर्व विचार त्याच्या मनात येत असत.

न्हाणीघर म्हणजे कसेबसे उभारलेले खोपटेच होते. त्यावर लाकडी फ्रेममध्ये ठोकलेल्या पत्र्यांचे छप्पर होते. दोन पूर्णपणे बंद न होणारे लाकडी फ्रेमचे दरवाजे होते, जे गंजलेल्या बिजागरींवर होते. पूर्ण बंद न झाल्यामुळे राहिलेल्या फटीतून अंघोळ करणाऱ्या माणसाचे चुटपुटते दर्शन होत असे. पण तसे कुणीही न करण्याचे पिढ्यान्‌पिढ्याचे संस्कार असल्याने आजोबांच्या काळात ते जसे होते तसेच वडिलांच्या काळातही व आत्ताही तसेच राहिले होते. त्यात काही सुधारणा करण्याचे टाळले होते. त्यामागचा विचार असा की कोणी अंघोळीच्या खोलीत कायम राहायला जात नाही. आतल्या माणसाने लगोलग बाहेर यावे, त्यामुळे बाकीच्यांना अंघोळीसाठी वाट पाहावी लागत नाही. एका उंच माडाने न्हाणीघरावर छाया धरली होती आणि त्याच्या झावळ्या, छोटे नारळ पत्र्यावर आवाज करीत पडत.

या घरातील प्रत्येक वस्तूला पूर्वजांनी वापरलेल्याचे पावित्र्य होते त्यामुळे त्यात सुधारणा होणे शक्य नव्हते. गावातील सगळ्यांना माहीत होते की जगनचे वडील प्रथम या मैदानापाठी एका शाकारलेल्या झोपडीत राहत असत. जगनला घराशेजारी असणाऱ्या वाळूवर खेळल्याचे आठवते. झोपडीची जमीन थंड मातीने सारवलेली होती. उन्हाळ्यात त्या थंड जमिनीला गाल टेकवून झोपणे म्हणजे जणू स्वर्गसुखच होते. जगनच्या वडिलांनी एक कडधान्याचा वेल झोपडीवर चढवला होता. त्याच्या वाढीचे ते दररोज काळजीपूर्वक निरीक्षण करीत.

जेव्हा त्यांच्याकडे थोडे पैसे आले तेव्हा त्यांनी न्हाणीघराला स्वत:च्या हातांनी विटा रचून भिंती केल्या. ही पुढे होणाऱ्या घराची नांदी होती. त्या वेळी ते रस्त्यापलीकडे असणाऱ्या विहिरीतून पाणी आणून रॉकेलच्या जुन्या डब्यांत साठवीत असत. वडिलांनी पाठच्या परसापासून सुरुवात करून समोरच्या व्हरांड्यापर्यंत घर वाढविले. (हट्टाने न्हाणीघर मात्र पूर्वीसारखेच काहीही सुधारणा न करता ठेवले.)

जगनला लहानपणी आपल्या वडिलांचे नशीब कसे सुधारले याची निश्चित कल्पना नव्हती. पण त्याच्या कानावर खटला, वकील, खालचे कोर्ट, वरचे कोर्ट वगैरे शब्द पडत असत. जेव्हा तो वयात आला आणि एकूण व्यवहाराची ओळख होऊ लागली तेव्हा ते सर्व संपले होते. त्याला तो खटला कोणाच्या

विरुद्ध होता, आरोप कोणावर होते हे काहीच कळले नाही.

एक वेळ अशी आली जेव्हा झोपडी पाडली गेली. तेव्हा शाकारणीच्या झावळ्या अंघोळीच्या पाण्याचा हंडा तापविण्यासाठी उपयोगात आल्या. थंड मातीची जमीन खणून त्यात नारळाची रोपटी लावली गेली. जगनच्या वडिलांचा सगळा आठवडा याच कामात गेला.

जगन आणि त्याचे भाऊ मातीची घमेली उचलीत होते, आनंदाने ''चला डोंगर बनवू या'' असे ओरडत होते. वडिलांची नारळाची झाडे वाढविण्याची स्वत:ची एक पद्धत होती. त्यांनी नारळाच्या वाफ्यामध्ये भरपूर मीठ घातले होते. ''केवळ मिठामुळेच नारळची झाडे वाढतात,'' असे ते दर दिवशी म्हणत. ते म्हणत, ''मला तुम्ही असा माणूस दाखवा जो नारळाचे झाड चांगल्या रीतीने वाढवितो आणि मी तुम्हाला असा माणूस दाखविन ज्याच्या खांद्यावर व्यवहारी डोके आहे.''

जगन दररोज पहाटे पाचला उठे. परसदारी जाऊन कडुलिंबाची डहाळी तोडून त्याचे टोक चोखी आणि त्याने दात साफ करी. तो टूथब्रश वापरण्याच्या विरोधात होता. ''टूथब्रशची ब्रिस्टल्स ही डुकराच्या शेपटीच्या केसापासून बनवलेली असतात,'' असे त्याचे ठाम मत होते. ते सकाळी सकाळी कोणी सर्वप्रथम तोंडात घालील ही त्याच्या दृष्टीने अशक्यप्राय गोष्ट होती.

जगनच्या या तात्त्विक विचारांच्या गुंत्याचे मूळ शोधणे कठीण होते. त्यातील महात्माजींकडून कोणते आणि वडिलांकडून कोणते आले होते हे सांगणे कठीण होते. कारण त्यांच्या वडिलांनी अख्खे आयुष्य स्वस्थ जीवनाची तत्त्वे निर्माण करणे, त्यांना घासूनपुसून परिपूर्ण करणे, स्वत:वर, नारळांच्या झाडांवर, मुलांवर आणि बायकोवर प्रयोग करणे यात घालविले होते.

नंतर नॉयलॉनचे धागे ब्रशमध्ये वापरायला सुरुवात झाल्यानंतरसुद्धा जगन असे मानायचा की त्याचा दातांच्या बाह्य आवरणावर विपरीत परिणाम होतो. ''तुम्ही माझ्यावर विश्वास ठेवू नका, पण लक्षात ठेवा की माझे वडील नव्वदाव्या वर्षी जेव्हा निवर्तले तेव्हा त्यांच्या जबड्यातला एकही दात पडला नव्हता.''

जगनचा कडुलिंबाच्या गुणांवर कमालीचा भरवसा होता. कडुलिंबात कडूपणा असूनही जगन त्याला अमृत म्हणे, ज्यावर देव जिवंत राहतात. कधीकधी तो त्याला संजीवनीही म्हणे, जी एक दुर्मिळ वनस्पती असून जिचा उल्लेख महाकाव्यांमध्ये आला आहे. संजीवनी नाकाशी धरली असता मृत शरीरात जीव फुंकला जाई. जगनच्या वडिलांनी कडुलिंब लावला. त्याचा आता विस्तार होऊन आपल्या आणि पुढच्या अनेक पिढ्यांना अखंड डहाळ्या पुरवण्याचा

जणू स्रोतच निर्माण केला. त्यामुळे जगन आपल्या वडिलांविषयी अत्यंत कृतज्ञ होता.

महिन्यातून एकदा त्याची कडू पाने तो चावून खात असे, कारण ती पाने शरीरातील जंतू मारून टाकतात. तो फांद्यांमधून येणाऱ्या वाऱ्याने खूश होई. कारण त्याच्या मते या फांद्यांमधून येणारी वाऱ्याची झुळूक विषमज्वराशी सामना करी.

नंतर येणाऱ्या पावसात त्यावर उमलणाऱ्या पिवळ्या फुलांचा जमिनीवर खच पडे आणि वातावरण सुगंधित होई. तो ती फुले गोळा करून तुपात तळून आठवड्यातून एकदा अमृत घेतल्याप्रमाणे खाई. त्याच्या बायकोने मात्र त्याच्या कुठल्याही तब्येत सुधारण्याच्या कार्यात सहभागी होणे नाकारले. तिला त्याच्या या तत्त्वज्ञानाचा तिरस्कार वाटे व ती स्वत:च्या पद्धतीने जीवन जगे.

त्यांचा पहिला खटका उडाला जेव्हा त्याने बायकोला डोकेदुखीवर ॲस्पिरिन घेण्याची मनाई केली आणि कडुलिंबाची फुले तळून खाण्याचा सल्ला दिला तेव्हा. त्या वेळी ती अंगणातल्या खांबाजवळ बसली होती. तिने कपाळाला एक रुमाल बांधला होता. वेदनेने वेड्यासारखी पाठीपुढे हलत होती आणि जगनकडे असहायपणे ॲस्पिरिनची मागणी करीत होती. जगनला तिच्याबद्दल निश्चित सहानुभूती वाटत होती, पण ॲस्पिरिनने डोकेदुखी थांबणार नाही ही त्याला खात्री होती.

जगनच्या या सूचनेने तिने त्याच्याकडे पाहिले आणि ती म्हणाली, ''माझी डोकेदुखी तुमच्या बोलण्यापेक्षा अधिक सुसह्य आहे. मला वाटते तुम्ही लवकरच मला मेलेली बघाल.''

''तुझ्या डोकेदुखीने तुला चक्रम बनविले आहे,'' असे जगन रागाने बोलला.

तो तिच्या कपाळाला रुमाल बांधलेल्या, केस अस्ताव्यस्त झालेल्या अवस्थेकडे पाहून चिडला. तीव्र डोकेदुखीने तिचा अवतार दैत्यासारखा झाला होता.

जगनला आपला पारा चढलेला जाणवला. मोठ्या प्रयासाने स्वत:वर ताबा आणत तो म्हणाला, ''तुला वाटेल ते कर पण डोके दुखणे कमी होईल असे बघ.''

''मला तुम्ही एकटं सोडा,'' असे ती म्हणाली.

जगनला विचारायचे होते, ''तुला माझा इतका तिरस्कार का वाटतो?'' पण न बोलताच तो मालीच्या खोलीत चालता झाला.

मालीने त्याला स्वतंत्र खोली असावी यावर जोर दिला होता. एवढ्या मोठ्या घरात ते अजिबात अशक्य नव्हते. मालीला एक लांब रुंद हॉल दिला गेला. तिथे कोणतीही हवा खेळती ठेवणारी व्यवस्था नव्हती किंवा खिडक्या

नव्हत्या. पण त्यालाच वातानुकूलित खोली म्हणून ओळखले जाई. तिथे मध्ये एक गोल दगडी पृष्ठभाग असलेले टेबल व एक स्टूल होते.

ती खोली मिळाल्याने माली खूश होता कारण ती खोली स्वयंपाकघराजवळ व मधल्या मुख्य हॉलला लागून असल्याने तिथे बसून एकांत अनुभवता येई. तसेच पूर्ण घरात काय चालले आहे हेही बघता येई. उदाहरणार्थ आई-बापामधील शाब्दिक चकमकी अथवा त्यांची पाहुण्यांबरोबर चाललेली संभाषणे ऐकता येत. त्या गोल टेबलावर काही पुस्तके रचून ठेवली होती आणि खेळातले घर बांधण्याच्या छोट्या विटा होत्या.

जगनने मालीला विचारले, "बाळ तुला आई तिच्या डोकेदुखीच्या गोळ्या कुठे ठेवते ते माहीत आहे का?"

माली म्हणाला, "मला माहीत आहे पण ती मला त्यांना हात लावू देत नाही."

"का?" जगन म्हणाला.

"त्या इतक्या छान दिसतात की मी त्या खाईन असे तिला वाटते."

जगन घाबरला आणि म्हणाला, "तू त्यांच्याजवळ मुळीच जाऊ नकोस त्या विष आहेत."

"विष म्हणजे काय?" हातातल्या पतंगावरून नजर हटवत मुलगा निरागसपणे म्हणाला.

"अरे..." जगन घाईघाईने म्हणाला.

त्याला तो अशुभ शब्द उच्चारायचा नव्हता. पण त्यासाठी दुसरा पर्याय दिसत नव्हता. तेव्हा तो म्हणाला, "विष खाऊन माणसे मरतात."

हे मालीने उत्सुकतेने ऐकले आणि म्हटले, "मग? जणूकाही तो कुठली गोष्टच ऐकत होता."

गोष्टी भलत्याच हाताबाहेर चाललेल्या पाहून जगनने विचारले, "गोळ्या कुठे आहेत?"

मुलाने कपाटाकडे बोट दाखविले आणि म्हटले, "अगदी वरच्या खणात आहेत. इतक्या वर की तुम्हाला सगळ्यांना वाटते की मी तिथे पोहोचूच शकत नाही."

जगनला मुलाचे ॲस्पिरिनबद्दलचे आकर्षण अशुभ वाटले. तो त्याला म्हणाला, "मी तुला याच्यापेक्षा चांगल्या गोष्टी आणून देईन. या गोळीबद्दल विसरून जा. समजले का?"

मग तो कपाटाजवळ गेला आणि बायकोसाठी गोळी शोधली. पण ही काही वर्षांपूर्वीची गोष्ट होती. आज माली मोठा झाला होता.

# तीन

एके दिवशी सकाळी माली म्हणाला, "मला एक कल्पना सुचली आहे."

किंचित घाबरून जगनने विचारले, "कोणती कल्पना?"

माली नाश्ता करता करता जरा थांबला आणि म्हणाला, "मी यापुढे शिकणार नाही."

वडील एकदम सुन्न झाले. त्यांनी विचारले, "कॉलेजमध्ये तुझा कोणी अपमान केला का?"

"माझा अपमान करायचा प्रयत्न तरी करू देत मग मी बघतो," माली म्हणाला.

"मग मला सांग, काय झाले आहे?"

"काही नाही, मला शिकण्याची आवड राहिली नाही, बस्स!" नंतर नजर खाली करून तो चवीने न्याहारी करीत राहिला.

जगनने आत्तापर्यंत त्याला एवढे गंभीर पाहिले नव्हते. त्याला आपला मुलगा एकदम मोठा झाल्यासारखे वाटले. मालीने आत्तापर्यंत या स्वरांत बापाशी असे बोलणे केले नव्हते.

जगन परत बोलला, "मी काही करू शकत असेन तर मला सांग."

"मला शिकायचे नाही एवढेच!" मालीने परत ठामपणे सांगितले.

काचेच्या कौलातून सूर्याचा कवडसा आला आणि टेबलावरच्या उपम्यावर पडला. त्यावरच्या हिरव्या मिरचीचा तुकडा आणि तेलाचे काही थेंब चमकायला लागले. जगनने ते क्षणभर पाहिले आणि आपण आपल्या पोरासाठी राई मिरच्यांच्या फोडणीऐवजी खाण्याजोगा रत्नांचा सेट तर नाही ना केला असा विचार त्याच्या मनात चमकून गेला.

त्या चमत्कारिक विचारांना झटकून तो म्हणाला, "ठीक आहे, मी तुझ्या कॉलेजला येऊन तिथल्या लोकांशी बोलतो."

मालीने रागाने त्याच्याकडे पाहिले. त्याच्या मनातील नवीन विचार बापाला कसे समजवावे या चिंतेने तो तुटक आणि आक्रमक बनला. त्याचा चेहरा लाल झाला. सकाळी सकाळी हा पोरगा आपले तेवर दाखवीत आहे असे जगनला वाटले. जणू राग येण्यासाठीही एखादे टाइमटेबल असावे.

"ठीक आहे! तू सावकाश खाऊन घे, आपण या गोष्टीवर नंतर बोलू." असे जगन नरमाईने म्हणाला.

खरेतर त्याने म्हणायला हवे होते, "नाश्ता गीळ आणि कॉलेजला पळ." पण तो एक भित्रा बाप होता आणि कॉलेजचे किंवा क्लासचे नाव काढायला भीत होता. त्याला वाटत होते की कॉलेजचे नाव काढले तरी पोरगा किंचाळेल आणि समोरचा नाश्ता न खाताच बाहेर पडेल.

जगनला आपल्या पोराला पोटभर खाऊ घालण्याचे मातृवत् वेडच होते. घरी तो जवळजवळ आपला सगळा वेळ मुलासाठी जेवण तयार करण्यात घालवत असे. याची सुरुवात जेव्हा त्याची बायको मेंदूज्वराने आजारी होऊन हॉस्पिटलात दाखल झाली तेव्हापासून झाली.

माली जेव्हा मोठा होऊ लागला तेव्हा त्याने वडिलांना विचारलेही "तुम्ही एखादा स्वयंपाकी का नाही ठेवत?"

"माझा आचाऱ्याने केलेल्या स्वयंपाकावर विश्वास नाही."

"पण का?"

"आपण श्वास घेण्यासाठी नोकर ठेवतो का? जेवणाचेही तसेच आहे."

"पण बाबा, तुम्ही तुमच्या मिठाईच्या दुकानात आचारी ठेवला नाही का?"

"ती गोष्ट वेगळी आहे, ते दुकान म्हणजे एक कारखाना आहे. आचारी तिथले विशेषज्ञ व तंत्रज्ञ आहेत," असे जगन आपल्या कल्पनेला फुलवीत म्हणाला.

मालीला हा फरक समजेना आणि तो असहायपणे ओरडला, "पण तुम्ही माझ्यासाठी जेवण करणे मला आवडत नाही. आमच्या कॉलेजमध्ये कॅन्टीन आहे आणि मी माझी काळजी घेऊ शकतो."

तो त्याच्या निर्णयावर ठाम होता. फक्त वडिलांनी तयार केलेला सकाळचा नाश्ता खाण्याची त्याने स्वतःला सूट दिली होती. ही प्रथा चालू राहिली.

विशेषतः आपल्या पत्नीच्या मृत्यूनंतर जगन आपल्या मुलाच्या खाण्याविषयी रात्रंदिवस काळजीत असे. रात्री झोपायला जाण्यापूर्वी त्याची मुलाबरोबर 'त्याने दिवसभरात काय खाल्ले? दुसऱ्या दिवशी सकाळी त्याला काय खायला आवडेल?' यावर मोठी चर्चा होई. माली त्या वेळी अडचणीत सापडल्याप्रमाणे त्याच्या

नेहमीच्या पद्धतीप्रमाणे तुटक, अर्धवट उत्तर देई.

चर्चेचा शेवट जगनच्या अन्नावरच्या तत्त्वाने होत असता मधूनच माली वळे आणि आपल्या खोलीचे दार लावून घेई. जगनची वाक्ये अर्धवट राहत. काही क्षण तो बंद दाराकडे बघत राही. नंतर उठून घराच्या दुसऱ्या भागातील व्हरांड्यात आपले अंथरुण पसरून तालुका ऑफीसमधले नऊचे टोले ऐकण्या अगोदरच झोपी जाई.

आता माली कॉलेज सोडणार, पर्यायाने कॅन्टीन सोडणार म्हटल्यानंतर जगन अस्वस्थ झाला.

त्याने मूर्खासारखा प्रश्न केला, "आता तू कोठे खाणार?"

यावर माली उपरोधिक हसला आणि म्हणाला, "जर तुम्ही म्हणता की माणसाला खायची गरज नाही तर मग माझ्या खाण्याची काळजी का करता?" असे बोलत त्याचा पिवळा शर्ट चढवून, सायकल घेऊन माली निघून गेला. जगनने आपला भाऊ संध्याकाळी येईपर्यंत मनातला गोंधळ जणू मनातच बंद केला होता.

भावाला बघताच जगन "तू इथे ये अगोदर," असे ओरडून म्हणाला.

भाऊ गोंधळला कारण या वेळी लगोलग मुदपाकखान्यात जाऊन कढईतून बाहेर येणाऱ्या गरमागरम मिठाईचा समाचार घेण्याचा त्याचा परिपाठ होता. त्याने हात फैलावून जणू असे सूचित केले की, "तुझे काय ते फुटकळ मी नंतर बघेन" व तो मुदपाकखान्यात चालता झाला.

जगनने त्याला मुदपाकखान्यात अदृश्य होताना थंडपणे पाहिले व विचार केला, "याला आत्ता नाहीतर थोड्या वेळाने बाहेर यावेच लागेल. कोणीही त्या गरमीत व धुरात जास्त वेळ राहूच शकत नाही. त्या मिठाईने तो लवकरच संतुष्ट होईल."

मार्केट रोडला शाळेतून सुटलेल्या मुलांच्या आरडाओरडीने अचानक जाग आली. त्यातली थोडी खांद्यावरचे दप्तर सांभाळत नेहमीप्रमाणे मिठाईच्या दुकानासमोर काचेमागे मांडून ठेवलेली मिठाई बघत उभी राहिली.

जगन त्यांच्याकडे आपल्या बसलेल्या आसनावरून भावनाशून्य नजरेने बघत होता. "त्यांना मिठाई घेण्यासाठी पैसे देणे हे त्यांच्या पालकांचे काम आहे. मी फुकटचा दानधर्म करू शकत नाही."

जगनने जेव्हापासून ही दुकानाची समाजसेवा सुरू केली तेव्हापासून त्याच्या अंतर्यामी तिथे बसून पैसे गोळा करताना एक छोटीशी अपराधी भावना असे. जर लोकांनी एकत्र येऊन एक कायम वर्गणी दिली असती तर त्याने आपल्या नफ्यातील काही भाग काउन्टरवरच्या मिठाईकडे टुकत उभ्या असलेल्या प्रत्येक

मुलाला मिठाई देण्यात घालवला असता.

या दरिद्री देशात दरडोई उत्पन्न केवळ तीन आणे आहे. हे वाक्य त्याने कॉलेजमध्ये वाचलेल्या *'पॉवर्टी अॅन्ड ब्रिटिश रूल'* या पुस्तकातले होते. ते वाक्यच त्याला शहरातल्या प्रत्येक पालकाकडून दर दिवशी आठ आणे मागण्यापासून रोखीत होते. ''या गरीब देशात माणसे दिवसातून दोन वेळा जेवू शकत नाहीत. मी जेव्हा व्यापारी नसेन तेव्हा... पण साखर किलोला एक रुपया तीस पैसे... शिवाय पीठ, तूप... खरे अगर खोटे जवळजवळ तिप्पट भाव आहे. त्याला चांगला स्वाद यावा म्हणून जायफळ तर सत्तर पैशाला एक... फक्त. एका छोट्या नाण्यात ती केवळ मूठभरच येतात आणि जर हलव्यात थोडेजरी जायफळ नाही टाकले तर त्याला हलवा म्हणवेल का?''

जेव्हा तो भाऊ मुदपाकखान्यातून रुमालाने तोंड पुसत बाहेर आला तेव्हा जगन आपल्या मनातल्या सामाजिक प्रश्नांच्या विचारात वाहत होता. त्याच्या मनांतील वैयक्तिक दुःखांवर त्या विचारांनी मात केली होती.

''किती जणांना ठाऊक असते की ते खरोखर चांगल्या परिस्थितीत आहेत?'' जगन म्हणाला.

भावाने नेहमीप्रमाणे मान डोलावली. पण हा अति विचारी भाऊ नक्की कशाबद्दल बोलत आहे ते न कळल्यामुळे तो मनातून गोंधळला.

''लोक सगळं विसरत असतात आणि ही जनरीत आहे,'' असे तो आपल्या ओठांवरून जीभ फिरवीत म्हणाला. कारण हे तत्त्वज्ञान कुठल्याही परिस्थितीला लागू होण्यासारखे होते.

''विशेषतः तरुण माणसे...'' जगन म्हणाला, ''तो एक मोठा त्रासदायक प्रश्न आहे,'' असे मी कुठेतरी वाचले होते. ''त्या, या रिपोर्टमध्ये...'' असे म्हणून अवतरण देण्याच्या प्रयत्नात त्याला आठवत नव्हते की त्याने ते कुठे वाचले होते.

''पण त्यामुळे काही होणार नाही,'' असे भाऊ सहानुभूतीपूर्वक म्हणाला, कारण त्याचे मन अजून नुकत्याच खाल्लेल्या मिठाईवर रेंगाळत होते.

भावाचे बोलणे हळूहळू रुळावर येत होते तेव्हा जगन पट्कन म्हणाला, ''माली आजकाल विचित्र विचार करतो.''

भावाने त्याचे डोळे असे ताणले की योग्य प्रतिक्रिया यावी. इथे त्याला कल्पना नव्हती की मालीच्या बाबतीत किती विरुद्ध बोलावे. जगनने खरी परिस्थिती सांगितल्यावर भावाने एक ठाम भूमिका घेतली.

भाऊ म्हणाला, ''पोरगा आजकालच्या शिक्षणपद्धतीविषयी काय विचार करतो हे पाहिले पाहिजे. दुसरे काही कारण नसले तर तू त्याच्या शिक्षणासंबंधाने

विचार करू शकतोस.''

जगन म्हणाला, ''मला नेहमी असे वाटत होते की तो ग्रॅज्युएट होईल कारण ते एक बेसिक क्वालिफिकेशन आहे, असे तुला नाही का वाटत?''

एक निश्वास टाकत जगन म्हणाला, ''मी जर बी.ए. पास झालो असतो तर मी दुसऱ्या अनेक गोष्टी करू शकलो असतो.''

''पण तू बी.ए. झाला नाहीस तरी तुझ्या आत्ताच्या परिस्थितीत काय कमी आहे?''

''मला कॉलेज सोडावे लागले, कारण गांधीजींनी असहकार चळवळ सुरू केली होती. मी माझी विद्यार्थिदशेतील उत्तम वर्षे तुरुंगात काढली.'' या स्वत:च्या बोलण्याने जगनला आपण एकदम शूरवीर असल्याची भावना झाली.

तो बी.ए.ला अनेकदा नापास झाला होता. त्याचे कॉलेजला जाणे थांबले होते. तो गांधीजींनी हाक देण्यापूर्वीच खासगीरीत्या परीक्षा देत होता या सत्यावर जणू पडदा पडला.

''पण आजकालच्या तरुणांनी शिक्षण नाकारण्याचे कारण काय?'' जगन म्हणाला.

त्यावर भाऊ सावधपणे म्हणाला, ''तुझ्या मुलाकडून ते समजून घेणे योग्य ठरेल. तू त्याच्या बरोबर बोलत का नाहीस?''

''तूच का बोलत नाहीस?'' जगन पडलेल्या, अर्थ नसलेल्या आव्हानात्मक स्वरात बोलला. मग भावनिक होऊन म्हणाला, ''तो तुला बालपणी बोलायला लागल्यापासून काका म्हणतो.''

''तो एकटाच ज्याचा मी भाऊ लागत नाही.''

यावर ते दोघे हसले.

परत जिवावरचे ओझे परतल्यासारखे जगनला झाले.

जगन म्हणाला, ''तू काहीतरी कर आणि रात्री मला सांग.''

रात्री दहा वाजता भावाने येऊन हळूच दार ठोठावले. जगन कधी नव्हे तो नऊ वाजल्यानंतर जागा होता. मुलाने बापाला दिवसभरात काय केले असे विचारायला संधी न देताच स्वत:च्या खोलीत जाऊन दार बंद केले होते. जगनने त्याच्या खोलीत दिवा जळत असलेला पाहिला होता. पण त्याचे काय चालले आहे हे की-होल मधून बघण्याचा मोह टाळला होता.

ते दोघे चोरपावलांनी जगनच्या घरातून निघून लॉलीच्या पुतळ्याजवळ चालायला लागले आणि पुतळ्याच्या खाली पायऱ्यांवर विसावले.

भाऊ म्हणाला, ''मला वाटते तो काय करतो आहे हे तू पाहायला हवे होते.''

रात्रीचे थंड वारे चेहऱ्यावर येत होते, तर फ्रेडरिकच्या पुतळ्याचे शीर आकाशातील ताऱ्यांमध्ये ऐटीत तळपत होते.

"म्हणजे तुझे म्हणणे तरी काय?" जगन पुतळ्याच्या छायेत टेकीत म्हणाला.

त्याच्या मनात सर्व प्रकारच्या अस्वस्थ आणि भयानक विचारांनी गर्दी केली. माली नकली नोटा बनवत होता का? कुणाचा खून करणार होता का? शंभर भयानक कल्पना आल्या.

त्यांने भावाचे मनगट घट्ट धरले आणि म्हटले, "मला तू काही न लपविता सांग."

भावाने चिडून हात सोडवून घेतला.. "तो लिहितो आहे, त्याला रायटर बनायचे आहे."

'रायटर' या शब्दाचा एकच अर्थ जगनच्या शब्दकोशात होता तो म्हणजे 'कारकून.' हा शब्द अंग्लो-इंडियन असून लॉर्ड मेकॉलेने ईस्ट इंडिया कंपनीला सतत कारकून पुरविण्यासाठी जी शिक्षण पद्धती निर्माण केली, त्याचा तो परिपाक होता. जगन अवाक् झाला.

एकीकडे तो आपल्या मुलाला सायकल, कॉलेजचे जीवन, सुंदर रेघांचे शर्ट्स आणि त्याला जे हवे ते देऊन श्रीमंत बनवू पाहत होता आणि मुलगा काय होऊ पाहत होता तर रायटर... हे खरेच आश्चर्य करण्याजोगे होते.

"त्याला रायटर का व्हायचे आहे?" जगनने विचारले.

"ते मला माहीत नाही. तू त्यालाच विचार, त्याला कुठे काय करायचे आहे."

"मी आत्तापर्यंत त्याची प्रतिष्ठा वाढावी, दर्जा वाढावा म्हणून प्रयत्न करीत होतो. पण हे खरेच प्रतिष्ठा घालविणारे आहे," असे म्हणून जगनने निराशेने कपाळावर हात मारून घेतला. भावाला जगनने रायटरचा अर्थ कारकून असा चुकीचा घेतला आहे हे लक्षात आले नाही.

तो म्हणाला, "तू मला आज संध्याकाळी तसे सांगितल्यावर मी वेळ न दवडता तुझ्या मुलाच्या शोधात गेलो. मी कॉलेजच्या दारातच वाट पाहत थांबलो."

"अच्छा! म्हणजे तो कॉलेजला गेला होता तर." म्हणजे त्याने कॉलेज कॅन्टीनमध्ये खाल्ले असणार असा निष्कर्ष काढत जगन आनंदाने म्हणाला.

"हो!" भाऊ म्हणाला, "ही त्याची कॉलेजची शेवटची भेट असणार. कारण त्याचे मित्र त्याच्या पाठीवर थोपटत होते, हस्तांदोलन करत होते. मग काही शिक्षक बाहेर आले. त्यांनी त्याच्याकडे बघून काहीतरी म्हटले."

तेव्हा माली म्हणाला, "माझ्या वडिलांच्या दुसऱ्या काही योजना आहेत. कदाचित ते मला अमेरिकेला पाठविणार आहेत."

"काय? अमेरिकेला जाऊन तो करणार काय? अमेरिका म्हणे!" जगन म्हणाला.

"घाई करू नकोस," भाऊ हळूच म्हणाला, "त्याला तिथून निघण्यापूर्वी त्या लोकांना काहीतरी सांगायला हवे होते. त्याने अमेरिकेला जाण्याचा हट्ट केल्याशिवाय तो विचारही करू नकोस."

"सगळ्या कल्पना, सगळा नुसता कल्पनाविलास!" जगन ग्रॅनाईटच्या पायऱ्यांवर हात आपटीत असाहाय्यपणे म्हणाला.

"काय माहीत! तो दुसरा भारती किंवा टागोर किंवा एखादे वेळेस शेक्सपिअर सुद्धा बनेल. आजच कसे सांगता येईल," भाऊ म्हणाला.

आणि शेवटी खरा अर्थ जगनला कळला.

"अरे, मी किती मूर्ख आहे, ओ हो! त्याला लेखक बनायचे आहे तर! मीच अडाणी झालो आहे असे मला वाटते."

त्याच्या डोळ्यात आनंदाश्रू आले. त्याचा मुलगा दुसरे काही अप्रतिष्ठेचे काम करणार नाही या विचाराने त्याला सुटका झाल्याचा आनंद झाला.

"तुला दुसरे काय वाटले?" भावाने विचारले. तो पुढे म्हणाला, "मी असे ऐकले आहे की लेखक आजकाल भरपूर पैसे मिळवतात. ते प्रसिद्धीही मिळवतात. त्याला काय लिहायचे आहे. ते मला माहीत नाही. कविता कदाचित! कारण कवितेने सुरुवात करणे सोपे. किंवा गोष्टी. लेखक दुसरे काय लिहितात."

कारण माहीत नसलेल्या समुद्रात त्याला उडी घ्यायची नव्हती.

"हेसुद्धा मालीकडून वदवून घेणे कठीण होते. पण मी त्याच्या शाळेजवळच भेटलो," भाऊ म्हणाला.

"कॉलेजजवळ..." जगनने शब्द खटकल्यामुळे दुरुस्ती केली.

"होय! होय! मला कॉलेजच म्हणायचे होते. मला माली नेहमी शाळेत जाणारा लहानगाच आठवतो. तो आता शाळकरी मुलगा राहिला नाही हे लक्षात ठेवणे कठीण जाते. कॉलेजच्या गेटजवळ जेव्हा शिक्षक निघून गेले तेव्हा त्याने मला पाहिले आणि विचारले, "मी कॉलेजपाशी का आलो?" मला काही विशेष काम होते असे भासवायचे नव्हते. तेव्हा मी असंच काहीतरी म्हटले."

मग मी विचारले, "आपण जरा कुठेतरी कॉफी घेऊ या का?" "फक्त कॉफी नाही, मला बरेच काही खायचेही आहे." माली म्हणाला."

"बिच्चारा, माझा पोरगा! तो भुकेला असणार," जगन दुःखाने म्हणाला.

"असंच काही नाही," भाऊ म्हणाला, "तरुण माणसं खात असतात, तरी

त्यांना वाट्टेल तितके खायची भूक सततच असते.''

''नक्कीच! त्याच्या खाण्यावर बंदी आणण्याचे कारणच काय? तो पाहिजे ते आणि दिवसाच्या कुठल्याही प्रहरी खाऊ शकतो,'' जगन ओरडला.

''तू त्याच्याकडे पुरेसा पैसा देतोस ना?''

''अर्थात! मी देतोच,'' जगन म्हणाला, ''तो त्याबद्दल काही बोलला का?''

''नाही, नाही, तो काही तसा मुलगा नाही. जरी तू त्याला भुके मारलेस किंवा प्रत्येक गोष्टीला नकार दिलास तरी तो तक्रार करणार नाही,'' भाऊ उत्तरला.

आपल्या मुलावर उधळल्या जाणाऱ्या स्तुतिसुमनांनी जगनला गर्व वाटला. तो विचारात गुंग होता. तेव्हा जणू आकाशातले तारेसुद्धा थबकले होते. काही कुत्रे एकमेकांचा पाठलाग करीत जवळून धावले.

रस्त्यावरचा भिकारी, जो पुतळ्याच्या दुसऱ्या बाजूला झोपला होता त्याची झोप चाळवली गेली व तो काहीतरी पुटपुटला. जगनने आजूबाजूला पाहिले. आपला देश भिकाऱ्यांचा प्रश्न सोडवू शकत नाही हे लज्जास्पद आहे. मला जेव्हा वेळ मिळेल तेव्हा यासंदर्भात काहीतरी केले पाहिजे.

भावाने जगनच्या या मोठ्या सामाजिक प्रश्नाकडे दुर्लक्ष केले आणि पुढे तो सांगू लागला, ''मी त्याला आनंद भवनमध्ये नेले. तुला ते दिवसभर जोरात लाउडस्पीकर लावून कान बहिरे करून टाकणारे हॉटेल माहीतच आहे.''

जगन घाईघाईने बोलला, ''मला त्या आनंद भवन हॉटेलचे ऐकायचे नाही. तर मला माझ्या पोराबद्दल सांग.''

''हो, हो! शांत हो! मला माहीत आहे, तुला त्या आनंद भवनची माणसं आवडत नाहीत. मला माहीत आहे, त्या लोकांनी तुला सेल्स टॅक्सच्या बाबतीत ब्लॅकमेल करण्याचा प्रयत्न केला होता.''

''अरे! मुद्दा सोडून बोलू नको. मला ते आनंद भवनचे लोक काय करतात अगर त्यांनी काय केले हे ऐकायचे नाही. मला सांग, माझं पोरगं काय म्हणालं, तो नाखूश होता का?''

''हो आणि नाही. खूश होता कारण तो लेखक बनण्यासाठी स्वतंत्र होत आहे. नाखूश कारण तुला त्याने तिथे शिकायला हवे आहे.'' भाऊ म्हणाला.

''कॉलेजमध्ये,'' जगनने घाईघाईने म्हटले. जणू काही तो भाऊ कॉलेजला शाळा म्हणण्याची परत चूक करेल.

भावाला ती सूचना कळली.

तो म्हणाला, ''हो! कॉलेजमध्ये... कॉलेजमध्ये, पण हा शब्दच तुला जरी

एवढा आवडत असला तरी तुझ्या पोराचं डोकं फिरवतो. त्याला त्याच्या कॉलेजच्या तासांचा तिटकारा आहे. सिलॅबसचा तिटकारा आहे. तसेच सगळ्या पुस्तकांचा तिटकारा आहे. त्यांच्या नुसत्या विचारानीसुद्धा त्याचा रागाचा पारा चढतो. तुला माहीत आहे का, त्याने काय केले? मी त्याच्यासाठी डोशांची ऑर्डर दिली होती आणि आम्ही वाट पाहत होतो. अचानक त्याने त्याच्या हातातल्या पुस्तकांची पाने राक्षसासारखी फाडली, 'ही नेऊन स्वयंपाकघरातील चुलीत घाल,' असे तिथल्या वेटरला बोलावून माली म्हणाला.''

''तुला त्याला थांबवता आले नाही का? तू त्याला सांगितले नाहीस का की पुस्तके देवी सरस्वतीचे रूप आहे आणि त्यांना आदराने हाताळले पाहिजे. अशाने हा मुलगा बी.ए. पास कसा होणार?''

''ते मला माहीत नाही,'' भाऊ म्हणाला, ''त्याच्याशी काही चर्चा करावी असे सुचले नाही, एवढेच! आणि त्याचा उपयोग तरी काय झाला असता?''

''अरे, तू पण वेडा आहेस का?'' जगन ओरडला. ''तुला दिसत नव्हते का?''

भाऊ म्हणाला, ''नाही. जेव्हा त्याने पुस्तक फाडले तेव्हा मला ते अतिशय योग्य वाटले. आपले शिक्षण त्याच लायकीचे आहे.''

''बस्स! थांबव हे! मला वाटते, अशा गोष्टी तू त्या पोराला सांगितल्या नसशील.''

भावाने जगनच्या टोमण्यांकडे दुर्लक्ष केले आणि म्हटले, ''पुस्तक चुलीत टाकण्यासाठी पाठविल्यावर तो काय म्हणाला तुला माहीत आहे? तिथल्या तिथे एक ओळ रचून तो म्हणाला, ''आपण त्या अग्निदेवाशी कृतज्ञ राहू या ज्याने या भयंकर पुस्तकांना स्वाहा केले.'' अशाच प्रकारे काही तो बोलला. हे त्याचे बोलणे मला अतिशय योग्य आणि हुशारीचे वाटले. त्याने डोसे तसेच बरेच काही खाल्ले. बिल तीन रुपये आले, हुशार पोर!''

मुलाच्या बोलण्याने आणि खाण्याने कृतकृत्य होऊन जगन म्हणाला, ''मी तुझे पैसे चुकते करतो. उद्या मला दुकानात आठवण कर.''

''त्याची घाई नाही. तू मला सावकाश पैसे परत कर.''

आता मुद्द्याला धरून बोलणे कठीण झाले, कारण ज्यामुळे मूळ विषयाकडे वळता येईल तो मुद्दाच शिल्लक राहिला नाही.

ते तालुका ऑफिसच्या घड्याळाने बाराचे ठोके देईपर्यंत रस्त्याने उगाचच चालत राहिले. घड्याळाचे ठोके गावच्या शांततेत घुमले.

जगन म्हणाला, ''आता चोरसुद्धा झोपायला निघून गेले असतील. पण मला अजून काय निर्णय घ्यावा हे सुचत नाही. मला अजूनही कळत नाही की

तो कॉलेजच्या पुस्तकांमधून का लिहू वाचू शकत नाही.''

भाऊ म्हणाला, ''हे सर्व एक दुसऱ्यात गुंतलेले आहे.''

थोडा वेळ स्तब्ध राहून जगनने अचानक विचारले, ''शेक्सपिअर बी.ए. झाला होता का?''

या प्रश्नाला त्या ठिकाणी उत्तर नव्हते.

भाऊ म्हणाला, ''इतके दूर कशाला? मला माहीत आहे की कालिदास कधी कॉलेजला गेला नाही. कारण हजार वर्षांपूर्वी कॉलेजं नव्हती.''

''तुला कसे माहीत की त्या काळी कॉलेजं होती की नव्हती''

''कॉलेज असो अगर नसो, मला माहीत आहे की कालिदास हा एक अडाणी, खेडवळ धनगर होता. नंतर देवी सरस्वतीने त्याच्या जिभेवर लिहिल्यावर त्याच्या तोंडून 'श्यामला दंडकम्।' असे शब्द बाहेर पडले. नंतर त्याने शाकुंतल व इतर ग्रंथ लिहिले.''

''मी ही गोष्ट बऱ्याच वेळा ऐकली आहे.'' जगन म्हणाला.

''जर तुला ही गोष्ट माहीत असेल तर त्यावर विश्वास ठेव आणि आशा कर की एके दिवशी मालीसुद्धा दुसरा कालिदास होईल.'' भाऊ त्याला समजावित म्हणाला.

जगनने संधी मिळताच मालीच्या दरवाज्याच्या की होलमधून बघण्याचा प्रयत्न केला कारण दिवसा ते बहुतेक बंदच असे. माली जगनला टाळत होता. जगन सकाळचा नाश्ता तयार करून हॉलमधल्या टेबलावर ठेवीत असे. त्याचबरोबर एक पाच रुपयाची नोटही सरकवून ठेवी, जेणेकरून तो दिवसभरात कुठेही हवे ते खाऊ शकेल.

माली घराबाहेर पडे व रात्री कधीतरी परतून स्वतःला खोलीत बंद करून घेई. जगन नेहमीप्रमाणे स्वतःच्या चेहऱ्यावर काहीही न दर्शविता आपल्या दुकानात जाई. पण आतून तो उलटसुलट विचारांनी पिंजून निघाला होता. त्याला समजत नसे की दिवसभर मुलगा कुठे जातो आणि काय खातो. त्याला कधी वाटले नव्हते की त्याची शिक्षणाविषयीची आस्था त्याच्या व मुलाच्या नात्यांत एवढी दरार आणेल. त्याला मुलाबरोबर समझोता घडवून आणायचा होता.

दरवाज्याच्या की होलमधून जगनने मालीच्या खोलीत दिवा जळत असलेला पाहिला. माली स्टुलावर बसला होता. तो कोपर समोरच्या टेबलावर टेकवून कसल्या तरी विचारात गढला होता. मुलगा काही लिहीत नाही हे पाहून जगनची निराशा झाली. त्याची अशी कल्पना होती की लेखक हा स्फूर्तीच्या धुंदीत मध्यरात्रीपर्यंत दिवा जाळून टेबलावर जिकडेतिकडे कागद पसरवीत असतो. या

कालिदासाच्या तोंडून अचानक एखादी कविता बाहेर पडेल ज्यामुळे या जुन्या घराच्या भिंती शहारतील आणि कवितेच्या ओळी प्रत्येक माणसाच्या ओठांवर पुढील हजारो वर्षे राहतील. पण त्याच्या समोरचे दृश्य दुसरेच होते. मुलगा निराशेने आणि कंटाळून तोंड पुसत होता. त्याला त्या निराशेच्या गर्तेतून बाहेर काढणे आवश्यक होते.

जगनला कळून चुकले की आता ही वेळ येऊन ठेपली आहे. जगनने स्वत:च्या कॉलेज शिक्षणाविषयीच्या संकल्पना विसरून, मालीने त्याच्या मौनातून बाहेर येण्यासाठी, मालीच्या ज्या काही कल्पना आहेत त्या पूर्णपणे समजून घेणे आवश्यक आहे.

जगनने दारावर दोन्ही मुठी आपटायला सुरुवात केली. मध्येच तो थांबून दरवाज्याच्या की होलमधून पाही. अशाप्रकारे चमत्कारिक परिस्थिती निर्माण झाली.

"काय झाले? तुम्ही घर डोक्यावर का घेत आहात?" मुलाने दार उघडून जगनला विचारले.

जगनने स्वत:ला दारातून आत ढकलले आणि म्हटले, "पोरा, मला तुझी कल्पना आवडली. ये, आपण त्यावर विचार करू या."

त्याने दोन-तीन फेऱ्या मारल्या व स्टुलावर बसला. माली न बोलता त्याच्या मागे आला. जगन त्याची गैरवर्तणूक विसरला नव्हता. रागाचा मागमूसही दिसू नये म्हणून जगनने आपल्या ताणलेल्या भुवया व चेहरा नीट केला. एक हलकेसे हसू त्याने तोंडावर आणले. त्यामुळे पूर्ण सहमत असल्याचा भाव चेहऱ्यावर आणता आला. त्यानी एकमेकांकडे अस्वस्थपणे सेकंदभर बघितले. नंतर मुलगा येऊन गोल टेबलावर बसला.

जगनने हळुवारपणे विचारले, "तुला दुसरे चांगले टेबल हवे आहे का?"

"कशासाठी?" विश्वास आणि अविश्वास यामध्ये घोटाळत माली म्हणाला.

चुकीच्या दिशेने थोडा जरी दबाव आणला तरी तो तोंडघशी पडला असता.

म्हणून जगन म्हणाला, "तुला माहीत आहे, लेखकाला त्याचे लिखाण ठेवण्यासाठी खूप जागा लागते. कारण ते खूप महत्त्वाचे असते."

माली उघडपणे खूश झाला. कारण नवीन टेबल कॉलेजची पुस्तके, वह्या ठेवण्यासाठी येणार नव्हते.

"तुम्हाला माझ्याबद्दल कुणी सांगितले?"

"या गोष्टी आपोआप माहीत होतात. लेखकाला स्वत:हून बाहेर यावे लागते."

जगन स्वत:च्याच सहज बोलण्यावर आश्चर्यचकित झाला.

"ते जाऊ दे, मी कशाचीच पर्वा करीत नाही." माली म्हणाला.

जगनने आजूबाजूला पाहिले. तिथे पुस्तक तयार होण्याचे कुठलेच चिन्ह दिसत नव्हते. संगमरवरी टेबल पूर्णपणे स्वच्छ होते. कॉलेजची सर्व पुस्तके दृष्टीच्या पलीकडे गेली होती. जगनला क्षणभर पुस्तके कुठे गेली हे विचारण्याची जिज्ञासा होती. पण मला त्याच्याशी काही कर्तव्य नाही असे म्हणून त्याने स्वत:ला आवरले.

"तुला मी पांढरा कागद विकत आणायला हवा आहे का? तुझ्याकडे चांगले पेन आहे ना? मला वाटते, मी तुझ्यासाठी खूप खण असणारे एक नवीन टेबल घ्यावे."

अखेर घरात शांती आणि समजूतदारपणा आला. एकापेक्षा दुसऱ्याला जास्त कळत असेल या भावनेने ते आपआपले रस्ते साहित्य जगतातून चाचपडू लागले.

"आता सध्या तू काय लिहीत आहेस?" जगनने एखाद्या ज्यूनिअर रिपोर्टरने सेलिब्रिटीची मुलाखत घेताना ज्या नम्रतेने विचारावे तसे विचारले.

"मी एक कादंबरी लिहीत आहे," मुलगा सावधपणे म्हणाला.

"अरे व्वा! छान! तू कुठून कादंबरी लिहायला शिकलास?"

मालीने उत्तर दिले नाही.

जगनने परत तोच प्रश्न विचारला.

"तुम्ही काय माझी परीक्षा घेताय काय?" मालीने विचारले.

"नाही, नाही, मी केवळ उत्सुकतेपोटी विचारले. तू कुठली गोष्ट लिहीत आहेस?"

"मी तुम्हाला आता काही सांगू शकत नाही. काय माहीत? ती एखादी कवितासुद्धा होऊ शकेल. मला काहीच कल्पना नाही."

"पण तू लिहायला बसतोस तेव्हा तू काय लिहिणार हे माहीत नसते का?"

"नाही," माली रागात बोलला. "ते तुमच्या दुकानात पदार्थ तळण्यासारखे नाही."

हे त्याचे बोलणे जगनसारख्याला गोंधळात टाकणारे होते.

फक्त तो दु:खी अंत:करणाने म्हणाला, "तुला या संदर्भात काही मदत हवी असेल तर सांग."

मालीने त्याचे म्हणणे शांतपणे ऐकले.

"तुझे मित्रही लेखक आहेत का?"

“ते कसे असतील? ते वाचक आहेत. आणि त्यांना फक्त त्यांच्या पदव्या हव्या आहेत, बस्स, एवढेच...”

जगनने त्याच्या मित्रांचे दृष्टिकोन किती बरोबर आहेत हे सांगण्याची ऊर्मी मोठ्या प्रयासाने दाबली.

माली पुढे म्हणाला, “ते सगळे सामान्य लोक आहेत, ते दुसरे काही चांगले करण्याजोगे नाहीत.”

“मला वाटले होते, तुला तुझे मित्र खूप आवडतात.”

जगन मालीचे मन समजून घेण्याची प्रत्येक संधी साधण्याचा प्रयत्न करीत होता. माली ज्याप्रकारे पुतळ्याजवळ सायकलला रेलून मोठमोठ्याने गप्पा मारी, त्यामुळे जगनला वाटले होते की ते मित्र त्याचे अत्यंत प्रिय असावेत. जगनला थोडेसे सुटल्यासारखे वाटले; कारण त्याला अशी भीती होती की ते मित्रच त्याला चुकीचे मार्गदर्शन करीत असतील. आता त्याला थोडे समाधान होते की केवळ स्वत:च्या हिमतीवर आणि प्रयत्नांवर माली संपूर्ण दुसरा मार्ग चोखाळत आहे.

जगन विचार करू लागला, गेली वीस वर्षे हा मुलगा माझ्यासोबत एकाच छपराखाली वाढत आहे, पण मी याला किती कमी ओळखतो. तो काही काळाने अथवा लवकरच काहीतरी मिळवणार आहे.

“मी ‘आनंद विकटन’मध्ये कादंबरी स्पर्धेची जाहिरात पाहिली. ते उत्तम कादंबरीला पंचवीस हजार रुपये देणार आहेत. कादंबरी तीस सप्टेंबरपूर्वी पाठविली पाहिजे आणि सोबत मासिकातले एक कुपन भरुन पाठवायचे आहे.”

जगन कॅलेंडरवरील तारखा बघण्यासाठी वळला, “आताशी मे महिना सुरू आहे.”

“मला माहीत आहे,” माली फट्‌कन म्हणाला, “माझ्याकडे पाच महिने आहेत.”

“पण तू लिहायला सुरुवात केली आहेस का?” जगनने घाबरत विचारले.

“मी माझी गोष्ट संपविल्याशिवाय कोणालाही दाखविणार नाही.”

“पण कुठली गोष्ट?” जगन परत आपले घोडे दामटवीत म्हणाला.

माली त्याच्यापासून दूर झाला व त्याने परत शंकेखोरपणे विचारले, “तुम्ही माझी परीक्षा घेताय का?”

“अरे नाही, तसे नाही.”

“मला माहीत आहे की तुमचा माझ्यावर विश्वास नाही,” माली अर्धवट निराशेच्या सुरात म्हणाला.

जगन क्षणभर गोंधळला. त्याने मुलावरचा विश्वास शक्य तितक्या मोठमोठ्या

शब्दांनी व्यक्त करण्याचा प्रयत्न केला. मनातल्या मनात मात्र त्या दोघांमध्ये नेहमी उभ्या राहणाऱ्या अदृश्य भिंतीमुळे जगन त्रासला होता.

जेवढे जगनला आठवत होते तोपर्यंत त्याने मुलाला कधीच कडक शब्दांनी सुनावले नव्हते. गेल्या वीस वर्षांत त्याने मुलाला जे हवे ते दिले होते. विशेषत: गेल्या दहा वर्षांत, त्याची आई वारल्यानंतर तो मालीबाबत जास्तच कनवाळू बनला होता. ती घटना जगनच्या मनात अजूनही ताजी होती.

त्या भयानक शुक्रवारी जेव्हा डॉ. कृष्णानी तिचा श्वासोच्छ्वास बघितला व म्हटले, ''आता कुठलाच डॉक्टर काही करू शकत नाही. हा एक वेगळ्याच प्रकारचा मेंदूचा ट्यूमर आहे. हा कसा निर्माण होतो हे समजले तरच त्यापासून कशी सुटका होते हे समजेल.''

मध्यरात्र व्हायला आली होती. डॉक्टर जवळजवळ अठ्ठेचाळीस तास इंजेक्शन, ऑक्सिजन, आइसबॅग वगैरे सर्व उपकरणे घेऊन तिचा जीव वाचविण्याचा प्रयत्न करीत होते. ते शारीरिक श्रमाने थकले होते.

जगनच्या ''नैसर्गिक उपचारांनी तिला फायदा झाला असता,'' अशा सतत बोलण्याने ते रागाने जवळजवळ वेडे बनले होते.

''निसर्ग...'' ते पलंगापासून दूर होत रागाने म्हणाले, ''निसर्ग! लवकरच आपल्याला मेलेले पाहील. त्याचा तिच्या कर्करोगाने ग्रस्त मेंदूला काही फायदा होणार नाही... समजलं का?''

जगनने तो क्षण आपले तत्त्वज्ञान मांडण्यास योग्य नाही असे ओळखून तोंड मिटले.

जेव्हा डॉक्टर निरोप घेऊन कारकडे जाण्यासाठी निघाले तेव्हा जगन पाठोपाठ गेला आणि त्या विषयावर बोलण्याचा मोह आवरू शकला नाही. ''मी जेव्हा या विषयावरील माझे पुस्तक प्रसिद्ध करीन तेव्हा तुम्ही पाहालच. ही सर्व माहीती माझ्याकडे तयार आहे.''

डॉक्टरांनी अस्वस्थ हालचाल केली आणि म्हणाले, ''तुम्ही तुमच्या बायकोकडे जा, तिचे काही तासच राहिले आहेत. तुमचा मुलगा आपल्याकडे बघत आहे, त्याला संभाळा.''

पाठी वळून जगनचे लक्ष दरवाजाकडे आलेल्या, गोंधळलेल्या नजरेने पाहणाऱ्या मालीकडे गेले. त्याच्या दुबळ्या शरीराकडे पाहणे कठीण होते. (तो त्याच्या अठराव्या वर्षानंतर मात्र एकदम उंच व भरदार झाला होता.)

''डॉक्टर काय म्हणाले,'' मालीने विचारले.

तो गेले कित्येक आठवडे आईची सेवा करीत होता. ती पूर्णपणे जागी असण्याच्या तुरळक क्षणात त्याला प्रेमाने जवळ बोलावी आणि त्याने भरवलेले

अन्न खाई. तो तिला भरविण्यासाठी शाळेतून धावत येई. त्या दिवसात तो मित्रांबरोबर खेळण्यासाठीसुद्धा क्वचितच बाहेर जाई.

मालीच्या या प्रश्नाने जगनचा स्वत:वरचा ताबा सुटला. त्याने मालीचे हात हातात घेतले आणि आर्ततेने रडायला सुरुवात केली. मालीने आपले हात सोडवून घेतले. थोड्या अंतरावरून तो बापाकडे थिजलेल्या आणि गोंधळलेल्या नजरेने पाहू लागला.

आता इतका काळ उलटूनसुद्धा जगनला त्या क्षणाचा विसर पडला नव्हता. मालीकडे पाहून त्या दिवशी झालेले जीवघेणे दु:ख जणू त्याच्या व्यक्तित्वातच गोठून गेल्याप्रमाणे वाटत होते. त्या दिवसापासून त्या दोघांमध्ये एक अडसर निर्माण झाला. मालीने त्याच्याकडे सहज बोलणे सोडलेच.

"अरे नाही! तसे नाही!" जगन क्षमा मागत म्हणाला, "मुला! मला खात्री आहे, तू काहीतरी चांगलेच लिहिशील. मला त्याबद्दल तिळमात्र शंका नाही. मला फक्त कथानक काय हे हवे होते. तुला माहीतच आहे, मला गोष्टी किती आवडतात ते. तुला आठवते का, मी तुला रात्री गोष्टी सांगत असे. काळ्या माकडाची गोष्ट तर तुला खूप आवडायची."

मालीचा पूर्ण ताबा घेऊन जगन त्याचे मन पंचतंत्रातल्या गोष्टींकडे वळवीत असे. मालीने चेहऱ्यावर त्या दिवसांची आठवण झाल्याचे अगर ते दिवस आठवायचा प्रयत्न केल्याचे कोणतेच चिन्ह दाखविले नाही. त्याने कुठलीच प्रतिक्रिया व्यक्त केली नाही.

जगन म्हणाला, "तुला माहीत आहे का? मीसुद्धा एकप्रकारे लेखकच आहे. जेव्हा ट्रूथ प्रिंटिंगमधून छापून माझे पुस्तक बाहेर येईल" आणि जगन कसेनुसे हसला.

माली साधेपणे म्हणाला, "बाबा, मी जे काही लिहिणार ते वेगळे आहे. ते तुम्हाला कळायचे नाही."

"बरोबर! बरोबर! तरी तुला माझी मदत हवी असेल तर सांग."

काही तळल्याशिवाय किंवा उकडल्याशिवाय पंचवीस हजार रुपये मिळविणे सोपे सुलभ वाटत होते. ते दोघे मध्यरात्री एक वाजेपर्यंत बोलत बसले. जगनसमोर प्रत्येक क्षणी नवीन गोष्टी उलगडत होत्या. त्याला हे कळले की मालीने पकडले जाऊन शिक्षा होण्याचा धोका पत्करून कॉलेजच्या लायब्ररीतील मासिकामधून ते कूपन फाडले होते.

"मी ते ब्लेडने लायब्ररीयनच्या डोळ्यांसमोर कापले," माली हसत म्हणाला.

"पण हे असे करणे योग्य आहे का?" जगन गोंधळून म्हणाला.

"हो! पण नाहीतर मी ते कूपन कसे मिळवू शकलो असतो?" मालीने

विचारले आणि त्याने आपल्या छोट्या पॉकेट डायरीतून ते बाहेर काढले.

ते बघून जगन म्हणाला, "हे जर 'विकटन'मधून तू आणले आहेस तर त्याऐवजी तू चार आण्याला मासिकच आणू शकला असतास किंवा मासिकाच्या जितक्या हव्या तितक्या प्रती तू आणू शकला असतास."

"ते काय कोणीही करू शकला असता," माली रहस्यमय स्वरात बोलला. "पण मला स्वत:ला शहाणा समजणाऱ्या त्या लायब्ररीयनला धडा शिकवायचा होता."

जगनला आपल्या मुलाचा लेखक म्हणून उल्लेख करताना एक वेगळीच शिरशिरी जाणवत होती. दुसऱ्या दिवशी दुकानात जाताना तो तीनदा आपल्या ओळखीच्या माणसांबरोबर थांबला आणि आपल्या मुलाविषयी बोलला. चौथा माणूस ज्याच्याशी तो बोलला तो म्हणजे त्याचा मुख्य आचारी.

आचारी आल्याबरोबर जगनने त्याला आपल्या सिंहासनाजवळ बोलावले आणि म्हटले, "माझा मुलगा एक पुस्तक लिहीत आहे."

आचारी त्या दिवशी काय तळायचे या विचारात होता, त्यातच तो म्हणाला, "ही एक चांगली खुशखबर आहे" आणि मालीच्या साहित्यातील प्रगतीमध्ये उत्साह असल्यासारखे त्याने भासविले.

"माझा मुलगा त्यातून पंचवीस हजार रुपये मिळविणार आहे. तो ते सप्टेंबरच्या आत लिहून पूर्ण करणार. माझा मुलगा एक चमत्कार आहे. मला माहीतच नव्हते की तो एवढा बुद्धिमान आहे. खरे पाहता त्याने पंचवीस हजार मिळविण्यासाठी हे सगळे करायची गरज नाही. ते त्याच्यासाठी नेहमीच आहेत, पण मला ते त्याला आत्ताच वापरायला द्यायचे नाहीत. हे आजचे तरुण आमच्या पिढीसारखे नाहीत, आमची पिढी गांधीजींच्या प्रभावाखाली आल्यामुळे कोणतीही चूक करू शकत नव्हती."

"तुमचे सर्व धन लक्षात घेता तुम्ही इतके साधे आहात की काहीच खात नाही." आचारी उद्‍गारला.

"आम्ही जगण्यापुरते खातो," जगन त्याचे वाक्य सुधारत म्हणाला, "माझे पुस्तक जेव्हा छापून येईल तेव्हा मी एक प्रकारचा लेखकच आहे, हे तुमच्या ध्यानात येईल."

"मग तुमच्या मुलानेसुद्धा तोच मार्ग पत्करला त्यात नवल ते काय?" तो मुख्य आचारी म्हणाला.

जगनचा भाऊ त्याच्या नेहमीच्या वेळी दुकानात आला. त्याने घडलेली हकिकत ऐकली.

जगनने ती परत एकदा ऐकवली आणि शेवटी तो म्हणाला, "मला आशा

आहे की हा पोरगा गांधीनी सांगितलेले माझे जगण्याचे तत्त्वज्ञान साधी राहणी, उच्च विचारसरणी पुढे नेईल.''

''खरे आहे! खरे आहे! पण मला हे समजत नाही की तू तरी व्यापार करून, पैसे मिळवून ते साठवतोस का?'' भाऊने विचारले.

''मी पैसे गोळा करीत नाही ते नैसर्गिकरीत्या वाढतात, त्याला मी तरी काय करू? मी काम करतो कारण काम करणे हे प्रत्येकाचे कर्तव्य आहे.''

जगनने आपला खण ओढला, भगवद्‌गीता काढली आणि ती तो वाचू लागला.

''मी काहीतरी करत राहणे हे माझे कर्तव्य आहे.'' मग आवाज उंचावून जगन म्हणाला, ''शिवाय तो माणूस, तिथला माणूस याना त्यामुळे आधार मिळतो. जर आपले हे दुकान नसते तर प्रमुख आचाऱ्याने काय काम केले असते?''

''तर तो दुसऱ्या कुठल्यातरी मुदपाकखान्यात तळत असता. तो उत्तम आचारी आहे, त्याला कुठेही नोकरी मिळाली असती.''

''माझ्या मित्रा! हे तसे नाही, माझे हलवायाचे दुकान देशातील सर्वांत मोठे दुकान आहे, तुला याबद्दल कांही शंका आहे का?''

''मुळीच नाही, आणि तुमचा मुख्य आचारी तर अगदी शुद्ध, चांगले पदार्थ बनवितो.''

जगनला या स्तुतीमुळे छान वाटले. तो म्हणाला, ''मालीला दुसरी वाट चोखाळावीशी वाटते यात काही आश्चर्य नाही. पिढी दर पिढी दृष्टिकोनामध्ये फरक पडणे अपरिहार्यच आहे. त्याशिवाय प्रगती होणारच नाही.''

जगनच्या सत्याग्रहाच्या दिवसातील तत्त्वज्ञान मांडण्याची सवय उफाळत असल्यासारखा तो बोलला. हे सर्व स्वयंपाकघरातून येणाऱ्या तुपाच्या, जायफळाच्या, केशराच्या सुगंधाप्रमाणे सुखकारक वाटत होते.

काही कारण नसताना जगन एकदम म्हणाला, ''मी सुगंधासाठी आणि रंगासाठी कुठलेही अर्क वापरलेले नाहीत. तुम्हाला जर्मनीहून चांगले अर्क मिळतात. आजकाल चांगला जाणकारसुद्धा फसू शकतो.''

''ते कसे काय खोटे आणि फसवे?'' भाऊ तत्त्ववेत्याच्या थाटांत बोलला.

''पण मी जोपर्यंत या दुकानाचा मालक आहे तोपर्यंत तसे अर्क मी वापरणार नाही.''

रोज दुपारी मिठाईच्या शुद्धतेची चव घेऊन पाहत असलेल्या भावाने जगनच्या वाक्याला गुळमुळीत समर्थन दिले.

# चार

बाप-लेकामधला संवाद अगदी कमीत कमी झाल्याने घरात शांतता नांदत होती. आपल्याकडून पुढे शिकण्याची अपेक्षा केली जाणार नाही, या विचाराने माली प्रसन्न झालेला दिसत होता. मुलगा स्वत:चा असा नवीन मार्ग चोखाळत आहे म्हणून जगनला समाधान वाटत होते. दुसऱ्यांची पुस्तके वाचण्याऐवजी तो दुसऱ्यांनी वाचण्यासारखे काही निर्माण करीत आहे याचा जगनला राहून राहून गर्व वाटत होता. माली आपल्या परीने समाजाची एकप्रकारे सेवाच करीत आहे असे त्याला वाटत होते.

सेवा या शब्दाने जगनला जणू नशाच चढे. त्याच्या संपूर्ण व्यक्तित्वालाच एक प्रकारचे चैतन्य येई. तो या सर्वांचे स्पष्टीकरण देऊ शके. महात्मा गांधी जेव्हा १९३७ साली मालगुडीला आले होते तेव्हा नदीकाठच्या वाळूवर जमलेल्या भल्यामोठ्या जमावापुढे त्यांनी भाषण केले, तेव्हा जगनने सेवा हा शब्द सर्वप्रथम त्यांच्या तोंडून ऐकला होता. त्या वेळी महात्माजींनी माणसाची कुठलीही क्रिया जेव्हा ती सेवा म्हणून केली जाते तेव्हा कशी महत्त्वाची होते हे सांगितले होते. महात्माजींच्या त्या वाक्याने प्रेरित होऊन जगन भारताला ब्रिटिश सत्तेच्या गुलामगिरीतून सोडविण्याच्या चळवळीत सामील झाला. त्याने शिकणे सोडले, घर सोडले आणि नेहमीचे जीवन सोडले. त्यावेळच्या ब्रिटिश लोकांचा नियम मोडला. पण अशी सेवा करताना त्याला ना पोलिसांचा मार सोसावा लागला ना कित्येक काळ कैदेत काढावा लागला. ''प्रत्येकाला अशाप्रकारे स्वत:च्या मार्गाने मानवतेची सेवा करण्याचे स्वातंत्र्य आहे.'' जगन स्वत:शीच बोलला. ''आणि मालीसुद्धा त्याच्या लिहिण्याने मानवतेची सेवाच करीत आहे.''

'पण तो काय लिहीत आहे?' याची तो नेहमी कल्पना करण्याचा प्रयत्न करी. गोष्टी? कोणत्या प्रकारच्या गोष्टी? का कविता? का तो काही तात्त्विक लिहीत आहे? त्याला मध्येच कधीकधी आपल्या मुलाच्या आयुष्यासंबंधी अनुभवाचा

आणि त्याच्या लेखक बनण्यासंबंधी संदेह निर्माण होई.

पुष्कळदा तो दुकानात आसनावर बसून भगवद्गीतेची पाने चाळत असता त्याच्या मनात अस्वस्थ विचार येत. त्याच्या समोरच्या ओळी कितीही गंभीर असल्या तरी त्याच्या डोक्यातले अस्वस्थ विचार सगळे तत्त्वज्ञान बाजूला सारून मालीच्या पुस्तकाच्या विषयाभोवती गरगरत राहत.

मालीचे विचार कोणत्या भाषेत प्रकट होतात.. तामिळ का इंग्लिश हे कळायला हवे होते. जर त्याने तामिळ भाषेत लिहिले तर तो फक्त मायभूमीतच ओळखला जाईल. पण जर का इंग्लिशमध्ये लिहील तर बऱ्याच इतर देशांतही लेखक म्हणून ओळखला जाईल. पण त्याला तामिळ, इंग्लिश किंवा दुसरी कुठलीही भाषा नीट येते का? जगनला खूपच काळजी वाटायला लागली. अनेक प्रश्नांनी त्याचे मन पिचून गेले. पण मालीला सरळ विचारायचे हा सोपा उपाय त्याला योजणे कठीण वाटत होते. ते कोणती चर्चा करणार? माली तर दिवसेंदिवस अलिप्त बनत चालला होता. त्यांच्यामधला एकच दुवा म्हणजे पाच रुपयाची नोट, जी जगन दर दिवशी हॉलमधील टेबलावर ठेवी. नंतर तो ती उचलली गेली की नाही हे पाही.

कदाचित आनंद भवनमध्ये सकाळी आणि संध्याकाळी आपला पोरगा जेवत असावा. आपल्या पैशाला त्या हॉटेलवाल्याच्या गल्ल्याचा मार्ग मिळावा या विचाराने त्याचे पित्त खवळत असे. पण यावर काही उपाय नव्हता. कारण ते हॉटेल त्या भागातील उत्तम म्हणून गणले जात होते. जगनला हेही माहीत होते की ते शुद्ध तूप वापरत नाहीत, ते नाव नसलेल्या ब्रॅन्डचे वनस्पती तूप वापरतात आणि मूर्खाप्रमाणे असे मानतात की वनस्पती तुपाच्या डब्यावर नाव नसले तर जनता शुद्ध तूप मानेल.

तीस सप्टेंबर उलटून गेल्याला बरेच दिवस झाले होते. जगनला कादंबरीचा मसुदा गेला की नाही हे जाणून घ्यायचेच होते, पण कशाचाही कुठेही मागमूस नव्हता. मुलाच्या हालचाली इतक्या सफाईने होत होत्या की जरी ते एकाच छपराखाली राहत होते तरी एकमेकांच्या कक्षात येत नव्हते. जेव्हा जगन दाराच्या फटीतून येणारा प्रकाश पाही तेव्हा त्याला कळे की मुलगा आत खोलीत आहे. पण दार ठोठावण्याचे त्याला धाडस होत नव्हते. फार क्वचित ते एकमेकांच्या वेळेवर घरी पोहोचत. त्यामुळे ते हॉलमध्ये एकमेकांना भेटणे शक्य नव्हते. त्यासंबंधी काही बातमी न कळल्यामुळे जगनच्या भावना दुखावल्या गेल्या होत्या.

त्याचा भाऊ त्याच्या ठरलेल्या वेळी दुकानात आला तेव्हा त्याने जगनला अस्वस्थ असलेले पाहिले. तो मुदपाकखान्यातून बाहेर आला तेव्हा त्याला

जगनला विचारणे भाग पडले.

"अरे, तुला जीवनातल्या सगळ्या चांगल्या गोष्टी मिळाल्या आहेत. शंभरातले नव्वद लोक पैशासाठी हपापलेले असतात आणि शंभरपैकी शंभर माणसांना ते समाधान मिळत नाही. तू अजून एका गोष्टीवर प्रावीण्य मिळविले नाहीस ते म्हणजे आनंदी दिसणे. तू नेहमी काळजीने पिचल्यासारखा दिसतोस."

"जर एखादा काळजीने गांजला असेल तर त्याला नक्कीच सबळ कारण असेल. तू मालीला पाहिले आहेस का?"

"फार वेळा नाही. तरी पण काही दिवसांपूर्वी मी त्याला विनायक स्ट्रीटवर सायकलवर पाहिले होते. आता तू मला मी तिथे काय करीत होतो हे विचारू नकोस. कित्येक वेळा काही काम असले तर त्याच्यापेक्षाही दूर मी जातो. तुला ठाऊक आहे मी इतर लोकांच्या कामाकरिताच जात असतो. मी माझ्याकरिता काही करीत नाही."

"तो तुझ्याकडे बोलला का?"

"अरे, नाही. तो सायकलवर होता असे मी तुला सांगितले."

"तो इतक्या दूर काय करीत होता?"

"तू त्यालाच का विचारीत नाहीस?" भाऊ म्हणाला.

"तो काही मला उत्तर देणार नाही हे नक्की," जगन म्हणाला.

"तू प्रयत्न केलास का?"

"नाही."

"मग प्रयत्न कर."

"त्याला या प्रश्नाचा राग येईल. मी त्याच्या कामात उगाच ढवळाढवळ करतो असे त्याला वाटेल."

"माली जर मला भेटला तर तुला हवे असल्यास मी शोधून काढेन."

"नको! नको! नाहीतर त्याला वाटेल की मीच तुला त्याच्याकडे पाठविले आहे."

"अर्थात, मी त्याला सांगेन की मी तुझ्या वतीने बोलत आहे."

जगन घाबरा झाला. त्याला घाम फुटला. आणि भावाला त्याचे मतप्रदर्शन केल्याशिवाय राहवले नाही.

"तू मला गोंधळात घालतोस. तू का घाबरतोस?"

"मला त्याला दुखवायचे नाही. मी त्याला माझ्या पूर्ण आयुष्यात कधीही दुखावले नाही."

"याचा अर्थ तू सर्व गोष्टी अशा टोकाला नेल्या आहेस की तू त्याच्याकडे बोलूच शकत नाहीस."

"तसंच काही नाही." भावाचा दृष्टिकोन न आवडल्याने जगन म्हणाला.

"मग तू मला सांगू शकशील का मालीबरोबर तुझे शेवटचे बोलणे कधी झाले होते?"

जगनचे मन मागे गेले आणि थोडा वेळ तो स्तब्ध झाला. भाऊ जिभेवर रेंगाळणारी मिठाईची गोडी हळूहळू गिळत जगनकडे निर्दयीपणे पाहत होता.

जगनला आठवले की त्याचे मालीबरोबरचे शेवटचे बोलणे साडेतीन महिन्यांपूर्वी झाले होते. त्या वेळी जगन हॉलमध्ये वर्तमानपत्र वाचत होता आणि माली त्याच्या खोलीतून बाहेर आला.

जगनने त्याला विचारले, "बाहेर जायला निघालास का?"

"हूं!" एवढेच त्याने उत्तर दिले.

जगन एवढा घाबरला की त्याने पुढची चौकशी करण्याचा मोह आवरला आणि म्हटले, "तू आजचा पेपर पाहिलास की नाही? तुला नको आहे का?"

"त्याच्यामध्ये माझ्यासाठी काही नसते," असे म्हणून तो हॉलमधून बाहेर पडला.

जगनला समोरचा दरवाजा आपटून बंद केल्याचा, मुलाने स्टॅन्डवरून सायकल उतरविल्याचा आवाज आला. जगन खुर्चीत पेपरावर नजर खिळवून बसून राहिला. "देवाचीच कृपा! की माझ्या वडिलांनी एकदा मूर्खपणे ठरविल्यासारखे त्याला त्याच्या खोलीमधून सरळ रस्त्याकडे जाता येत नाही. नाहीतर मी माझ्या मुलाचे दिसणेसुद्धा विसरून गेलो असतो."

भावाला या भेटीबद्दल सांगणे शक्यच नव्हते. म्हणून जगन म्हणाला, "आमच्या दोघांच्या वेळा वेगवेगळ्या आहेत, हाच प्रश्न आहे. मी जेव्हा माझ्या ध्यानातून डोळे उघडतो तोपर्यंत तो गेलेला असतो. मी प्रार्थना करीत असताना माझे लक्ष ढळू द्यायचे नाही हा आमच्या घरचा पूर्वापार चालत आलेला नियम आहे. पण ते सगळे मुद्द्याबाहेरचे आहे, हे विषयांतर आहे. मला तुझी मदत हवी आहे. तू जणू काही स्वत:साठीच करीत असल्याप्रमाणे तो दररोज कुठे जात असतो हे शोधून काढ. त्याच्या पुस्तकाचे काय झाले? त्याने ते पुरे केले की नाही? त्याला भेट आणि कृपा करून मला थोडी माहिती दे. मी तुझ्या या मदतीबद्दल कृतज्ञ राहीन."

"अरे, नाही.. नाही तुझी सेवा करणे माझे कर्तव्य आहे. त्याबद्दल मला धन्यवाद देण्याची गरज नाही. मी माझ्या परीने काय करू शकतो ते मी बघतो."

भावाला महत्त्व दिल्यामुळे भाऊ फुशारला आणि जगनच्या मनावरचे ओझे कमी झाले.

भाऊ चार दिवसांनी आला. जगनच्या शेजारच्या आसनावर बसत म्हणाला,

''काही नवीन गोष्टी तुझ्या मार्गात येत आहेत. मी तुला मागेच सांगितले होते त्याप्रमाणे तुझ्या मुलाला अमेरिकेला जायचे आहे.''

या धक्क्याचा परिणाम म्हणून जगनला क्षणभर काहीच सुचले नाही. मुलगा आपल्यापासून भौगोलिकरीत्या कोसो दूर जाणार या विचाराने काकुळतीला आलेल्या जगनने स्वत:ला सावरून विचारले, ''अमेरिकेला? पण अमेरिकेला का? त्याच्या पुस्तकाचे काय झाले? त्याने ते लिहिले की नाही?''

''त्याला वाटते ही लिहिण्याची कला त्याला अमेरिकेला जाऊन शिकावी लागेल.''

जगन या विचाराने भयंकर रागावला. हे सर्व अत्यंत चीड आणणारे आणि त्याच्या देशाविषयीच्या गर्वाला दुखविणारे होते.

''गोष्टी कशा सांगायच्या हे शिकण्यासाठी तिथे जाणार? त्याच्यापेक्षा त्याने एखाद्या खेड्यातील आजीकडे जाणे चांगले.'' तो त्याच्या देशावरच्या प्रेमभावनेने उचंबळला.

''मी त्याला हेच सांगितले,'' भाऊ जगनच्या सुरात सूर मिसळून म्हणाला.

''वाल्मीकी रामायण लिहिण्यासाठी अमेरिकेला किंवा जर्मनीला गेला होता का?'' जगन तिखटपणे बोलला. या आजकालच्या पोरांचे विचार खरोखरच चमत्कारिक आहेत. जगनने हळूच स्वत:च्या पोराचा उल्लेख न करता म्हटले. त्याच वेळी मुख्य आचाऱ्याने आपल्याबरोबर मुदपाकखान्याचा धूर आणत, त्यांच्या बोलण्यात व्यत्यय आणत केशर संपल्याची घोषणा केली. ''केशर उद्याला संपेल,'' तो म्हणाला. जगनला विषय नीट लक्षात न आल्याने त्याने आचाऱ्याकडे नाराजीने पाहिले.

भावाने जगनऐवजी उत्तर दिले आणि ताजे केशर आणण्याची व्यवस्था करण्याचे आश्वासन दिले.

जगनने विचारले, ''माली पूर्ण दिवस कुठे घालवतो हे विचारलेस का?''

''अरे, आपल्या गावच्या सार्वजनिक वाचनालयात.''

''ती कुठे आहे?'' जगन म्हणाला, कारण आपल्या गावात अशा प्रकारचे वाचनालय असेल असे त्याला स्वप्नातदेखील वाटले नव्हते. त्या भावालासुद्धा खात्री नव्हती, तेव्हा त्याने आपला हात नदीच्या बाजूने केला. ''ही त्यातलीच एक असावी ज्याची पायाभरणी एखादा मंत्री जेव्हा गावाला भेट देतो तेव्हा होते.''

''ते वाचनालय जर महत्त्वाचे असते तर मला माहीत असते. ठीक आहे. पण ते त्याला तिथे बसू देतात का?''

''मला वाटते त्याला तिथे आवडत असावे आणि तो तिथे काही काम करत

असावा.''

"कसले काम?'' माली सगळे सोडून लायब्ररी असिस्टन्टचे तर काम करत नसेल ना या भीतीने जगन म्हणाला. "पण त्याच्या पुस्तकाचे काय झाले?'' जगन उद्विग्न होऊन म्हणाला.

"तो ते अमेरिकेत लिहील,'' भाऊ म्हणाला.

जगनला आपण चिरडले जात आहोत आणि चारी बाजूंनी वाईट शक्तींनी घेरले जात आहोत असे वाटले.

"त्याच्या पुस्तक लिहिण्याचा आणि अमेरिकेचा संबंध काय?''

"त्याने लायब्ररीमधल्या एका मासिकात कादंबरी लिहायला शिकविणाऱ्या कॉलेजसंबंधी वाचले होते.''

जगनने स्वत:ला परत एकदा वाल्मीकी किंवा खेड्यातील आजीचा उल्लेख करण्यापासून परावृत्त केले,

व म्हटले, "त्या बक्षिसाचे काय झाले?''

"कदाचित गेले असेल. त्याने अजून पुस्तक लिहून पूर्ण केले नाही, पण तरी पुस्तकाची घाई करून चालणार नाही.''

"खरे आहे, खरे आहे.'' कारण त्याला मुलाचे त्या रात्रीचे शब्द अचानक आठवले. पण त्याने ते जणू काही स्वत:चेच तत्त्वज्ञान आहे असे भासवत म्हटले, "मला वाटते की त्याने पुस्तक लिहिलेच पाहिजे.''

थोडा वेळ त्यांनी पुस्तक तयार करण्याच्या प्रक्रियेवर विचार केला.

"पण अमेरिका का?'' जगनने राहिलेले पैसे आणलेल्या पोराकडे दुर्लक्ष करून आणि भावाने बाहेर जाण्याचा प्रयत्न न करता उभे असताना म्हटले.

"कारण कदाचित हा एकच असा देश असेल जिथे अशा गोष्टी शिकवतात.''

"त्या देशात गोमांस आणि डुकराचे मांस खाल्ले जाते. मला एक अमेरिकन माणूस माहीत होता, तो हे सांगत असे.''

"शिवाय ते भरपूर मद्य पितात. पाणी किंवा दूध पीत नाहीत,'' भाऊ स्वत:च्या थोड्या ज्ञानाची भर घालत म्हणाला. "तिथल्या बायका स्वतंत्र असतात,'' तो पुढे म्हणाला. "मी त्यांच्या सिनेमाची काही मासिके पाहिली आहेत. त्यांच्या बायका पुरुषांमध्ये मोकळेपणाने मिसळतात. काही गाजावाजा न करता लग्न मोडतात. उन्हात कपड्याविना सूर्यस्नान करतात.''

"हे सगळे तू कुठे पाहिलेस?''

पण भावाने हात पसरून तोंडावर आणलेला भाव जगनने बघितला नाही.

जगन पुढे म्हणाला, "हे सगळेच खरे असेल असे नाही.'' कारण त्याला मालीने त्याचे शरीर आणि आत्मा दारू, मांस आणि बायका या गोष्टींनी भ्रष्ट

करणाऱ्या देशांत जाण्याची कल्पनाही सहन होत नव्हती. तो अचानक निश्चयाने म्हणाला, "माली इथे राहणार नाही हा विचारच अशक्य आहे."

भाऊ उपरोधाने हसला. जगनला एक क्षणभर या सर्वांमागे हाच माणूस तर नाही ना अशी शंका चाटून गेली. पण त्याने ती मागे सारली.

भाऊ म्हणाला, "त्याने सगळ्या प्रकारची तयारी केली आहे."

"माझ्या परवानगी अथवा मदतीशिवाय?" जगन उद्गारला.

"त्या लायब्ररीत एक टाइपरायटर आहे आणि माली त्याचा वापर करतो."

थोड्याशा कौतुकाने आणि थोड्या लायब्ररीसंबंधात रागाने जगन काही विचार न करता ओरडला.

"जर तो अशा दुष्ट कामांसाठी लायब्ररीचा उपयोग करत असेल तर..."

भाऊ म्हणाला, "माली थोड्या दिवसांसाठी मद्रासला गेला होता हे तुला माहीत होते का?"

"नाही. माझी परवानगी किंवा मदत न घेता, मला न सांगता? मला वाटले तो त्याच्या खोलीत आहे."

त्याला आठवले कित्येकदा त्याने ठेवलेल्या पाच रूपयाच्या नोटा उचलल्या गेल्या नव्हत्या. मुलगा पैशांची बचत करत असेल असे वाटून त्याने पैसे देणे थांबवले होते. आता त्या निमित्ताने तरी मुलगा बोलेल असे त्याला वाटले होते.

"त्याने पासपोर्ट वगैरे गोष्टी तयार केल्या आहेत."

"पण त्याला भाडे कसे मिळणार?"

"तो म्हणतो, त्याच्याकडे पैसे आहेत."

घरात पैसे कुठे शोधायचे हे त्याला नेहमीच माहीत होते. जगनला क्षणभर धक्का बसला. त्याचबरोबर त्याला भित्रे कौतुकही वाटले.

"पोरगा चांगलाच व्यवहारी आहे." असे तो भावपूर्णतेने म्हणाला.

तो थोडा वेळ गंभीरतेने विचार करत बसला आणि नंतर कसाबसा हसरा चेहरा करून म्हणाला, "बघ! कसा तो स्वबळावर वाढत आहे. मी नेहमी एखादी गोष्ट बाहेरच्या आधारांविना आपली आपण वाढण्यावर विश्वास ठेवला आहे. गीतेत म्हटलेच आहे प्रत्येक आत्मा परमात्मा आहे."

"आणि परमात्मा स्वत:कडे बघण्यास समर्थ असतो," भाऊ जगनच्या वाक्यात भर टाकत म्हणाला.

"हो! तोच तर सगळा मामला आहे," जगन म्हणाला. "म्हणूनच मालीने अचानक शिकायचे बंद करायचे ठरवले तेव्हा मला काही ढवळाढवळ करण्याची इच्छा नव्हती. मी त्याला स्वतंत्र सोडले, त्याच्या आयुष्यात त्याने उचललेल्या क्षुल्लक गोष्टी, सहजगत्या होणारे वाचन याकडे मी दुर्लक्ष केले."

भाऊ म्हणाला, "अगदी बरोबर! हेच माझ्या आयुष्याचे तत्त्व आहे. मला लोक, त्यांचे प्रश्न आणि या जगाविषयी खूप माहिती आहे. ही जगण्याची कला शिकण्यासाठी मी कुठल्या कॉलेजात गेलो होतो?"

"मला आश्चर्य वाटते की त्याला अजूनही लिहिण्याची कला अमेरिकेतील कॉलेजमध्ये शिकता येईल असे कसे वाटते?" जगनला या विचारांनी मिश्कील हसू आले.

"अरे, माझ्या गुणी भावा, तू कृपा करून त्याला थांबव. मला माहीत नाही माली नसलेल्या घरात मी कसा राहू शकेन. त्या नुसत्या विचारांनीच मी दुःखी होत आहे."

"ठीक आहे, मी प्रयत्न करतो," भाऊ यांत्रिकपणे अविश्वासानेच म्हणाला. "पण त्याने किती बारकाईने सगळी तयारी केली आहे हे तुला माहीत आहे का? त्याला अमेरिकन पद्धतीचे कपडे मद्रासहून मिळणार आहेत."

"मी त्याला नेहमीच खूप कपडे विकत घ्यायला सांगितले होते. विशेषत: परक्या देशात प्रत्येकाने नेहमी टाय आणि शूज सकाळपासून रात्रीपर्यंत वापरले पाहिजेत. त्याला माझ्याकडून काही मदत पाहिजे का?" हे जगन इतक्या काकुळतेने म्हणाला की तो जणू भावाला या संदर्भात मध्यस्थी करण्याची विनंती करीत होता.

"तू काय करणार आहेस?" भाऊ कठोरतेने म्हणाला.

"माझा एक मित्र आहे मद्रासमध्ये, तो उपमुख्यमंत्री आहे. स्वातंत्र्यपूर्व काळात तो बेल्लारी तुरुंगात माझ्याबरोबर होता."

"तुझ्या मित्राची मदत घेण्यास काही हरकत नाही. पण मालीला आपल्याकडून काही मदत नको आहे. लायब्ररीयनचा एक भाऊ विमान कंपनीत आहे. त्याने मालीसाठी सर्व व्यवस्था केली आहे."

"म्हणजे आता तो विमानाने निघणार?" जगनने व्याकूळ होऊन विचारले.

"आजकाल कोण जात नाही."

जगनने जवळजवळ रडतच म्हटले, "अरे! कृपा करून त्याला सांग, बोटीने जा. ते जास्त सुरक्षित असते. मला विमाने आवडत नाहीत."

"त्याने विमानाच्या तिकिटासाठी जवळजवळ सगळे पैसे भरले आहेत." जगनच्या बिकट अवस्थेची मौज वाटून भाऊ म्हणाला.

"ते खूप महाग असणार," एखाद्या बोबड्या बाळासारखे जगन बोलला.

"पण त्याने त्यासाठी पैसे नक्की गोळा केले असणार याबद्दल मला खात्री आहे." भाऊ म्हणाला.

"स्वाभाविक आहे, मला पैशाची काय किंमत आहे? ते सगळेच त्याच्यासाठीच

आहेत. तो त्याला जे हवे ते घेऊ शकतो.'' असे म्हणत असतानाच जगनने मनोमन ठरवले की माळ्यावर ठेवलेली रक्कम मोजली पाहिजे. त्याचबरोबर आता तिथले पैसे लवकरच एका पेटीत घालून ती पूजेच्या खोलीत देवांच्या मागे लपविली पाहिजे.

मध्यरात्री शिडीच्या साहाय्याने जगन माळ्यावर चढला. नोटांच्या बंडलांमधून जवळजवळ दहा हजार रुपये काढले गेले होते. त्याने आपल्या मनाशी झटपट हिशेब केला. चार ते पाच हजार अमेरिकेला जाण्याचे, उरलेले कपडे आणि इतर गोष्टी घेण्यासाठी खर्च झाले असावेत. त्याला जर आणखी पैसे हवे असले तर त्याने ते मागावेत. नंतर प्रत्येक महिन्याच्या खर्चासाठीसुद्धा मागावेत. आणि त्याने का मागू नयेत.

इतक्यात समोरचे दार उघडल्याचा आवाज आला. जगनने लगेच हातातील बॅटरी बंद केली. मालीने खोलीत जाऊन दार बंद करेपर्यंत तो स्तब्ध बसून राहिला. त्याचे स्वत:चे पैसे काढले गेले असूनही आता आपण स्वत:च चोर असल्यासारखे जगनला वाटत होते.

# पाच

**झा**ल्या गोष्टीचा आपल्याला एवढा मोठेपणा वाटेल असे जगनला कधीच वाटले नव्हते. आता या गोष्टीमुळे त्याला आपला पैसा आणि सहन केलेला मुलाचा विरह सार्थकी लागल्यासारखा वाटत होता. ''माझा मुलगा अमेरिकेत आहे,'' असे तो दिवसाकाठी डझनवारी माणसांना अभिमानाने आणि गर्वाने सांगत होता. त्यामुळे त्याच्या दैनंदिन कार्यक्रमाला उशीर होऊ लागला होता.

आजकाल त्याच्या घरापासून दुकानापर्यंतच्या रस्त्यावर जराशी ओळख असलेल्या माणसालासुद्धा थांबवून, त्याचा रस्ता अडवून, त्याच्या नेहमीच्या सवयीप्रमाणे हवापाण्याच्या किंवा राजकारणाच्या गोष्टी करण्याऐवजी तो हळूहळू विषय अमेरिका आणि तिथे राहत असलेल्या आपल्या मुलाकडे नेत असे.

दिवसचे दिवस निराशेने ताटकळल्यावर एक दिवस जेव्हा पहिल्या डाकेने परदेशचे रंगीबेरंगी पत्र आले तेव्हा जगनला प्रत्यक्ष मालीच आल्यासारखा आनंद झाला. तो इतका उत्साहित झाला की पत्रावरच्या पत्र उघडण्यासाठी इथे कापा वगैरे छापील सूचना न वाचताच त्याने बोटानेच ते कसेतरी फाडले. त्यामुळे पत्र असे फाटले की त्याला एखाद्या जिगसॉ पझलप्रमाणे तुकडे जोडून वाचणे भाग पडले.

पत्रात एवढाच संदेश होता... ''इथे पोचलो, न्यू यॉर्क खूप मोठे आहे. इथे उंच उंच इमारती आहेत. रस्त्यावर हजारो मोटारी धावतात. जेवणखाण जरा कठीण आहे. मी एका वसतिगृहात आहे. मी पुढच्या आठवड्यापासून स्कूलमध्ये जायला सुरुवात करेन.''

जगनने हे सर्व आनंदाने वाचले. फक्त त्याला मुलाचा कॉलेजऐवजी स्कूल हा शब्द खटकला. जगन हॉलमधल्या बाकावर बसला. जवळजवळ तासभर मन लावून प्रत्येक शब्द बारकाईने वाचत अमेरिकेच्या भल्यामोठ्या पार्श्वभूमीवर मालीची कल्पना करीत ते पत्र वाचले. त्याला ती आनंदाची बातमी स्वत:कडे

ठेवणे शक्यच नव्हते.

पहिले दार उघडे होते ते ट्रूथ प्रिंटिंग प्रेसचे. नटराज त्याच्या टेबलाशी दारात येणाऱ्यांचे गोड शब्दांनी स्वागत करीत बसला होता. दरवाजा अर्धवट उघडा होता. जेव्हा आत येणारा प्रकाश अडला तेव्हा नटराजने प्रूफांमधले आपले लक्ष हटवून वर पाहिले. तो हसला. लगेच जगनने सांगितले की माली पोहोचला.

"तुला टेलिग्राम आला का?"

"अरे, नाही. तो खूप धोरणी आहे. दहा पैशात काम होणार असेल तर दहा रुपये खर्च करणार नाही. एक सेंट म्हणजे आपले किती रुपये याची तुला काही कल्पना आहे का?"

नटराजने पटापट हिशेब केला. एका डॉलरचे पाच रुपये आणि काळ्या बाजारात सात रुपये आहेत असे त्याच्या एका गिऱ्हाइकाने सांगितले होते. सरकारी नियमाप्रमाणे चार रुपये आणि काही पैसे एका डॉलरची किंमत आहे. शंभर सेंट म्हणजे एक डॉलर.

नंतर त्याने गुणाकार-भागाकाराची भानगड सोडली आणि विषय बदलणे सोयिस्कर मानले. "तुला तुझी प्रूफ्स लवकर मिळतील."

"हो, हो! मला माहीत आहे, एकदा तू हातात घेतलेस की ते तू पूर्ण करशील. हे जे लिहिले आहे ती माझ्याकडून एक सेवा आहे. ते कुठल्याही फायद्यासाठी नाही."

या विषयानंतर तो अमेरिकेच्या विषयाकडे वळला. "अमेरिका उंच इमारती आणि हजारो मोटारींचा प्रदेश आहे. मला आशा आहे की मालीला तळमजल्यावर जागा मिळेल आणि फार उंचावर जावे लागणार नाही."

"अरे! आपली मुले खूप हुशार आहेत. ती स्वत:ची जगाच्या कुठल्याही कोपऱ्यात काळजी घेऊ शकतात," नटराज म्हणाला.

या सुखकारक वाक्याचा स्वीकार करीत जगन प्रेसच्या दरवाजांतून हलला आणि स्वत:च्या दुकानाकडे चालू लागला. कबीर लेनच्या वळणावर त्याने खटले पुढे ढकलण्यात माहीर असणाऱ्या वकिलाला पाहिले. जगनने टाळ्या वाजवून त्याला थांबविले. जगनला त्याच्याबरोबर मोकळेपणाने वागता येत असे. कारण ते दोघे अल्बर्ट मिशन शाळेचे जवळजवळ एका पिढीपूर्वीचे वर्गबंधू होते. ते स्वातंत्र्य चळवळीत पण एकत्र होते. (त्या वकिलाने मात्र मोठ्या खुबीने तुरुंगात जाणे टाळले) त्या वकिलाचा एकच दात लुकलुकत होता. दाढी न केलेल्या गालावर जणू चांदी चमकत होती. तो त्याचे बोळके दाखवत हसला.

"मला लवकर घरी जायचे आहे कारण काही गिऱ्हाइके वाट बघत आहेत,"

तो म्हणाला.

"मी एका मिनिटापेक्षा जास्त वेळ घेणार नाही. मालीने पत्र लिहिले आहे हे ऐकून तू खूश होशील."

"तुला टेलिग्राम मिळाला का?"

प्रत्येकाला काय झाले आहे? लोकांचे टेलिग्रामबद्दलचे वाढते प्रेम बघून जगन नाराज झाला.

"जर दहा सेंटमध्ये पत्र चार दिवसांत येते तर मग टेलिग्रामवर दहा रुपये का खर्च करावेत?" जगन म्हणाला.

"चार दिवस! नाही, नाही, तू काहीतरी चूक करतोस. त्यापेक्षाही जास्त दिवस लागतात. पत्राला निदान पंधरा दिवस लागतात."

ही मात्र हद्द झाली. अमेरिकेसंबंधी प्रत्यक्ष माहिती द्यायला मी असताना हे लोक अमेरिकेबद्दल किती चुकीचे फाजीलपणे बोलत आहेत. लोकांच्या चुकीच्या समजुती अगदी पक्क्या असतात. मूर्ख लोक! अगदी कूपमंडूक आहेत.

समोर त्याने आपल्या दाराजवळ रस्त्याकडे पाहत उभ्या असलेल्या केमिस्टला पाहिले. तो जगनला मित्रत्वाच्या भावनेने म्हणाला, "आज उशीर झाला का?"

"हो, झाला खरा!" जगन त्याच्या जवळ जात म्हणाला. "आज पोस्टमन जरा उशिरा आला. जेव्हा एखाद्याचा मुलगा इतका दूर परदेशी राहतो तेव्हा..."

"तो अमेरिकेला सुखरूप पोहोचला का?"

"हो! मी गेले दोन-तीन दिवस चिंतेतच होतो. दुसऱ्या मुलांनी टेलिग्रामवर पैसे फुकट घालविले असते, पण पत्र त्याच्यापेक्षा दहा पटीने कमी पैशात येते. फरक एवढाच की थोडे दिवस अधिक लागतात. तुम्हाला माहीत आहे तो चांगलाच धोरणी आहे."

"काय पोस्टेज लागते? 'सिअर्स रोबक'कडून मला एक फ्री कॅटलॉग मागवायचा आहे. तुम्हाला माहीत आहे का,ते एक उत्कंठावर्धक पुस्तक आहे. ते आपल्याला अनेक गोष्टींवर सुंदर कल्पना देते." जेव्हा त्याने विचारले की "पन्नास सेंट्स म्हणजे कॅटलॉगसाठी किती रुपयांचे पोस्टेज लागेल," तेव्हा जगन गोंधळला.

तो पुढे निघाला. भाऊ जो त्याच्या दुकानातील मिठाई चाखत असे, त्याच्यासारखा श्रोता जगनला मिळणे कठीण होते. शहरातील बाकीचे लोक आपल्याच विचारात गर्क होते. अज्ञानी होते आणि अमेरिका या विषयावर ज्ञान वाढविण्यास तयार नव्हते.

जगन जेव्हा आपल्या आसनावर विराजमान झाला तेव्हा मुख्य आचारी आजचा कार्यक्रम काय हे विचारण्यासाठी आला. जगनने नेहमीप्रमाणे मिठाई

कोणती करायची ते सांगितल्यानंतर मुख्य आचाऱ्याला ताजा कलम म्हणून सांगितले की माली जगाच्या दुसऱ्या टोकाला सुखरूप पोहोचला आहे. त्यामुळे मला शांतता लाभली आहे. तो एक खूप मोटारी असणारा देश आहे. तिथे प्रत्येकाकडे मोटार असते. आचाऱ्याने आदरपूर्वक ते सर्व ऐकले. त्यावर काही वक्तव्य न करता तो मुदपाकखान्याकडे गेला. जगनला त्यामुळे बरेच वाटले. कारण आचाऱ्याने ना टेलिग्रामबद्दल विचारले ना एक सेंट म्हणजे किती रुपये असे विचारले.

त्याला आपला आत्मा साडेचारपर्यंत शांत ठेवावा लागला. नेहमीप्रमाणे भाऊ आला आणि सरळ मुदपाकखान्यांत मिठाई चाखायला गेला. जेव्हा तो बाहेर आला तेव्हा जगन ठामपणे त्याला म्हणाला, "आपला मुलगा जगाच्या दुसऱ्या टोकाला सुखरूप पोहोचला." त्याने आंतरराष्ट्रीय पत्र जरासे दाखविले. त्याने भावाला ते पत्र प्रत्यक्ष दाखवून त्याच्यावर असणारी आपली विशेष मर्जी दाखविली. बाकी लोकांकडे त्याने पत्राचा नुसता उल्लेख केला होता.

"उत्तम बातमी! मला खात्री होती की तो सुखरूप असणार," भाऊ मिटक्या मारत म्हणाला.

"त्याने टेलिग्राम पाठविला नाही."

"होय, होय, त्याने तो का पाठवावा? पत्र हल्ली इतकी लवकर येतात, तू कोपऱ्यावरील गणेश मंदिरात नारळ वाहा."

"नक्कीच! हे तू सांगायलाच नको." जगन म्हणाला. जणूकाही त्याच्यामध्ये आणि देवामध्ये मुलाच्या सुरक्षिततेसंबंधी अलिखित करारच होता.

"आज संध्याकाळीच मी ते करीन."

"मी जाता जाता नारळ विकत घेईन," भाऊ म्हणाला.

जगनने खणातून पैसे काढून लगेचच भावाकडे दिले.

"आज मला डोक्यावरचे मोठे ओझे उतरल्यासारखे वाटते. जेव्हा कोणी एवढ्या लांबच्या यात्रेला जातो, आणि तेसुद्धा विशेषतः विमानाने, तेव्हा जरी कोणी बोलत नसले तरी काळजीच वाटते." जगन म्हणाला.

"मला माहीत आहे, मालीने स्वतःबद्दल आणखी काय लिहिले आहे?"

"खरंच, त्याला हा नवीन अनुभव आवडत आहे. सगळीकडे उंच इमारती आणि अनेक मोटारी आहेत. मला वाटते, तो रस्त्यावर काळजीपूर्वक चालेल. तो म्हणतो, 'खाणे ठीक आहे.' त्यामुळे माझी काळजी मिटली. तुला माहीत आहे हा देश करोडपतींचा आहे. प्रत्येक जण अत्यंत श्रीमंत आहे."

साता समुद्रापलीकडून माली खूपच बोलका झालेला होता. काही वेळा तो तुटक, संपर्क तुटल्यासारखा, भावनारहित वाटत असला तरी स्वतःला त्याने

आजूबाजूच्या संस्कृतीशी चांगलेच जुळवून घेतले होते. एअरमेल पत्रांचा ढीग वाढत गेला. फक्त मालीने त्या पत्रात व्यवस्थित समास सोडण्याची काळजी घेतली असती तर जगनने ती सर्व पत्रे ट्रूथ प्रिंटिंग प्रेसमधून बाइंडिंग करून घेतली असती. नटराजने सुद्धा त्या पत्रांचे महत्त्व ओळखून बाइंडिंगचे काम त्वरेने केले असते.

जगन आपल्या सदऱ्याच्या खिशात ती पत्रे ठेवी. त्यातील निवडक उताऱ्यांचे सगळ्यांसमोर किंवा फुटकळ लोकांसमोर, बहुतेक वेळा कांहीही तक्रार न करता ऐकणाऱ्या, एकमेव श्रोता असणाऱ्या भावासमोर वाचन करण्यासाठी खिशातून काढी.

हळूहळू जगनच्या भगवद्‌गीतेची जागा त्या निळ्या आंतरराष्ट्रीय पत्रांनी घेतली. ती वाचून तो अमेरिकेचं चित्र डोळ्यांसमोर आणत असे. अमेरिकन भूभाग, तिथली संस्कृती आणि समाज यावर तो अधिकारवाणीने बोले. तो कोणाशी बोलतो आहे याचे त्याला क्वचितच भान असे. रस्त्यावरचा येणारा जाणारा कोणीही श्रोता त्याला चाले. त्याला ओळखणारे म्हणत की त्याला बोलायचा रोग झाला आहे. तो त्याच्या घरातून बाहेर पडल्यापासून रस्त्यात कोणी ओळखीचा चेहरा दिसतो का असे बारकाईने बघत असे. एखाद्या बेसावध सावजावर घारीने झडप घालावी तसे त्याला पकडून जगन ऐकणाऱ्याला गुलाम बनवून टाकी.

एकदा तर त्याने नाल्याजवळच्या भिकाऱ्याला थांबवून ग्रॅन्ड कॅनयॉनचे वर्णन सुनावले. "खरे पाहिले असता जगात ग्रॅन्ड कॅनयॉन सारखे दुसरे काहीही नाही," असे म्हणून बोलणे संपविले आणि त्याला ऐकल्याबद्दल पाच पैसे दिले. पट्कन काढता पाय घ्यायचा की जगनच्या अमेरिका पुराणात गुंतून पडायचे हे समोरच्याच्या नशिबावर अवलंबून असे. जगन जेव्हा बोलत असे तेव्हा समोरचा प्रत्येक जण अस्वस्थ होतो हे त्याला जाणवत असे; पण तरीसुद्धा तो त्याचे वर्णन श्वाससुद्धा घ्यायला न थांबता चालू ठेवी. एरवी जगन त्याच्या सर्व भावना, कल्पना जणू बाटलीत बंद करून ठेवी आणि भाऊ येण्याच्या वेळेची वाट पाही. तो एकटाच असा होता जो अमेरिकेसंबंधी माहितीत प्रचंड उत्सुकता दाखवी. आणि जगनला आपण त्याला पुरेसे सांगितले नाही असे वाटे.

त्या भावाला खूपदा ती पत्रे स्वत: पाहावी असे वाटे. पण जगन त्याला अडवी. तो ती अत्यंत धार्मिक वृत्तीने बाळगी. तो तिसऱ्या माणसाला त्यांना स्पर्शही करू देत नसे. दिवसामागून दिवस भाऊ अमेरिकन जीवनाविषयी, त्यांच्या शिष्टाचाराविषयी अधिकाधिक माहीती गोळा करून ती त्याच्या वर्तुळातील

श्रोतृवृंदापुढे सादर करी.

लवकरच मालगुडीतील बऱ्याच लोकांना कळले की अमेरिकेत रस्त्यावरील अपघातात प्रत्येक वर्षी जवळजवळ पन्नास हजार लोक जीव गमावतात. तसेच प्रेसिडेन्ट केनेडींच्या मृत्यूची हकिकत ऐकून अमेरिकन लोक कसे शोकाकुल झाले व प्रत्येक रस्त्यावर ट्रॅन्झिस्टर किंवा रेडिओ असलेल्या व्यक्तीभोवती तपशील कळण्यासाठी कसे गोळा झाले.

जगन एखादी घटना स्वतःच पाहिल्यासारखी वर्णन करण्यात वाकबगार होता. त्या दुर्दैवी दिवशीचा केनेडींच्या मोटारींच्या लव्याजम्याच्या मार्गाचे आणि त्याच दिवशी सकाळी डल्लास येथे केनेडी मोठ्या जनसमुदायात मिसळले असता लोकांनी प्रेमाने त्यांचे कपडे जवळजवळ फाडले, केस पकडले या सगळ्याचे वर्णन जगन गळा दाटून येऊन करी. तसेच आपल्या श्रोत्याला नंतर ओसवाल्डचा मृत्यू कसा झाला हे अत्यंत बारकाईने वर्णन करून सांगितल्याशिवाय सोडत नसे.

मालीचे एकच पत्र जगनने दडपून ठेवले होते ते त्याने अमेरिकेत तीन वर्षे अनुभव घेतल्यावर लिहिले होते. त्याने लिहिले होते की "मी गोमांस खाऊ लागलो आहे आणि मला मी काही वाईट करतो आहे असे वाटत नाही. त्याचा पातळ तुकडासुद्धा एवढा रुचकर आणि रसपूर्ण असतो, मी असे सुचवीन तुम्ही लोकांनीसुद्धा बीफ खायला सुरुवात करायला काय हरकत आहे? हा आपल्या देशातील भाकड जनावरांचा प्रश्न सोडवेल. आपल्याला अमेरिकेकडे अन्नधान्याची भीक मागण्याची वेळ येणार नाही. मला कित्येक वेळा आपण अमेरिकेकडे साहाय्य मागतो याची शरम वाटते. त्यापेक्षा आपण रस्त्यावर हिंडून रहदारी अडवणाऱ्या भाकड गायींची कत्तल करून प्रश्न का सोडवू नये?"

जगनला कमालीचा संताप आला कारण हिंदू शास्त्रांमध्ये जी पाच महापातके सांगितली आहेत त्यात गोहत्या प्रमुख आहे.

जेव्हा जगन या विषयावर आपल्या भावना मालीला कशा कळवाव्या हा विचार करत होता, त्यासंबंधी शास्त्रांमधून आणि गांधीजींच्या लेखनामधून अवतरणे गोळा करून पत्र लिहीत होता तेव्हा एका सकाळी तार आली... "दुसऱ्या एका व्यक्तीसह घरी येत आहे." जगन गोंधळला. 'कुठल्या व्यक्तीबरोबर?' त्याच्या मनात शंकांचे मोहोळ उठले, हे तो आपल्या भावालाही सांगू शकत नव्हता. कारण नाहीतर ही गोष्ट गावभर झाली असती.

एका दुपारी ट्रेनमधून जेव्हा माली, ती दुसरी व्यक्ती आणि खूप सारे सामान प्लॅटफॉर्मवर बाहेर आले तेव्हा त्याची शंका खरी ठरली. त्या एकसारख्या दिसणाऱ्या ट्रंका, सुटकेसेस आणि दोरीने बांधलेल्या पुठ्ठ्यांच्या पेट्या पाहिल्या

तेव्हा जगनला अस्वस्थता आणि स्वत:बद्दल एक हीन भावना वाटू लागली. एरवी अनेक ट्रंका, टोपल्या वगैरे काही विचार न करता सहज उचलणारा प्लॅटफॉर्मवरचा म्हातारा हमाल मालीचे एवढे सगळे सामान उचलू शकला नाही. त्याला सिगारेट शॉपमधल्या मुलाला मदतीस बोलवावे लागले.

माली डोके न हलविता तोंडातल्या तोंडात पुटपुटत होता, "सावकाश... काळजी घ्या. नाहीतर बऱ्याच गोष्टी फुटतील. मी त्याच्यावर मोठी हवाई जकात भरली आहे."

जगनने भावाला मालीशी बोलण्यासाठी त्याचे स्वागत करण्यासाठी पुढे ढकलले आणि आपण पाठीमागे राहिला.

मुलगा चांगला उंच, तगडा, गोरा झालेला दिसत होता. लांब, लांब ढांगा टाकत येणाऱ्या त्याच्या दर्शनाने जगन भारावला. त्याने गडद रंगाचा सूट घातला होता. वर ओव्हरकोट होता. हातात एअर बॅग, कॅमेरा, छत्री आणि काय काय होते.

जगनला आपण एखाद्या परक्या माणसाच्या मागून चाललो आहोत असे वाटले. जेव्हा माली त्याच्या जवळ पोहोचला व त्याने भेट घेण्यासाठी हात पुढे केले तेव्हा जगनने स्वत:ला आक्रसून घेत भावाच्या पाठीमागे स्वत:ला लपविले. जेव्हा त्याला मालीकडे बोलावे लागले तेव्हा मोठ्या प्रयासाने स्वत:ला मालीला सर म्हणून संबोधण्यापासून आवरले. सर्व गोष्टी आणखीनच कठीण झाल्या ज्या वेळी मालीने त्याच्याबरोबरच्या मुलीची "ही ग्रेस, आम्ही लग्न केले आहे आणि ग्रेस हे माझे वडील," अशी ओळख करून दिली.

सगळा सावळा गोंधळ, लग्न केलं? केव्हा? तू मला सांगितलेही नाहीस. तू वडिलांना सांगणे आवश्यक नाही का? ही कोण आहे? ती चिनी वाटते, तुला माहीत नाही का आजकाल आपण चिनी लोकांशी लग्न करू शकत नाही. त्यांनी आपल्या सीमेवर हल्ला केला आहे, किंवा ती कदाचित जपानी असेल ते कसे बरे शोधून काढायचे? आणि हे आडून विचारलेले प्रश्न या कॅमेरा घेऊन फिरणाऱ्या गृहस्थाला नाराज करतील. जगनने घाबरलेल्या नजरेने भावाकडे पाहिले आणि सामान बरोबर चढविले की नाही हे पाहण्याच्या बहाण्याने तिथून पळ काढला. तो बाहेर गफूरच्या टॅक्सीकडे वळला. बघ्यांचा एक छोटा गट त्यांच्या मागोमाग कुजबुजत गेला. "हा अमेरिकेहून आलेला दिसतो."

मालीने गफूरकडे पाहून म्हटले, "जालोपी ठीक आहेस ना?" गफूरला तो शब्द कळला नाही (बाकीच्यांना तो शब्द म्हणजे जगनच्या दुकानात मिळणारी जिलेबी वाटली)

जगन आणि भाऊ पुढच्या सीटवर बसले आणि मागची सीट त्यांनी माली

व ग्रेससाठी सोडली. गफूर तोंड न वळविता मालीला म्हणाला, ''तू माझ्यासाठी कार घेऊन का नाही आलास?'' जगनला भीती वाटली की गफूरची ही जवळीक या तरुण माणसाला नाराज करेल. पण माली नुकताच लोकशाही वातावरणातून आला होता. तो म्हणाला, ''अरे तू मला अगोदर सांगायला हवे होते. मी येण्यापूर्वी पॉन्टियाक गाडी विकली.'' गफूर कार चालविता चालविता मोटारीच्या संदर्भात देशाच्या सद्य: स्थितीवर घसरला. एक फियाट कार घेण्यासाठी कशी पाच पाच वर्षे आणि अम्बॅसिडरसाठी तीन वर्षे थांबावे लागते, अशीच आयात करता येत नाही, तशाप्रकारे आलेली ब्रॅन्ड न्यू प्लायमाउथ कशी पकडली गेली आणि कस्टम्समध्ये कशी मोडीत निघाली हे सांगत होता. आणि हे सर्व ऐकून नुकताच घरी परतलेला तो तरुण खूप नाराज झाला. माली मधून मधून खिडकीबाहेर डोकावत होता आणि ''काहीच बदलले नाही'' असे म्हणत होता. ग्रेस उत्सुकतेने रस्त्याकडे, बाजाराकडे पाहून ''किती सुंदर, किती सुंदर'' असे उद्‌गारत होती. ''हनी, इथे राहा आणि पाहा कसे आहे ते,'' माली म्हणाला. ते ऐकून जगन बुचकळ्यात पडला. आपण तिला 'हनी' म्हणावे की 'ग्रेस?' हा प्रश्न सोडवायला खूप वेळ लागला. ते जेव्हा पुतळ्याजवळ आले तेव्हा तिने विचारले, ''हा कोण?'' कुणी तिला उत्तर दिले नाही. पुतळ्याच्या पलीकडे असलेल्या घराजवळ पोहोचताच जगनच्या मनावरचा ताण वाढला. ते थांबले तेव्हा जगनने कारमधून पट्कन बाहेर उडी मारली आणि घराचा मुख्य दरवाजा उघडण्यासाठी धावत पायऱ्या चढून गेला. त्याने जवळजवळ पंधरवडा घरी येणाऱ्या मुलाच्या गरजेनुसार घर व्यवस्थित लावण्यात घालविला होता. डॉक्टरांच्या बायकोच्या मार्गदर्शनाखाली मालीच्या बेडरूमला लागून आधुनिक टॉयलेट व बाथरूम बनविण्यासाठी बरेच पैसे खर्च केले होते. भिंती खरवडून रंगवल्या होत्या. नवीन टेबल आणि खुर्च्या आणल्या होत्या.

उतरल्याबरोबर माली सरळ त्याच्या खोलीकडे अंघोळ करून कपडे बदलण्यासाठी गेला. गफूर आणि भावाने सगळ्या पेट्या घरात आणून ठेवल्या व तोही गेला. ग्रेस एकटीच काय करावे ते न कळून हॉलमध्ये उभी होती.

''तू खुर्चीवर बस,'' असे काय बोलावे ते न कळून जगन म्हणाला, ''मला सांग तुला काय हवे? मी ते घेऊन येतो. तुला काय आवडेल हे मला माहीत नाही.''

''धन्यवाद! तुम्ही किती चांगले आहात,'' तिच्याकडे लक्ष दिल्याबद्दल मनापासून खूश होऊन ग्रेस म्हणाली. तिने जगनसाठी खुर्ची ओढून म्हटले, ''तुम्ही पण बसा. तुम्ही थकला असाल.''

''नाही, नाही. मी अगदी कार्यक्षम आहे. माणसाचे ऊर्जेचे गुपित...'' त्याने

सुरुवात केली. पण त्या मुलीच्या चेहऱ्यावरचा गोंधळ बघून त्याने आपले बोलणे अर्ध्यावरच थांबविले.

"मला एव्हाना गेले पाहिजे होते. मला माझ्या दुकानाकडे गेले पाहिजे नाहीतर..."

"हो! हो! जरूर आपल्या कामावर जा."

"तू आराम कर," असे म्हणून माली अजून बाथरूममध्येच होता तरी घाईघाईने जगन बाहेर पडला.

जगन लोकांना टाळू लागला. त्याला चिंता होती की वकील किंवा तो प्रिंटर किंवा कोणी ओळखीचे रस्त्यावर थांबवेल आणि सुनेबद्दल विचारील. तो घाईघाईने खाली मान घालून चालत होता. भावालासुद्धा तो जेव्हा जगनला भेटला तेव्हा शांतता जाणवली. जगन मुलाबाबत बोलण्यास नाखूश होता. मुलाबाबतची प्रत्येक गोष्ट म्हणजे अस्वस्थ करणारा प्रश्न होता. भावाला मालीने कोणती डिग्री मिळवली आहे? यापुढे त्याचा काय करण्याचा बेत आहे? आणि सगळ्यात मुख्य ती त्याच्या बरोबरची परकी मुलगी कोण आहे वगैरे प्रश्न जाणून घेण्याची उत्सुकता होती. या सर्वांपेक्षा जगनच्या घरी आता जेवणाची काय सोय केली आहे? ते घरी मांस शिजवतात का? हेही जाणून घेण्याची जिज्ञासा होती.

त्याने आडवळणाने विचारले, "अजून मालीला आपली कॉफी आणि डोसा आवडतो का? का तो परदेशाहून परतलेल्या माणसांसारखा चहा मागतो."

जगनला भावाच्या प्रश्नांचा हेतू लक्षात आला आणि या सगळ्या चौकश्यांना पूर्णविराम देण्यासाठी तो म्हणाला, "दुसरे काय खातात अगर पितात यात मला जराही रस नाही. मी त्यात का पडावे? स्वयंपाकघर आहे आणि त्यांचे त्यांनी काय पाहिजे ते करावे."

"मालीला हे चालू शकेल पण मी त्या मुलीबद्दल विचार करतो आहे," भाऊ म्हणाला.

"अरे, ती ठीक आहे. ती त्याच्यासाठी पूर्वी स्वयंपाक करीत होती आणि जेवू घालीत होती. तसेच आताही ती करू शकेल असे मला वाटते." जगनला अचानक वाटले की भाऊ या विषयावर जाणून घेण्यास खरंच लायक आहे. त्यामुळे त्याने पुस्ती जोडली, "मी तेच देऊ शकतो जे आजपर्यंत देत होतो. ते जर त्यांना आवडलं नाही तर ते त्यांना हवं त्या ठिकाणी जाऊन खाऊ शकतात."

"नवीन उपनगरातले पॅलेस हॉटेल युरोपियन जेवण देतात असे मी ऐकले आहे," भाऊ म्हणाला.

"ते काही असो, कोणी एका ठरावीक मर्यादेपर्यंतच कर्तव्य करू शकतो. असे अगदी गीतेतसुद्धा सांगितले आहे. तिथे कर्तव्याची मर्यादा चांगल्या प्रकारे विशद केली आहे."

भावाने विषय बदलला. दर दिवशी गीतेच्या साक्षीने तो एवढे काही कबूल करीत होता की भाऊ कंटाळून गेला होता. जोपर्यंत मालीची एअरमेल येत होती तोपर्यंत गीता मागे पडली होती. आता परत ती पुढे येऊ लागली होती. याचा अर्थ जगन मानसिकदृष्ट्या परत अस्वस्थ होऊ लागला होता.

कधीतरी मालीचा एक मित्र त्याला भेटायला आला. त्याला त्याने बाहेरच्या हॉलमध्ये बसविले आणि त्याच्या बरोबर हळू आवाजात सभ्य गृहस्थासारखा बोलत होता. जगनला ते काय बोलत आहेत ते कळण्याचा मार्ग नव्हता. कदाचित माली ग्रॅन्ड कॅनयॉन, नायगारा, स्टॅच्यू ऑफ लिबर्टी, न्यू यार्कमधला ट्रॅफिक जाम याबद्दल बोलत असावा. जगनला या सर्व गोष्टी माहीत होत्या. तो त्याने जर बोलावले असते तर त्यांच्या गप्पांत सामील झाला असता. पण असे न बोलाविता त्यांच्यात सामील होणे आगाऊपणा ठरला असता असे त्याला वाटले.

जेव्हा जेव्हा माली ग्रामोफोन अथवा टेप रेकॉर्डर लावत असे, मित्राला त्याचा पोलोराइड कॅमेरा दाखवीत असे, किंवा त्याने आणलेल्या शंभर गोष्टींपैकी एखादी वस्तू दाखवीत असे, त्या त्या वेळी जगनचे पाय माली आपल्याला कधी तरी बोलावेल या आशेने हॉलमधून जाताना रेंगाळत असत. त्या वस्तूंमध्येच जगनसाठी आणलेली वस्तू पेटीत बंद होती.

ग्रेसने ती पेटी त्याच्या हातात दिली आणि म्हटले, "बाबा ही तुमच्यासाठी आहे."

तो पिवळसर रंगाचा डबा होता. त्यात खूप कप्पे असून त्यांत चमचे, काटे, सुऱ्या होत्या. जगनने त्याचे निरीक्षण केले आणि हातात गोल फिरविले. तो म्हणाला, "सुंदर आहे, पण हे आहे काय?"

ग्रेस म्हणाली, "हा सहलीला न्यायचा डबा आहे. मालीला वाटले की हा तुम्हाला आवडेल."

"अर्थात, हे छान आहे," जगन म्हणाला. पण याचा उपयोग काय असा विचार करत त्याने तो कपाटात ठेवला.

माली घरात कधीच धोतर नेसत नसे. तो गडद रंगाची ट्राउझर व त्यावर पांढरा शर्ट घाली. पायांत स्लीपर्स घाली. तो स्वत:ची खोली क्वचितच सोडे, घराच्या दुसऱ्या भागातही जात नसे. फार क्वचित घराबाहेर जाई आणि गेलाच तर अंधार पडल्यावर, व्यवस्थित कपडे करून, सॉक्स, शूज, जॅकेट घालून

ग्रेसबरोबर बाहेर पडे. न्यू एक्स्टेन्शनच्या निर्जन रस्त्यावर फिरावयास जाई; पण कधीही पुतळ्याच्या दिशेने किंवा बाजाराच्या दिशेने जात नसे. तो सामान्य गर्दीला टाळणाऱ्या प्रसिद्ध माणसाप्रमाणे वागे.

एका सकाळी ग्रेसने घराला दोन भागांत विभागणारा पिवळ्या रंगाचा पडदा बाजूला सारून जगनच्या भागात प्रवेश केला. ती बाजू ती ठीकठाक करू लागली. जगनला अशी मदत घेण्याची सवय नसल्यामुळे तो अस्वस्थ झाला.

तिने गुंडाळलेली चटई झटकून ठेवली. टणक बनलेली कापसाची उशी ठोकून ठेवली. जगनच्या स्वयंपाक खोलीतील भांडी विसळून शेल्फवर लावून ठेवली. त्याच्या नको नकोच्या ओरड्याकडे तिने दुर्लक्ष केले. झाडू घेऊन खोलीचा कानाकोपरा झाडून काढला.

तिने विचारले, "बाबा मला हे काम करायला आवडणार नाही असे वाटते का? मुळीच नाही. मला हे कधीही विसरून चालणार नाही की मी भारतीय सून आहे."

जगनला काय सांगावे हे सुचत नव्हते. तो तोंडातल्या तोंडात पुटपुटला, "हे खरे आहे."

ती ओणवी होऊन स्वयंपाकघरातील जुनी मोरी घासत होती. तिने साडी गुडघ्यापर्यंत खोचून घेतली होती. (ती साडी नेसायला शिकली होती) त्यामुळे तिचे गोरे गुडघे दिसत होते. जगन नको नको म्हणत असताना तो त्याची दृष्टी मात्र त्या गोऱ्या गुडघ्यांवरून बाजूला करू शकत नव्हता.

तो म्हणाला, "अगं ग्रेस, ग्रेस तू हे करता कामा नये. मला याची सवय नाही. तू काळजी करू नकोस. मी स्वत:चे काम स्वत: करण्यावर विश्वास ठेवतो. मला तुला काम करू न देण्यावर विश्वास आहे. मला काम करायला आवडते. नाहीतरी दिवसभर मी काय करणार?"

जगन जो देवघरात असायचा तो आता हातातली जपमाळ ओढत ग्रेसच्या पाठी पाठी जात होता. तो म्हणाला, "तुझ्यासारखी न्यू यॉर्कमध्ये वाढलेली आधुनिक मुलगी ही सर्व काबाडकष्टाची कामे करते हे पाहून लोक काय म्हणतील? आणि मालीला हे कदाचित आवडणार नाही."

"पण हे बघणे त्याचे काम नाही. तो पत्रे लिहीत आहे आणि मीं घरकाम करते आहे बस् एवढेच. मी माझ्या आजवरच्या आयुष्यात बघितलेल्या घरांमध्ये हे घर अत्यंत सुंदर आहे."

"तुला हे जुनाट, कुबट वाटत नाही का?"

"नाही, हे खरंच सुंदर आहे, अशाच प्रकारच्या घरांत राहाण्याचे माझे स्वप्न होते," ग्रेस म्हणाली.

आजकाल जगनला घरातून निघायला उशीर होई. कारण आता त्याला ग्रेस बाहेर येण्याची वाट बघायची असे. त्याला आता हळूहळू सगळीकडे व्यवस्थित करून ठेवण्याच्या स्त्री स्वभावाची सवय व्हायला लागली होती.

एके दिवशी ग्रेस जगनला म्हणाली, ''मला वाटते की तुम्ही मला तुमच्यासाठी स्वयंपाक करू द्यावा.''

''नाही, ते अशक्य आहे; कारण ते एक माझे व्रत आहे.'' तो कसा फक्त जगण्यासाठी खातो, स्वतःच्या हातानेच फक्त शिजवू शकतो, तेच खातो यासंबंधी त्याने स्पष्टीकरण दिले.

ग्रेस ओरडली, ''अरे! हे सारे खरेच कल्पनेपलीकडचे आहे.''

आज पहिल्यांदाच कोणी जगनच्या सवयीबद्दल चांगले बोलत होते. तिच्या उत्सुकतेमुळे प्रेरित होऊन जगन स्वतः निर्माण केलेल्या मीठविरहित अळणी आणि साखरविरहित अन्नावर विस्ताराने बोलला. समारोप करताना तिने लवकरच या विषयावर जगनने लिहिलेल्या ट्रूथ प्रिंटिंग प्रेसमधून येणाऱ्या पुस्तकाची वाट पाहावी असे सांगितले.

ग्रेस अत्यानंदाने चीत्कारली, ''मला नक्की वाटते की ते पुस्तक सर्वाधिक खपाचे होईल.''

एकदाच संधी सापडताच संकोचून जगनने विचारले, ''माली काय... म्हणजे मला विचारायचे आहे की मालीने त्याचे शिक्षण पूर्ण केले का? त्याला अमेरिकन पदवी मिळाली का?''

ग्रेस हातातली भांडी घासायची थांबवून वर बघत म्हणाली, ''तुम्हाला माहीत नाही का?''

जगन त्याच्या आणि मुलाच्या नात्यावर पांघरूण घालण्यासाठी आणि खऱ्या परिस्थितीची तिला जाणीव होऊ नये म्हणून बोलला, ''मला खरेतर या सर्व विषयांवर मालीशी बोलायला वेळच मिळाला नाही. म्हणून...''

''हो! हो! मला समजले. पण मला वाटते, त्याने तुम्हाला सांगायला हवे होते.''

''नाही, नाही, तू तसे समजू नकोस. मी काही तक्रार करत नाही.''

''हो, तुम्ही तक्रार करत नाही, पण तरीही मला वाटते, मालीने तुम्हाला सांगायला हवे होते. समजा, मी त्याला त्याबद्दल तुमच्याशी बोलायला सांगितले तर... कारण हे महत्त्वाचे आहे. आणि जोपर्यंत तो तुमच्याशी बोलत नाही तोपर्यंत तो पुढे काही ठरवू शकणार नाही.''

''हो, मला पण तसेच वाटत होते, मला त्याच्या पुढच्या योजना काय आहेत हे जाणून घ्यायचे आहे.''

"तुम्हाला नक्कीच कळतील."

जगन म्हणाला, "मला वाटले होते की माली त्याच्या योजनेविषयी पत्रातून काहीतरी लिहील, पण मला पत्रातून फक्त तुझ्या देशाविषयी भरपूर माहिती मिळाली."

हे ऐकून ग्रेस खो खो हसत उभी राहिली आणि म्हणाली, "बाबा, बाबा... मला त्यातले एखादे पत्र दाखवा आणि मी तुम्हाला सांगते..."

"काय?" जगन चक्रावून म्हणाला, "याचा अर्थ काय?"

"तुमच्याकडे त्यातली काही पत्रे आहेत का? मी तुम्हाला सगळे स्पष्ट करून सांगते."

जगन त्याच्या आवडत्या कपाटाकडे गेला. त्याने आतून एक पुठ्ठ्याचा बॉक्स काढला. त्यात त्याने ती सगळी निळी पत्रे खजिन्याप्रमाणे जपून ठेवली होती आणि कित्येकदा पारायणे करून झाली होती. "ही बघ ती पत्रे. यातले तुला कोणते पत्र बघायचे आहे?"

जगन त्या पत्रांना बहुमोल ठेव्यासारखा जपत होता. त्यांना कुणीही स्पर्श करू नये असे त्याला वाटे. पण तो ग्रेसला मात्र मना करू शकला नाही.

"अरे व्वा! केवढी पत्रे," ती उद्गारली. तिने त्यातले एक पत्र उचलले. "हे बघा! तिने पत्राच्या शेवटी असलेल्या सहीवर त्याचे लक्ष वेधले. तुम्ही वाचू शकता का?"

जगनने घाईघाईने चष्मा चढविला आणि मोठ्याने वाचले, "जी. एम. लिहिले आहे ना?"

"बरोबर! तुम्ही हे अगोदर पाहिले नव्हते का? मला वाटले तुम्हाला माहीत असेल, जी. एम. म्हणजे ग्रेस आणि माली. आम्ही एकत्र..." आणि ती बोलायची थांबली. "जरी आमच्या दोघांची सही असली तरी मीच ती सर्व पत्रे लिहिली."

"तू लिहिलीस?" जगन विचित्रपणे आवंढा गिळत म्हणाला, "मला कसे कळणार? मला हेसुद्धा माहीत नव्हते की तू त्याच्याबरोबर आहेस."

"मालीने स्वत: तुम्हाला काही लिहिले नव्हते का?"

जगन गप्प राहिला. त्याने कोणाचेच भले होणार नव्हते. मनातल्या मनात बोलणार असणाऱ्या असत्याबद्दल त्याने गांधीजींची क्षमा मागितली आणि म्हटले, "हो, हो, पण मला ही पत्रे तुझी होती हे माहीत नव्हते."

"मालीने माझ्याबद्दल काय सांगितले होते? तुम्हाला मोठ्ठा धक्का बसला होता का?"

"त्याने तुझे वर्णन केले नव्हते. कोणी एखाद्या मुलीबद्दल संपूर्ण कसे लिहू

शकेल? शब्दांनी सगळे काही सांगितले जात नाही. म्हणूनच जेव्हा त्याने तो लेखक होणार म्हणून सांगितले, तेव्हा तो एक कठीण विषय शिकायला जात आहे असे मला वाटले.'' जगन असे काही गुळमुळीत बोलत होता तेव्हा ग्रेसने हातातला झाडू, पुसणे वगैरे बाजूला ठेवले. ती येऊन जगनजवळ अंगणातल्या पायऱ्यांवर पाय सोडून बसली.

''मला तुझ्याविषयी त्याच्याकडून फारशी माहिती मिळाली नाही.'' त्याने त्याच्या गोंधळलेल्या कल्पनेला ताण देत म्हटले, ''मालीने फक्त मी लग्न करतो आहे असे लिहिले होते. मला तुझ्याबद्दल फारशी माहिती नाही. आत्तासुद्धा तू एक चांगली मुलगी आहेस यापलीकडे मला काही माहीत नाही.''

''याच गोष्टीची काळजी केली पाहिजे ना. यापेक्षा जास्त का विचारावे? अथवा माहिती द्यावी?''

पण जगनला ही संधी सोडायची नव्हती. तो म्हणाला, ''आमच्या देशात अशी प्रथा आहे की जिच्याशी लग्न करायचे ती कुठे जन्मली? कुठे वाढली? आणि मग इतर गोष्टींविषयी चौकशी करायची.''

''इतर देशात पासपोर्ट काढताना किंवा इन्कमटॅक्सचे लोक अशा प्रकारची माहिती विचारतात. पण मी आता भारतीय असल्यामुळे इथल्या गोष्टींची सवय करून घेईन आणि तुम्हाला माझ्याविषयी सांगेन. माझी आई कोरियन होती व वडील अमेरिकन शिपाई होते. दुसऱ्या महायुद्धानंतर ते सुदूर पूर्वेत काम करत होते. माझा जन्म न्यू जर्सीला झाला. माझे वडील मोठ्या सुट्टीत आईला घेऊन तिथे गेले होते. आई गरोदर असताना बाबाना परत बोलावले गेले आणि...'' ग्रेस क्षणभर गप्प झाली. ती नंतर म्हणाली, ''बाबा नंतर घरी परत आले नाहीत. माझ्या आईने अमेरिकेतच राहायचे ठरविले. मी मागरिटमध्ये शिकले. तुम्ही त्याबद्दल ऐकले आहे का?''

''नाही, ते काय आहे?''

''ती मुलींची शाळा आहे. मला त्या शाळेविषयी खूप आदर आहे.''

''ते खूप चांगले ठिकाण असणार.'' त्याला असे अमेरिकन माहितीच्या आधारे छोटे-मोठे कल्पनेचे इमले बांधायची सवय होती.

''मी होम सायन्स मिशिगनमध्ये शिकले. आणि 'एम'ला भेटले जेव्हा तो तिथे कलात्मक लिखाण करण्याच्या कोर्सला आला. आम्ही फुटबॉलचा खेळ बघण्यासाठी जवळजवळ बसलो होतो. तुम्ही मिशिगनच्या फुटबॉल मॅचेस पाहिल्या पाहिजेत. तशा फुटबॉल मॅचेस इथे होतात का?''

''हो, आमच्या इकडेसुद्धा फुटबॉल मॅचेस आहेत. सगळे शालेय विद्यार्थी फुटबॉल खेळतात.''

"मला वाटले होते मालीने यासंबंधी तुम्हाला लिहिले असेल."

"हो, पण काही वेळा पत्र हरवतात. थोड्या दिवसापूर्वी माझा एक मित्र त्याची पत्रे नीट पोहोचत नाहीत म्हणून पोस्टमनजवळ तक्रार करत होता."

"तुम्ही सुखी आहात ना?" ग्रेसने त्याला अचानक विचारले. जगनने होकारार्थी मान हलवली.

ती म्हणाली, "या देशातील जातिव्यवस्थेबद्दल मी खूप ऐकले आहे. मी इथे यायला घाबरत होते. त्या दिवशी मी रेल्वे स्टेशनवर तुम्हा सर्वांना पहिल्यांदा पाहिले तेव्हा मी भीतीने थरथरत होते. मला वाटले तुम्ही कदाचित मला स्वीकारणार नाही. एम खरोखरच चकित करणारा माणूस आहे. त्याने मला इथे आणण्यात खरेच धाडस दाखविले आहे."

"ठीक आहे. पण आजकाल आम्ही जातिव्यवस्थेवर विश्वास ठेवत नाही," जगन उदारपणे म्हणाला. "गांधीजींनी जातिभेद नष्ट करण्यासाठी लढा दिला."

"मग जातिभेद पूर्णपणे गेला का," ग्रेसने निरागसपणे विचारले.

"तो जात आहे," जगन राजकारण्याप्रमाणे बोलला.

ती आणखी उलटतपासणी करणार नाही या आशेने तो म्हणाला, "आम्ही आजकाल त्याचा फारसा विचार करत नाही."

एके दिवशी अचानक माली झपाट्याने जगनसमोर आला आणि म्हणाला, "आपण घरी टेलिफोनचे कनेक्शन घेऊ शकणार नाही का?"

जगन म्हणाला, "मी यावर विचार केलला नाही."

"होय, हेच ते विचित्र मागासलेपण. आपण टेलिफोनशिवाय बिझनेस कसा काय करू शकतो?"

जगनला म्हणावेसे वाटले, "आपले मालगुडी एक छोटेसे शहर आहे आणि प्रत्येक जण एकमेकांपासून हाकेच्या अंतरावर राहतात."

माली म्हणाला, "अगदी तुमच्या बिझनेसमध्ये सुद्धा तुमच्याकडे टेलिफोन असता तर अधिक बिझनेस आला असता. लोकांनी फोनवरून ऑर्डर दिली असती."

"मी याबद्दल विचारच केला नव्हता," जगन म्हणाला. खरेतर त्याला म्हणायचे होते, माझा दररोजचा व्यापार टेलिफोनशिवायच खूप आहे. जेव्हा कुणाला मिठाई खावीशी वाटते तेव्हा ते टेलिफोनची वाट बघत नाहीत.

मुलगा म्हणाला, "मी माझ्या सहकाऱ्यांना साधा फोन नंबर देऊ शकत नाही. म्हणून मी नेहमी पेचात सापडतो."

"तुझे सहकारी कोण आहेत? ही कसली संस्था आहे?"

"ग्रेस," मालीने बोलावले. "तू इथे येशील का? आम्ही बिझिनेससंबंधी

चर्चा करत आहोत.''

जगनला मालीच्या या प्रस्तावाने भीतीने कापरे भरले; पण त्याचबरोबर आनंदही वाटत होता. कारण माली त्याच्या बरोबर बोलणार होता. तो बोलायच्या दुर्मिळ मन:स्थितीत होता. जगनला दिसत होते की या बैठकीला जरी ग्रेस कारणीभूत असली तरी ती मुद्दामच स्वत:ला पाठी ठेवत होती. मालीने सुचविले की आपण हॉलमध्ये बसू या कारण तिथे खुर्च्या आहेत. जगन खरे पाहता दुकानात जाण्यास निघाला होता. आपले जाणे जरा लांबणीवर टाकणे अधिक श्रेयस्कर आहे असा त्याने विचार केला. आजकाल या ना त्या कारणाने त्याचे वेळापत्रक जरासे कोलमडतच होते.

जगन आज्ञाधारकपणे मुलाच्या मागोमाग जाऊन खुर्चीवर बसला. इथे जगन बऱ्याच दिवसांत फिरकला नव्हता. त्याने बघितले की ग्रेसने त्या खोलीचा पडदे लावून, जाजम घालून, टेबलक्लॉथ घालून कायापालट केला होता. भिंतीवर काही आधुनिक पेंटिंग्ज पण लावलेली दिसत होती. जगनला त्यांचा अर्थ लागणे कठीण होते.

जेव्हा ग्रेसने म्हटले, ''पेंटिंग्ज सुंदर आहेत ना!''

तेव्हा ''होय,'' एवढेच तो म्हणाला.

वेताच्या खुर्च्यांवर रंगीत उशा ठेवलेल्या होत्या. टेबलावरच्या छोट्या फुलपात्रात कडुलिंबाची फुले असलेली डहाळी होती. ते पाहून जगनचे हृदय आनंदाने उचंबळले. तो म्हणाला, ''कडुलिंब म्हणजे अमृत असे आमच्या वेदांत सांगितले आहे तुला माहिती आहे का ग्रेस?''

''अय्या! किती छान!'' असे म्हणत ग्रेसने ते फुलपात्र कवटाळले. ''पण त्यांना ते कसे माहीत? वेदांमध्ये त्यांना सगळ्या बाबतीत सर्व काही माहीत होते ना?''

''अर्थात! सगळे वेद देवाच्या चरणांतूनच निर्माण झाले.''

''काय, सुंदर कल्पना आहे!'' तिला सगळ्याच गोष्टी चमत्कृतीपूर्ण वाटत होत्या. सगळ्या गोष्टी तिच्यामध्ये खोलवर काव्यमय भावना निर्माण करत होत्या.

मालीने तिला सावधगिरीचा इशारा दिला की कडुलिंबाचा पाला चघळायला सुरुवात करू नकोस.

जगन म्हणाला, ''त्यात काही अपाय नाही. हे नैसर्गिक जंतुविरोधक आहे. हे तुमचे रक्त शुद्ध करते. तुम्हाला लोहसत्त्व मिळते...'' कडुलिंबाच्या पानाबद्दल बोलताना जगनचे डोळे चमकत होते. ''मी हे सर्व माझ्या पुस्तकात लिहिले आहे. जेव्हा तू वाचशील तेव्हा तुला अधिक माहिती कळेल.''

ग्रेसने फुलपात्रातील फुले अधिक काळजीपूर्वक नीट केली. जणू काही एका भारतीयाशी लग्न केल्यामुळे तिला अमृत हाताळण्याची दुर्मिळ संधीच मिळाली होती.

बऱ्याच काळानंतर जगनला मुलाचा चेहरा इतक्या जवळून न्याहाळायची संधी मिळाली होती. त्याने बघितले की परदेशातून आल्यावर जे तेज, टवटवीतपणा मालीच्या चेहऱ्यावर दिसत होता तो कमी झाला होता. किंबहुना तो पहिल्यापेक्षा जास्तच काळवंडला होता. त्याने दाक्षिणात्य अन्नाची चव परत मिळवली नव्हती, त्याऐवजी हवाबंद डब्यातील अन्न तो खात होता. जगनने मालीच्या डोळ्यांभोवतीची काळी वर्तळे पाहिली. त्याला एवढी काय काळजी आहे. पण त्यावर काही अभिप्राय देण्यापासून त्याने स्वत:ला आवरले.

जगन त्याने बोलण्याची शांतपणे वाट पाहू लागला. त्याने बघितले की मालीने त्याच्या सॅन्डल्सच्या आत मोजे वापरले आहेत. जगनला ओरडावेसे वाटले, ''अरे, मोजे कधीही वापरू नयेत. त्यामुळे रक्त तापते. कारण पायाच्या तळव्यातून जे नैसर्गिक रक्ताभिसरण होते, त्यात मोज्यांमुळे अडथळा निर्माण होतो. तसेच आपण पृथ्वीच्या पृष्ठभागावरील हितकारक चुंबकीय गुणधर्मांपासून दूर राहतो. मी या विषयाची चर्चा करताना माझ्या पुस्तकात म्हटले आहे की युरोपियन देशात होणाऱ्या हार्ट अटॅक्सचे हे एक कारण असू शकते.''

या सगळ्या विचारात जगन गुंग असता माली त्याच्याकडे बोलत आहे याची केवळ अंधूक जाणीव त्याला होती. त्याला आवाजाचे भान होते; पण शब्दांचा अर्थ त्याच्यापर्यंत पोहोचत नव्हता. त्याने या बैठकीची फार पूर्वीच कल्पना केली होती आणि आता त्याला जाणवले की आपण ही संधी आता कायमची गमावली आहे व तो शहारला.

तो परत भानावर आला आणि सर्व शक्तिनिशी एकाग्र होऊन अधिक लक्षपूर्वक ऐकू लागला तेव्हा मालीने आपले बोलणे आवरते घेत म्हटले, ''तुम्हाला कळले ना?''

हो म्हणावे की नाही म्हणावे हे जगनला कळेना. तो समोर पाहत घशातल्या घशात अगम्य असे आवाज काढत बसला.

''ठीक आहे! मी तुम्हाला सगळी माहिती दिली आहे, तुम्ही यावर विचार करा'' असे माली म्हणाला. नंतर त्याने आपल्या घड्याळाकडे पाहिले व तो पुटपुटत उठला. ''मला रेल्वे स्टेशनवर जाऊन आज जे सामान मागून येणार होते ते तपासले पाहिजे. आपल्याकडे आत्ता जर टेलिफोन असता तर...''

तो दरवाजाजवळ गेला व ग्रेसकडे वळून म्हणाला, ''जेवणासाठी माझी वाट पाहू नकोस.'' जगनने स्कूटर दूर जाण्याचा आवाज ऐकला.

जगन अजून तसाच बसून होता. आपला मुलगा आपल्याशी इतका वेळ बोलला याच आनंदात तो होता. जेव्हा तो जायला निघाला तेव्हा ग्रेसने पुढे होऊन त्याच्यासाठी दार उघडले आणि विचारले, ''तुम्हाला मालीला काही प्रश्न विचारायचे होते का? तुम्हाला सगळे नीट समजले ना?''

जगनने अर्थपूर्ण हसत म्हटले, ''मी परत त्या विषयाकडे जाऊ शकतो ना?'' ग्रेस उत्तरली, ''अर्थात, नक्कीच!''

# सहा

**भा**वाला जगन आजकाल मालीविषयी बोलण्यास बिचकतो हे दिसत होते. पण तत्त्वत: बोलणे चालू ठेवण्यासाठी तो म्हणाला, “बाजारात मोठे भांडण झाले ते तुला कळले का? गुळाचे व्यापारी नेहमीप्रमाणे साठेबाजी करीत होते.”

जगन तुपाच्या तळणाच्या वासाने भरलेल्या त्या हॉलमध्ये आपल्या आसनावर बसला आणि म्हणाला, “आपले व्यापारी दिवसेंदिवस हृदयशून्य होत चालले आहेत,”

“तू जरा थांब. आणि तांदळाच्या व्यापाऱ्यांचे बघ काय होईल ते. ते आगीशी खेळताहेत.”

“एखाद्याला फायदा करून घ्यायचा असला तरी थोडातरी सेवाभाव राखला पाहिजे. मी साखरेच्या भावांचे गोंधळ चालले असले तरी मिठाईचा भाव वाढवलेला नाही.”

“हो! पण प्रत्येक जण तुझ्यासारखा नाही.”

जगनला खुलवायला स्वत:च्या शेंडीला एक हळुवार झटका देत भाऊ म्हणाला. एखाद्याची खुशामत करणे हा त्या भावाचा आयुष्यभरचा प्रशंसनीय उद्योग होता. एखाद्याची मस्करी करणे किंवा अपमान करणे हेसुद्धा त्या खुशामतीचाच भाग असे.

तो म्हणाला, “तू पैसा कसा करावा हे कळणाऱ्यांपैकी नाहीस. तू जर खऱ्याखोट्याची चाड बाळगणारा नसतास तर आजपर्यंत किती इमले उभारले असतेस कोण जाणे?”

“असे इमले बांधून एखादा त्याचे काय करणार?” जगनने विचारले. मग त्याने तमिळ उक्ती सांगितली. “जरी तुमच्या मनात ऐंशी हजार कल्पना येत असल्या तरी तुम्ही ना चार गजापेक्षा जास्त कपडा एकावेळी वापरू शकता, ना छोट्या मापापेक्षा जास्त तांदूळ खाऊ शकता.”

“अरे!” भाऊ खुशीत येऊन, तोंडात तंबाखूची चिमूट घालीत जगनची टर उडवत म्हणाला, “म्हणूनच मी म्हणतो, तुला जगण्याची आणि संपन्न होण्याची कला माहीत नाही, तरी लक्ष्मी तुझ्यावर प्रसन्न आहे.”

जगन आनंदाने हसला. त्याला वाटले, आपण भावाला मालीबद्दल थोडे सांगावे. म्हणून तो म्हणाला, “आज मला यायला जरा उशीर झाला, कारण मालीला माझ्याबरोबर त्याच्या योजनेविषयी चर्चा करायची होती.” स्वत:ला आपल्या मुलाबद्दल काहीतरी ठोस सांगता आले याचा जगनला खूप गर्व वाटला.

भाऊ एकदम जागरूकपणे जगनच्या बोलण्यातला एकही शब्द चुकवू नये म्हणून सरसावून बसला.

जगन घोषणा केल्यावर थोडा थांबला. ती क्षणाची शांतता जणू भरुन काढण्यासाठी भाऊ म्हणाला, “मला सकाळी माली स्कूटरवरून जाताना ओझरता दिसला. त्याने ती विकत घेतली का?”

“ती मित्राची आहे असे मी ऐकले. त्याच्याकडे वाहन असणे जरुरी आहे.”

“हा त्याचा कोणता मित्र असेल बरे!” भाऊ अंदाज करायला लागला. “स्कूटर चालवणारी मुले, एक आहे तो केरोसिन एजंटचा मुलगा, दुसरा आहे तो पंजाबवरून इथे बटण फॅक्टरी चालू करण्यासाठी आलेला माणूस, आणखी एक स्कूटर डिस्ट्रिक्ट जज्जच्या पुतण्याची आहे. तुला माहीत आहे का, तो तरुण, पब्लिक वर्क्स डिपार्टमेन्टमध्ये डोंगरामध्ये नवीन रस्ते बांधण्याच्या कामाचा अधिकारी आहे.”

“आजकालच्या पोरांकडे वाहन असलेच पाहिजे, कारण त्यांना चालायला आवडतच नाही.” जगनने साधारण विधान केले.

“मला पायी चालायला आवडते. पण आजकालचे दिवस हे वेगाचे आहेत. लोकांना एका ठिकाणाहून दुसऱ्या ठिकाणी लवकरात लवकर पोहोचायचे असते. त्यांना आपण करीत होतो त्यापेक्षा जास्ती काम असते असे तुला नाही का वाटत?”

मालीला चालणे कधीच आवडले नाही. तो नेहमी सायकलवरच असायचा. तो सात वर्षांचा असताना मी त्याला पहिली सायकल आणली, त्यावर बसून तो मन मानेल तिथे जायचा. मी काही वेळा त्याला मार्केटमधील गर्दीची पर्वा न करता सायकल चालवत गेल्याचे पाहिले आहे. खरंतर अगदी वयस्कर लोकसुद्धा संध्याकाळी मार्केट रोडवर जायला टाळतात, पण माझा मुलगा मोठा होताना त्याला कसलीही भीती वाटत नसे. ज्या वयात मुलांना जपले, गोंजारले जाते त्या वयात तो अत्यंत स्वावलंबी होता. त्या गरीब पोराची आई आजारी होती

ना! हे आणखी एक कारण, ज्यामुळे मी त्याचे मन दुसरीकडे वळवायचा प्रयत्न करीत होतो.''

अशाप्रकारे संभाषण वेगळ्याच विषयावर गेले. भावाने परत ते मूळ मुद्द्यावर आणण्याचा प्रयत्न केला, ''तू मला मालीच्या योजनेबद्दल सांगत होतास. तुला आता खरोखर सुटका झाल्यासारखे वाटत असणार.''

''होय! होय! मला खात्री होती की काही काळजीचे कारण न उरता सर्व काही सुरळीत होईल.''

''आता तुला त्याच्या भावी योजनेची कल्पना आहे का?''

''हो, आज सकाळी तो रेल्वे स्टेशनवर जाण्याच्या घाईत होता. त्याने मला योजनेची मोघम कल्पना दिली आहे. अर्थात त्याचे बारकावे मला तो नंतर सांगेल.'' स्वत:चे अज्ञान प्रकट होऊ नये म्हणून जगन एवढेच बोलू शकला.

भावाने मध्येच तोडत विचारले, ''पण तुला ती योजना पसंत आहे का?''

''कोणती योजना?'' जगनने आचर्याने विचारले. त्याला कोणतीही योजना असेल असे वाटले नव्हते.

भाऊ एका सेकंदाकरिता गप्प राहिला. त्याच वेळी शेजारची शाळा सुटल्यामुळे मुलांच्या आवाजाने आसमंत भरून गेला. नेहमीप्रमाणे मुलांचे घोळके समोरच्या दारात मिठाई लावलेल्या ताटांकडे बघत होते. जगन ओरडला, ''कॅप्टन, दारासमोरची गर्दी हटवा. त्यामुळे उगाचच रहदारीला अडथळा होतो.''

खरे पाहता रहदारीचा अडथळा हे जगनच्या काळजीचे कारण नव्हते. असे कितीतरी अडथळे मार्केट रोडवर होते. गवळ्याच्या कित्येक गाई नेहमी त्यांच्या फावल्या वेळात रस्त्याच्या मधोमध उभ्या असत आणि एक मोकळा सांड (त्याच्याबद्दल विचारूच नका. त्याच्या मालकाचा पत्ताच नव्हता.) जेव्हा या गाईंच्या मागे लागे तेव्हा पादचाऱ्यांची पळापळ होई. हातगाड्या आणि मोटरसायकली तर दुकानाच्या पायऱ्यालगतच लावलेल्या असत. जवळच्या खेड्यातून धान्य, फळे आणणारे लोक असत, ते रस्त्याच्या कडेला सुरुवात करून अगदी मध्यापर्यंत बसत आणि त्यांच्यामधून सायकली, बैलगाड्या, मोटारी वाट काढीत स्वत:चे किंवा त्यांचेही नुकसान न होऊ देता जात. त्याविरुद्ध कोणी बोलत नसे.

फक्त जगन अडथळा हा शब्द बोले कारण मुलांनी दाराशी टुकत उभे राहिलेले दृश्य त्याला अस्वस्थ करी. क्वचित प्रसंगी त्याला अपराधीही वाटे. त्याला मुलांनी मिठाईकडे अधाशीपणे न बघता जावे असे वाटे. जेव्हा कधी जगनला असा मानसिक त्रास होई, तेव्हा कॅप्टनला बोलावून अशी आज्ञा करायची त्याला सवय होती.

भावाला कळले की, योजना या शब्दाने जगनच्या मनात खळबळ उडवली आहे. त्यामुळे त्याने जगनच्या चेहऱ्याचे मोठ्या समाधानाने निरीक्षण केले. जगनने जाणूनबुजून मुलाचा विषय टाळणे भावाला आवडले नव्हते. त्यामुळे भावाला आपणास अचानक उपरा समजल्यासारखे वाटले होते. त्याला हे स्थान काही आवडले नव्हते. आता त्याला आपले पूर्वस्थान मिळविण्याची संधी सापडली होती.

भाऊ बोलला, "मला काही त्या योजनेबद्दल उगाचच बोलायचे नाही. मला आनंद आहे की तो पोरगा मला जेव्हा जेव्हा भेटतो तेव्हा अजूनही काका म्हणून हाक मारतो. जरी तो जगाच्या दुसऱ्या टोकाला जाऊन आला असला तरी तो त्याच्या काकाला विसरला नाही. हे बघ! त्याने परत आल्यामुळे मी त्याच्यावर काही स्वतःला लादणार नाही. तुला माहीत आहे का? माणसं बदलतात! विशेषतः ती परदेशी जातात तेव्हा... मला एक फॉरेन रिटर्न्ड (आयसीएस) ऑफिसर माहीत आहे, ज्याने रेल्वे स्टेशनवर भेटायला आलेल्या आई-वडिलांना ओळखायचे नाकारले."

"काय भयानक माणूस! तो नक्की वेडा असणार. माली जराही तसा नाही." जगन म्हणाला.

"मला माहीत आहे, माहीत आहे! आणि तेच मी तुला सांगत आहे. मी रजिस्ट्रारच्या घरी मागच्या आठवड्यात गेलो होतो. तिथे माली त्यांच्या मुलाबरोबर बोलत होता. तुला त्यांचे नवीन एक्स्टेन्शनमधले घर माहीत आहे का? मी तिथे गेलो होतो, कारण मी त्यांना एक चांगला स्वयंपाकी बघून द्यायचे कबूल केले होते. त्या घरातल्या मालकिणीचे स्वास्थ्य बरोबर नाही. काय करणार... मला वेगवेगळ्या माणसांसाठी वेगवेगळ्या गोष्टी कराव्या लागतात."

"तो रजिस्ट्रारचा मुलगा आणि माली मित्र आहेत असे मला वाटते," जगन बोलला.

"हो! ते समोरच्या व्हरांड्यात बोलत होते. मी जेव्हा तिथून जात होतो तेव्हा मालीने मला बोलावून म्हटले, "तुम्ही जायच्या अगोदर मला थोडा वेळ द्या." मी म्हणालो, "मी तुझ्या सेवेला हजर आहे.' माझे आतले काम संपल्यावर मी बाहेर आलो आणि माली म्हणाला, "मी तुमच्याबरोबर येतो.'

"त्याला चालायचे होते? मला वाटते, त्याला कधीच चालायला आवडत नाही."

"फक्त गेटपर्यंतच! कारण मालीला जे काही सांगायचे होते, ते त्याच्या मित्रांनी ऐकू नये असे त्याला वाटत असावे."

"त्याने काय सांगितले?" जगनने विचारले. तो आता पूर्णपणे आपल्या

भावाच्या मर्जीवर अवलंबून होता.

"त्याला गोष्टी लिहायची मशिन्स बनवायची आहेत." भाऊ म्हणाला.

जगन या वाक्याने एवढा गोंधळला की त्याला वाटलेले आश्चर्यसुद्धा धडपणे व्यक्त करता येईना. त्याच्या तोंडून काहीबाही प्रश्न कसेतरी बाहेर पडले व तो गप्प झाला.

जगनचा गोंधळलेला चेहरा पाहून भाऊ सुखावला. तोंडावर एक निरागस भाव आणून त्याने विचारले, "तू गोष्टी लिहायच्या मशिन्सबद्दल काही ऐकले आहेस का?"

जणूकाही ती रोजच्या वापरातली वस्तू असावी असा आव त्याने आणला होता. हा त्या भावाचा अमेरिकेसंबंधी अधिक माहितीचा जगनवर मिळवलेला छोटासा विजय होता. जगननेही आपला पराभव कबूल करून सगळा उसना आव सोडून दिला. भाऊ त्याच्या जखमेवर मीठ चोळत म्हणाला, "मला वाटले, मालीने तुला सर्व सांगितले असेल. आज सकाळी तो दुसरे काय सांगत होता?"

जगन गर्वाने म्हणाला, "आम्हाला दुसऱ्या गोष्टीही होत्या बोलायला. तो माझ्याकडे दुसऱ्या काही गोष्टींबद्दल बोलत होता."

"पण ही योजना त्याच्या मनात सर्वांत मुख्य होती. तिच्याबद्दल तो दिवस रात्र विचार करत असतो."

"होय, होय!" जगन म्हणाला, "मला माहीत आहे की तो त्या मशीनबद्दल बोलत होता, पण मी त्याचे स्पष्टीकरण विचारायच्या आधी काहीतरी मध्ये आले."

"पण ही काही साधीसुधी मशीन नाही." भाऊ म्हणाला.

त्या वेळी नेहमीप्रमाणे जगन ओरडला, "कॅप्टन तिथे गर्दी का आहे?"

पण भावाने अधिकारवाणीने आपले बोलणे सुरू ठेवले... "आता नीट लक्षपूर्वक ऐक! हे गोष्टी लिहिणारे मशीन तू विचार केल्याप्रमाणे खरोखरीच गोष्टी लिहिणारे मशीन आहे."

"पण ते कसे काम करते?" आता खरेच आश्चर्यचकित होऊन जगन म्हणाला.

"ते तू मला विचारू नकोस! मी काही इंजिनिअर नाही. माली सतत इलेक्ट्रॉनिक का इलेक्ट्रिक असा काहीतरी शब्द वापरत होता. त्याने बरेच मोठे स्पष्टीकरण सुरू केले. ते उत्सुकता वाढविणारे होते. तू स्वतःच का विचारत नाहीस? मला खात्री आहे की तो चांगल्याप्रकारे समजावून सांगेल."

जगनने संधी साधायचे ठरविले. दुसऱ्या दिवशी जेव्हा ग्रेस स्वयंपाकघर

स्वच्छ करायला आली, तेव्हा तिच्याकडे जणू मुलाखतीसाठी वेळ मागावा तसे जगनने विचारले, "मला जरा मालीशी बोलायचे आहे; तो मोकळा आहे का?"

"अर्थात! आणि जर त्याला वेळ नसेल तर तो तुमच्याकरता वेळ काढेल." ती थांबली. तिने मालीच्या खोलीतून येणारा टाइपरायटरचा आवाज ऐकला. "आता तो कामात आहे, असे मला वाटते. मी त्याला सांगते." असे म्हणून ती वर गेली. काही मिनिटांनी ती बाहेर येऊन गंभीरपणे म्हणाली, "तो तुम्हाला पंधरा मिनिटांनी भेटेल."

क्षणभर जगनला वाटले की तो त्याच्याच घरात जणू एक पेन्शनर आहे. त्याच्या मन:पटलावर फार पूर्वीची एक आठवण चमकून गेली, जेव्हा माली कसलीतरी सवलत किंवा पैसे मिळावे म्हणून दाराशी तिष्ठत उभा असे. दुसऱ्या क्षणी काळाबरोबर झालेला हा बदल लक्षात येऊन तो अवाक् झाला. तरी आपल्या मनाचा तोल सावरत तो म्हणाला, "मलाही लगेच जायचे आहे." पण ग्रेस मात्र काही उत्तर न देता स्वयंपाक खोलीकडे वळली.

जगनला काय करावे ते सुचेना. मग त्याने सावकाश कपाट उघडले. तो आतल्या बाटल्यांकडे आणि त्यांना गुंडाळलेल्या कागदांकडे बघत राहिला. त्याने त्या वस्तू कुठलीही गोष्ट सात वर्षांसाठी ठेवावी या तत्त्वावर ठेवल्या होत्या.

"मी आणखी एखाद्या दिवशी ते कपाट झाडेन. आपल्याला या घराची उन्हाळी साफसफाई करणे आवश्यक आहे," असे ग्रेस स्वयंपाकघरातून म्हणाली.

जगनला त्याचा अर्थ उमगून तो ठामपणे म्हणाला, "आताच काही करायची आवश्यकता नाही."

मधल्या काळात टाइपरायटरचा आवाज थांबला व बेल वाजली. ग्रेस म्हणाली, "माली तुमच्याकडे यायला तयार होत आहे, की तुम्हाला आत जायचे आहे?"

ती मालीला तो कोणी उच्चपदस्थ असावा असे वागवत होती. ती जगनला पुढे घालून चालायला लागली. "माली अत्यंत शिस्तीचा आहे." असे ती म्हणाली.

जगनला अनंद झाला पण त्याचवेळी तो गोंधळला. त्याने मुलाखतीसाठी आपले मनोधैर्य गोळा केले. भिंतीवरच्या घड्याळाकडे पाहिले आणि तो पुटपुटला, "पंधरा मिनिटे झाली तेव्हा मी आता आत जावे."

जगन मालीच्या समोरच्या खुर्चीत बसला आणि त्याने सरळ विषयालाच हात घातला. "ते गोष्टीचे मशीन कसे चालवायचे?"

"मी तुम्हाला काल सांगितले होते," माली म्हणाला.

''पण त्यामधले काही मुद्दे मला कळले नाहीत, कारण मी घाईत होतो.'' जगन सावरून घेत म्हणाला.

मुलाने त्याच्याकडे कीव केल्यासारखे पाहिले. तो उठला. त्याने ते पॅकिंग उघडले. बरेच खाकी कागद व गुंडाळलेले दोरे बाजूला लोटले आणि आतून एक लहान वस्तू बाहेर काढली. ती एखाद्या रेडिओच्या खोक्याप्रमाणे दिसत होती. ती त्याने टेबलावर ठेवली.

''मी हीच वस्तू येण्याची वाट पाहत होतो. काल मी ती रेल्वे ऑफिसमधून सोडवून आणली. किती वेळ फुकट जातो इथे? इतका वेळेचा अपव्यय करणारा देश अजून मी पाहिला नाही,'' माली कुरकुरत म्हणाला.

''आम्हाला हा आमच्या कामासाठी पुरेसा आहे.'' असे जगनला रागाने सांगावेसे वाटले. पण त्याने स्वत:ला आवरले.

आता माली त्या खोक्याच्या बाजूला प्राध्यापकाच्या थाटात उभा राहिला. त्याने त्या खोक्यावर प्रेमाने थोपटले आणि तो म्हणाला, ''या मशीनच्या साहाय्याने आता कोणीही गोष्ट लिहू शकतो. तुम्ही इथे जवळ या आणि तुम्हाला हे कसे काम करते ते दिसेल.''

जगन आज्ञाधारकपणे खुर्ची पाठी सरकवून उठला आणि मुलाच्या बाजूला जाऊन उभा राहिला. माली त्याच्यापेक्षा उंच भासत होता. जगनला त्याचा अभिमान वाटला. 'देव जाणे हा त्या हवाबंद डब्यातून काय खातो? आता माली जरा थकल्यासारखा वाटतो. पण तो छान वाढला आहे, यात काही शंका नाही' या विचारातून जगन भानावर येत असता माली त्याला म्हणाला, ''ही चार बटणं पाहिली का?''

''एक बटण कथेतील पात्रांसाठी, एक कथानकासाठी, एक कथानकातील सर्वोच्च बिंदूसाठी आणि चौथे बटण या सर्वांचा पाया म्हणजे पात्रे, परिस्थिती, भावना, सर्वोच्च बिंदू यांच्या योग्य मिश्रणाने कथा बनविणे.''

मालीने स्वत:चे बोलणे मध्येच थांबवून एक खण उघडला आणि एक सायक्लोस्टाइल कागद काढला. खण बंद करून तो त्याच्या बोलण्याकडे परत वळला. ''तुम्ही यावर टाइपरायटरवर काम केल्याप्रमाणे काम करू शकता. प्रथम तुम्ही मनात गोष्टीत किती पात्रे असावी हे ठरवायचे. हे मशीन ट्रॅन्झिस्टर व व्हॉल्व्हजवर काम करते. हे मशीन कोणालाही सहज वापरता येईल. शेवटी आपण एक कायमची सोय करायची आहे ज्यामुळे त्यात असलेली कथा विविध घटकांमध्ये विखुरली जाईल. त्यांचे व्यवस्थित पृथक्करण होईल आणि पुढची कथा लिहिण्यासाठी मॉडेल तयार होईल.''

जगन म्हणाला, ''तुला हे कथा लिहिण्यासाठी वापरायचे आहे का?''

"हो! आणि मला अशी मशिन्स इथे विकण्यासाठी तयार करायची आहेत. एका अमेरिकन कंपनीने आपल्या बरोबर सहकार्य करायची तयारी दाखवली आहे. काळाच्या ओघात आपल्या देशात घरोघरी ही मशिन्स येतील आणि जगातील कुठल्याही देशापेक्षा आपल्या देशात सर्वांत जास्त कथा लिहिल्या जातील. आपण सध्या या बाबतीत मागासलेले आहोत. रामायण आणि महाभारत यासारख्या जुन्या गोष्टी सोडल्या तर आधुनिक लिखाण काही नाही. त्याच्या उलट एकट्या अमेरिकेत साहित्य मोसमात दहा हजार पुस्तके प्रकाशित होतात." त्याने परत खणातल्या सायक्लोस्टाइल कागदांकडे नजर टाकली व तो परत म्हणाला, "हो! दहा हजार पुस्तके. हे प्रत्येक घरासाठी अत्यावश्यक आहे. लेखकाने केवळ बटणं दाबून कथेचा फॉर्म्युला कागदावर मिळवायचा, ज्याच्या आधारे तो हवी ती कथा रचू शकतो."

जगन बसल्या जागेवरून उठला आणि मशीनचे वेगळ्या ग्रहावरून आणलेल्या वस्तूप्रमाणे निरीक्षण करू लागला. तो इतक्या सावधपणे मशीनजवळ गेला की माली त्याला म्हणाला, "मशीनला तुम्ही स्वतः स्पर्श करून बघा."

जगनने मशीनचे जवळून निरीक्षण करायला सुरुवात केली व तिथली नावे वाचायला लागला. पात्रे : बरी, वाईट, उदासीन... भावना : प्रेम, तिरस्कार, सूड, भक्ती, दया, भावनांची गुंतागुंत. पात्रे, घटना, अपघात, घटनेचा कळस, घटनांची ठेवण, घटनांची व्यवस्था आणि अंतिम निर्णय वगैरे...

ते मशीन खूप सुंदर दिसत होते. त्याचे शिसवी लाकूड चमकत होते. त्याची वेगवेगळे उपयोग दाखविणारी बटणे हिरवी, तांबडी व पिवळी होती.

"पण कथा कशी लिहायची?" जगनने विचारले.

"जसे टाइपरायटरवर लिहितात अगदी तसेच!" माली म्हणाला. जगनला मालीने गोळा केलेल्या माहितीचे खूप कौतुक वाटले. त्याच क्षणी ग्रेस आत आली. त्यांच्या बाजूला उभी राहिली आणि तिने गमतीने विचारले, "माली हुशार आहे की नाही?"

जगन पट्कन उत्तर देऊ शकला नाही. त्याचे मन अनेक प्रश्नांनी गोंधळलेले होते. त्याला मनाला मुरड घातल्यासारखे वाटत होते. खोलीचे स्वरूप बदलून परदेशातील ऑफिसचे रूप आले होते. माली काय करायचा प्रयत्न करतोय? या सगळ्या योजनेत मालीचा सहभाग काय आहे? जगनची स्वतःची भूमिका यात काय असणार? त्याच्या सहभागाचे स्वरूप काय असणार?

तो थोडा भीतभीतच म्हणाला, "ग्रेस! तुला माहीत आहे का? आमच्या पूर्वजांनी महाकाव्ये लिहिली नाहीत. त्यांनी ती रचली आणि गायली. ती महान पुस्तके पिढ्यांमागून पिढ्यांच्या श्वासात कायम राहिली."

तो पुढे काही बोलायच्या आधीच मालीने तिरस्कार दर्शवीत म्हटले, "हे तुमच्या पूर्वजांचे दिवस नाहीत. आज आपल्याला प्रगत देशांबरोबर फक्त आर्थिक, औद्योगिकच नव्हे, तर सांस्कृतिक विषयातसुद्धा स्पर्धा करायची आहे."

जगनला एका बाजूला अनेक वर्षांच्या उदास शांततेनंतर मुलाला असे फुलताना पाहून आनंद होत होता, तर दुसऱ्या बाजूला ज्याप्रकारे त्याचा विकास होत चाललेला दिसत होता ते पाहून त्याला दु:ख होत होते.

मुलगा पुढे बोलत होता, "तुम्हाला जर वेळ असेल तर मला आणखी एक दोन बाबींचे स्पष्टीकरण द्यायचे आहे." जगनने असहायपणे मालीच्या टेबलावरील घड्याळाच्या पुढे सरकणाऱ्या काट्यांकडे पाहिले. त्याच्या सदऱ्याच्या खिशातील किल्ल्यांचा आवाज झाला.

माली बोलतच होता, "तुम्हाला तुमचा हलवायाचा धंदा सोडून आपल्या या व्यापारात काम करावे लागेल. मी तुम्हाला एक छान एअरकन्डिशन्ड खोली आणि काम करायला बरेच मदतनीस देईन."

जगनला आपला मुलगा एवढे सराईतपणे बोलू शकतो ही कल्पना नव्हती. त्याबरोबरच त्याने वेगळे काही बोलावे अशी इच्छा होती.

जगनला वाटले, आता आपण काही प्रश्न विचारायची वेळ येऊन ठेपली आहे. "अमेरिकेत ते सगळे या मशीनच्या साहाय्यानेच त्यांच्या कथा लिहितात का?" जगनने आपल्या अमेरिकन लोकांचा देश आणि संस्कृतीच्या ज्ञानातील उणीव भरून काढण्यासाठी जणू हा प्रश्न विचारला.

"बहुतेक सगळेच!" माली म्हणाला. "आणि बरीच नियतकालिके सुद्धा... आजकाल हे मशीन त्यांच्या कादंबरीच्या विभागात वापरतात. गेल्या वर्षीच्या उत्तम खपाच्या पुस्तकांत त्यातली तीन पुस्तके होती. आपला करार असा आहे की जर आपण या बिझनेसमध्ये एकावन्न हजार डॉलर्स गुंतवू शकलो तर आपल्याला दोन लाख डॉलर्सचे अमेरिकन साहाय्य मिळू शकते."

"एकावन्न हजार डॉलर्स म्हणजे जवळजवळ..." जगनने आपला नेहमीचा हिशेब करायला सुरवात केली.

"तो तुम्हीच हिशेब करा." माली वैतागून म्हणाला, "मला माझे वाक्य पुरे करू द्या. ते आपल्याला मशीनसंबंधी माहिती आणि इंजिनिअरही देणार, जो आपल्याला मशिन्सचा प्लान्ट काढण्यास मदत करणार. सहा महिने प्लान्ट व्यवस्थित चालू झाल्यावर मग तो जाणार. शिवाय ते मशीनची जाहिरात करणारे सर्व साहित्यही देणार आहेत."

आपला मुलगा किती अर्थपूर्ण नवीन भाषा शिकला आहे असे वाटून जगनला कौतुक वाटले. माली पुढे म्हणाला, "आपल्याला एकोणपन्नास हजार

डॉलर्स हे लोकांकडून पब्लिक सबस्क्रिप्शन प्लॅनच्या रूपात गोळा करायचे आहेत. त्यामुळे कन्ट्रोलिंग स्टॉक आपल्या हातात असेल.''

जगनला आतापर्यंत आपला मुलगा बौद्धिक वाढ न झालेला असा वाटत होता. त्याने ग्रेसकडे क्षणभर पाहिले आणि विचारले, ''कॉलेजमध्ये तुझा विषय काय होता?'' ती म्हणाली, ''मी तुम्हाला सांगितले होते की मी डोमेस्टिक इकॉनॉमीमध्ये मिशिगनमधून पोस्ट ग्रॅज्युएशन केले आहे.''

''आता त्या सगळ्या विषयात जायची काय आवश्यकता आहे?'' माली म्हणाला.

जगन उठत म्हणाला, ''मला वाटले, ग्रेसनेही बिझनेस विषयाचेच शिक्षण घेतले आहे.'' माली आता विचारात पडला की वडिलांनी असे का म्हटले? जगन काही न बोलता बाहेर पडला.

साडेचार वाजता जेव्हा नेहमीप्रमाणे भाऊ आला तेव्हा जगनने त्याला विचारले, ''पन्नास हजार डॉलर्स म्हणजे किती रुपये?'' भाऊ म्हणाला, ''दोन लाखांपेक्षा थोडे जास्त.''

''तुला कसे माहीत?'' जगन म्हणाला. ''साधा हिशेब करून. काल माली तिथून गेल्यावर मी बँकेतल्या डोधाजीला भेटून खात्री करून घेतली.'' भाऊ म्हणाला.

''दोन लाख रुपये? एखाद्याला कुठे मिळणार?'' या जगनच्या प्रश्नावर ''तुमच्या पासबुकात,'' लगेच भाऊ गमतीने म्हणाला. ''अर्थात... जरी लोक तुमची साधी राहणी व उच्च विचारसरणीचे कौतुक करतात तरी लोकांना असे वाटते की तुम्ही भरपूर संपत्ती करून ठेवली आहे.''

''जर अन्नधान्याची किंमत जिथल्या तिथे आहे तर मग मी संपत्ती कुठून गोळा करणार? मी माझा व्यापार चालू ठेवतो, कारण माझ्याकडे काम करणारी माणसे बेकार होऊ नयेत.'' जगन बोलला.

''ते सर्वांना ठाऊक आहे... पण आता मला सांग... तुझा बेदाणे विकत घेण्याचा विचार आहे का? मी साइटच्या दुकानात ताजा माल आलेला पाहिला. चांगल्या दर्जाचे निवडलेले आहेत,'' भाऊ म्हणाला.

''तू आचाऱ्यांना विचारलेस का?''

''आचारी म्हणाला की त्याला बेदाणे हवे आहेत. आज मला सोनपापडी बेदाण्याविना तेवढी चांगली लागत नाही असे वाटले.''

जगन रागाने ओरडला, ''असे आहे का? तर मग त्याने मला आधी का सांगितले नाही?''

''तू आज वेळेवर आला नाहीस... आणि तो मिठाई बनविण्याचे थांबवू

शकत नव्हता. इतकेच... आता तू कशाला एवढा अस्वस्थ होतोस?''

''याचे कारण म्हणजे मला माझ्या गिऱ्हाइकांना फसवायचे नसते.''

''पण तुला हे समजत नाही का की, सोनपापडीचा दर त्यात बेदाणे असले काय किंवा नसले तरी गिऱ्हाइकासाठी तोच राहणार आहे. आणि त्यामुळे तुझा नफा वाढणार आहे.''

जगनने भावाकडे रागाने रोखून पाहिले.

तेव्हा सावरून घेत भाऊ म्हणाला, ''तू एक दुर्मिळ मानव आहेस, पण अशाप्रकारे या शहरातील तुझ्या इतर देशबांधवांचे विचार असण्याची शक्यता तू नाकारू शकत नाहीस.''

भावाच्या या बोलण्याने जरा शांत होऊन जगन थोडासा गर्वाने म्हणाला, ''मला मालीमुळे जरा वेळ झाला. मला त्या बिचाऱ्यासाठी त्याला जेव्हा लागेल तेव्हा वेळ देणे आवश्यक आहे. नाहीतर काहीतरी गैरसमज होणार हे निश्चित. आजकाल त्याची नजर मोठमोठ्या रकमांवर आहे. तो हे सगळे अमेरिकेतून शिकून आलेला दिसतो. त्याला माझ्या या गावातील वजनाचा उपयोग करून एका कंपनीचे शेअर्स विकायचे आहेत.''

ही जगनला एकप्रकारे सुटकाच वाटत होती. ''मला खात्री आहे की बऱ्याच लोकांना या योजनेबद्दल आस्था वाटेल. त्यात तूही आलास बाकीच्यांबरोबर. आणखी पाचदहा लोक सापडू शकतील.''

''मालीची कल्पना वेगळी आहे. त्याने पाच किंवा दहा बाहेरच्या लोकांसाठी राखून ठेवले आहेत आणि सुरुवातीला तुझ्याकडून एकावन्न हजार डॉलर्स मिळतील असे तो समजतो. आणि तुला त्याचे किती रुपये होतात हे आता समजले आहे.''

''जवळजवळ दोन अडीच लाख. कुठून मिळणार?''

''मी तुला अगोदरच सांगितले होते.''

''माली असा विचार करतो का?''

''अर्थात! तो हेसुद्धा म्हणतो की, तू बँकेत न भरलेले पैसे कुठे ठेवतोस हे त्याला माहीत आहे.''

''तो असे म्हणतो? खरचं?.. ''

जगन स्वत:शीच हसला कारण त्याने ती पैसे ठेवण्याची जागा आता बदलली होती.

''पैसा म्हणजे फार वाईट गोष्ट आहे.'' जगन मोठ्या मनाने म्हणाला.

''मग मी दुकानात समोरच्या गल्ल्यावर बसणाऱ्या पोराला तो तांब्याचा पैशाचा खुजा फेकून द्यायला सांगतो.''

या विनोदावर दोघेही हसले. पण जगनचा हा निवांतपणा क्षणिक होता. दुसऱ्या क्षणी तो गंभीर झाला व म्हणाला, "तू प्रसंग पाहून माझ्या मुलाला सांग की माझ्याजवळ त्याला हवा तेवढा पैसा नाही."

"आता तुम्ही दोघे एकमेकांशी बोलता तेव्हा तूच हे त्याला का सांगत नाहीस?"

जगनने एक दीर्घ श्वास घेतला व तो म्हणाला, "मला मालीची मन:स्थिती बिघडवायची नाही."

मालीच्या मागण्यांची मालिका वाढतच गेली. एके काळी जगन त्याच्या मुलाकडून एक शब्द ऐकण्यासाठी आसुसत असे, पण आता त्याला वाटू लागले की, त्यांच्यामधला अबोला संपला नसता तरच बरे झाले असते. त्याला आपल्यावर सतत नजर आहे असे वाटे. आपल्या घरी येण्या-जाण्यावर कोणी लक्ष ठेवून आहे, आपल्या चेहऱ्यावरचे भाव आपला होकार किंवा नकार आहे हे समजण्यासाठी पाहिले जात आहेत असे त्याला वाटू लागले. ग्रेस त्याच्याकडे अर्थपूर्ण नजरेने पाही तर माली जगनच्या हद्दीत या ना त्या कारणाने सतत येत राही.

त्या पहिल्या दिवसाच्या प्रात्यक्षिकानंतर मालीने सर्व साहित्यिक मुद्द्यांवर बोलणे सोडून दिले होते. 'ही माझे दिवाळे काढायची योजना आहे' असे जेव्हा जेव्हा जगनच्या खोलीकडे येणारी पावले वाजत तेव्हा जगन स्वत:शीच म्हणे, "एकावन्न हजार डॉलर्स! मला पैशांविषयी अति प्रेम नाही, पण मी तो उधळायलासुद्धा तयार नाही. आपल्याला कथा किंवा कथा लिहिणाऱ्या मशिन्स कशाला हव्यात?'

एके दिवशी सकाळी माली सकाळच्या नाश्त्यानंतर देवघराच्या दारात उभा राहिला. त्याने निळी पॅन्ट घातली होती. त्याने आपले दोन्ही हात उंबऱ्याच्या चौकटीवर ठेवले होते. जगन देवाच्या मूर्तीसमोर बसला होता.

माली जगनला म्हणाला, "ते आजकाल सर्वच गोष्टी मशिन्सच्या साहाय्याने करतात. कपडे धुण्याची मशीन तुम्ही पाहिली आहे का?"

"नाही!"

जगन सर्व मशिन्सचा उल्लेख कमीत कमी व्हावा म्हणून तुटकपणे बोलला.

"दळणे, कुटणे, हिशेब करणे या सर्वांसाठी इलेक्ट्रिसिटी वापरली जाते."

त्याच्या मागे ग्रेस उभी होती. ती म्हणाली, "पेन्सिलीला टोक काढण्यासाठी सुद्धा मशीन वापरतात."

"आपण ते एक आपल्याबरोबर आणायला हवे होते." माली तिच्याकडे वळून म्हणाला. माली जो जगनला शोधूनही सापडत नसे तो आता त्याच्या देवघरापर्यंत येत होता. जगनच्या प्रार्थनेत अडथळा आणत होता. जगन डोळे

मिटून मंत्र पुटपुटत या सर्व त्रासाकडे दुर्लक्ष करीत होता. शेवटी ग्रेस म्हणाली, "आपण त्यांच्या प्रार्थनेत अडथळा अणायला नको."

स्वत:ला एकटे ठेवण्याचा प्रार्थना हा एक चांगला उपाय होता; पण तो लवकरच संपला. कोणी प्रार्थना जरी करणे योग्य असले तरी कायम प्रार्थना करीत बसू शकत नाही.

आजकाल जगन चोरट्यासारखा वागत असे. प्रार्थनेनंतर तो हलक्या पावलांनी स्वत:चे मीठविरहित अन्न शिजविण्यासाठी स्वयंपाकघरात जाई. ते बंद करी. मग त्याचा खादीचा सदरा घालून कमीत कमी आवाज करीत तो बाहेर जाण्यास निघे. तरी नेहमी तो ग्रेसला दारापाशी त्याच्यासाठी दार उघडण्याकरता उभी असलेली पाही. हवापाण्याविषयी, राजकारणाविषयी एक दोन मतप्रदर्शन झाल्यावर ती जगनचे तोंड न्याहाळत न चुकता मशीनसंबंधी त्याचे मत जाणून घ्यायचा प्रयत्न करी. तो ग्रेसची मालीच्या भविष्याविषयी कळकळ बघून अचंबित होई.

नेहमीप्रमाणे दोन विरुद्ध भावना त्याच्या मनात उचंबळून येत. तिची मालीविषयी कळकळ बघून आनंद वाटे, तर तिने मालीला अशा प्रकारच्या बिझनेसमध्ये गुंतवावे म्हणून तिच्याबद्दल उद्वेगही वाटे. मालीने स्वत:ला किमान मर्यादेपेक्षा किंचित अधिक पुढे आणले होते तरी मशीनचा प्रश्न त्याने जणूकाही ग्रेसवर सोपवला होता. त्याचे देवघराच्या उंबऱ्यापाशी जाणेसुद्धा बहुतेक ग्रेसनेच घडवून आणले होते. जगनच्या मनात असाही वाईट विचार आला की, ग्रेस दाखवत असलेली उत्सुकता, मैत्रीभाव, काळजी हा सगळा त्याच्याकडून डॉलर्स मिळविण्यासाठी केलेला व्यवहारी प्रयत्न तर नसावा ना?

विचारात बुडाल्यामुळे डोके खाली करून दुकानाकडे चाललेल्या जगनला पुतळ्याच्याजवळ भिकाऱ्याने हाक मारून पैसे मागितले. जगन थांबला. त्याने या वर्षात शंभराव्या वेळेस विचारले, "तू एवढा धडधाकट असताना काम का शोधत नाहीस?"

त्यावर भिकारी म्हणाला, "मालक मला वेळ कुठे आहे? मी जेव्हा आजूबाजूला भीक मागायला जातो तेव्हा परत येईपर्यंत दिवस संपतो."

जगनने त्याच्याकडे एक पाच पैशाचे नाणे फेकले. त्याला एक जुने वचन आठवले, काही प्रश्न न विचारता दानधर्म करावा. भिकारी खूश होऊन म्हणाला, "मालक, आजकाल तुम्ही अमेरिकेबद्दल सांगत नाही... का हो?" जगन म्हणाला, "कारण जे तुला माहीत असायला हवे ते मी सांगून झाले आहे."

"छोटे मालक काय करतात?"

"तो लवकरच एक कारखाना सुरू करणार आहे."

"ते काय बनविणार आहेत?"

"काहीतरी मशिनरी बनविणार."

जगनला विस्तारपूर्वक उत्तर द्यायचे नव्हते. भिकाऱ्याने आपल्याला एकटे सोडावे अशी त्याची इच्छा होती.

प्रिंटिंग प्रेसजवळून जाताना त्याने हळूच पाहिले की नटराज एकटाच आपल्या डेस्कजवळ बसला आहे. काहीतरी संचारल्यागत जगन थांबला आणि त्याने विचारले, "माझे काम तू विसरला नसशील अशी मी आशा करतो."

"मी कसा काय विसरेन? या मोसमातील प्रिंटिंगच्या कामाचा ताण कमी झाला की तुमचे काम मी पहिल्यांदा करायला घेतो. तुम्हाला माहीत आहे, मी तुमच्या कुटुंबाचाच प्रिंटर आहे. तुमच्या मुलाने मला एक तातडीचे काम दिले आहे. ते मला तीन दिवसांत पूर्ण करून द्यायचे आहे. ते त्याच्या नवीन उद्योगाचे माहितीपत्रक आहे."

जगन ओरडला, "ती योजना म्हणजे कुत्र्याला त्याची चाल शिकविण्यासारखे आहे."

"त्यात तुमचे नावही आहे.

"काय? काय?"

नटराजने कागदाचा रोल वर केला आणि जगन समोर प्रूफचा कागद धरला. जगनचे नाव माली एन्टरप्रायझेसच्या प्रमुख प्रायोजकांमध्ये लिहिले होते. नंतरच्या यादीत ग्रेसचे व मालीच्या काही स्कूटरवाल्या मित्रांची नावे होती.

नटराजने जगनच्या चेहऱ्यावरील भाव बघून विचारले, "तू खूश नाहीस का?"

जगनने पोकळ स्वरात म्हटले, "हो! हो! नक्कीच!"

"हा काहीतरी नवीन तऱ्हेचा चमत्कारिक व्यवसाय दिसतो.

"हो! हो! त्याबद्दल शंकाच नाही."

आणि जगन घाईघाईने स्वत:च्या दुकानाकडे निघाला.

जेव्हा आचारी त्याच्या पुढ्यात दिवसभराच्या सूचना ऐकण्यासाठी उभा राहिला तेव्हा तोसुद्धा गोष्टी लिहायच्या मशीनबद्दल काही विचारेल अशी जगनला भीती वाटली. परंतु या माणसाचे जग स्वयंपाकघरातल्या धुराने आणि तळणाच्या तेलाने इतके व्यापले होते की बाकीच्या गोष्टींना आत येण्यास तिथे मनाई होती.

आपल्या नेहमीच्या आसनावर बसून, मसाल्याचा व तळणाचा वास घेऊन जगनची सुरक्षिततेची भावना थोडीशी परत आली. त्याने त्याचा खण उघडला आणि भगवद्गीतेवर नजर टाकली. मधूनच कुठलेतरी एक पान उघडून त्यातील आध्यात्मिक विचारावर एकाग्र होण्याचा प्रयत्न केला. पण त्याच्या मनाचा एक

कोपरा स्वत:चे नाव त्या माहितीपत्रकावर छापलेले पाहून दुखावला गेला होता.

माली असे दुष्कर्म कसे करू शकतो? त्याने मला एवढे कसे गृहीत धरले? कदाचित त्या बिचाऱ्याल्या आपले वडील आधार देतील असा पूर्ण विश्वास असावा. त्यात काही वावगे नाही. हे स्वाभाविकच आहे पण तरी त्याने या गोष्टीची अगोदर कल्पना देणे आवश्यक होते. तो उपचार मालीनेही केला नाही आणि ग्रेसनेसुद्धा केला नाही. अथवा ते दोघे देवघराजवळ भांडवलासाठी पैसे मागण्याऐवजी ही बातमी देण्यासाठीच घुटमळत असावेत. नंतर त्यांना ही संधी न दिल्याबद्दल जगनने स्वत:लाच दूषण दिले.

तो अमेरिकन सोबती कोणी असो पण त्याने मालीची शिकवणी उत्तम रीतीने घेतली होती. प्रिंटिंग प्रेसचा नटराजसुद्धा जास्तच तत्पर झालेला दिसत होता. सगळ्या शहरातच जणू मालीच्या कंपनीच्या माहितीपत्रकाचा पूर आला. पहिले माहितीपत्रक जगनलाच त्याच्या दुकानाच्या पत्त्यावर आले.

त्यात आपल्या देशाच्या सांस्कृतिक उणिवांबद्दल लिहिले होते. इतर देशांच्या बरोबरीत भारताने राहणे कसे गरजेचे आहे, आपले मशीन हे अंतर कसे कमी करणार आणि देशाला गंज लागलेल्या या परिस्थितीतून आपण कसे बाहेर काढणार हे अनेक वस्तुनिष्ठ उदाहरणांनी व आकड्यांनी पटवायचा प्रयत्न केला होता.

जगनने एका गोष्टीची नोंद घेतली की मेम्पीच्या डोंगरावरील जंगल मशीनच्या काही भागांना लागणारे नरम लाकूड पुरवू शकत होते. तसेच गाणे तयार करण्यासाठीही वापरता येणार होते. नंतर त्यांनी उत्पादनाचे, व्यापाराचे व जागेचे तपशील दिले होते.

जगनला आता कळले की केरोसिन विक्रेत्याच्या मुलाचा हिशेबी मेंदू या सर्व देखाव्यामागे होता. तो तरूण मुलगा नेहमी जीन्स आणि रेघांचे शर्ट घालीत असे, स्कूटर चालवीत असे आणि मालीला पाठच्या सीटवर बसवून नेई. लवकरच त्यांनी स्कूटरवर बसणे सोडले आणि एका जुन्या मोटारीमध्ये ते फिरताना दिसू लागले.

एका सकाळी ग्रेसने त्याचे स्पष्टीकरण दिले. आपल्या कंपनीची एक जुनी मोटार घेऊन सुरुवात झाली आहे. जरी ती जुनी असली तरी खूप उपयोगी आहे कारण या बिझनेससाठी खूप फिरावे लागते.

ही कुठली कार आहे? ती हिरव्या रंगाची आहे? असे काहीतरी बोलायचे म्हणून जगन बोलला. त्याला मोटारीची किंमत काय? त्यासाठी पैसे कोणी दिले? वगैरे प्रश्न विचारायचे नव्हते.

"मोटार छान आहे ना?"

त्यावर जगन देवासमोर जप करू लागला. जोपर्यंत ग्रेस देवघराच्या उंबऱ्यापासून हलली नाही आणि तिचे व मालीचे घराच्या समोरच्या भागात चाललेले बोलणे ऐकू आले नाही तोपर्यंत तो ध्यानात मग्न राहिला.

गांधीजींनी मला शांततापूर्ण उपाय शिकविले आहेत. त्या उपायांनीच मी त्यांच्या मागण्यांना सामोरा जाणार आहे. ही दोघं मला त्यांच्या सर्व प्रकारच्या व्यवहारांमध्ये गुंतवू पाहत आहेत अशी जगनची प्रतिक्रिया होती. तो मुलाच्या या योजनेने गोंधळलेला होता. या योजनेवर त्याचा अजिबात विश्वास नव्हता. त्याला जाणीव होती की त्याच्याकडून पैसे मिळविण्यासाठी हळूहळू त्याच्यावर दबाव आणला जात आहे. तो त्या योजनेकडे पूर्णपणे दुर्लक्ष करून येणाऱ्या परिस्थितीला सामोरा जाणार होता. म्हटलं तर हे त्याचे अहिंसक असहकाराचे धोरण होते.

जगनचे घरेलु जीवन त्रासदायक झाले होते. घरी आल्यावर जो अपेक्षित प्रसन्नपणा जाणवे तो हरवला होता. त्या जुन्या घराजवळ येताना त्याला अस्वस्थ वाटे. ग्रेस जेव्हा दार उघडी तेव्हा तिची अपेक्षापूर्ण नजर, मालीचे हेतुपूर्वक डोळ्यांच्या कोपऱ्यातून बघणे जगनच्या अंगावर येई. थंडपणे वाढणारा तणाव त्याला जाणवत होता. तो जेव्हा किल्लीने दार उघडी आणि दाराशी कोणीही येत नसे तेव्हा त्याला आनंद होई. कारण त्या वेळी ती दोघंही बाहेर गेलेली असत. ग्रेस बाजारात गेलेली असे व माली त्याच्या स्थानिक मदतनिसांबरोबर त्याच्या हिरव्या मोटारीमधून बाहेर गेलेला असे. अशावेळी जगन त्या हिरव्या मोटारीसाठी देवाचे आभारच मानी.

तो जेव्हा आत असे तेव्हा जर समोरचे दार उघडल्याचा आवाज आला तर तो घरातल्या अगदी आतल्या अंगणात जाई आणि कित्येकदा स्वत:ला तिथल्या अंघोळीच्या खोलीत बंद करून घेई. पण ही असहकाराची परिस्थिती फार काळ टिकू शकली नाही.

ग्रेसने एका सकाळी सरळ सरळ प्रश्न केला की "तुम्ही आमच्या योजनेवर विचार केला का?" जगनला कचाट्यात पकडल्यासारखे झाले. त्याने एक मिनिटभर अगोदर शर्ट काढून घेतला असता तर एव्हाना तो रस्त्यावर पोचला असता. ग्रेसने जगनच्या हालचाली नीट अभ्यासून त्याला वेळेवर अडविले होते. त्याने गेले दोन आठवडे आपल्या येण्याजाण्याच्या वेळा बदलून ही परिस्थिती चुकवायचा प्रयत्न केला होता. आता त्याला कोंडीत सापडल्यासारखे झाले.

त्याला म्हणावेसे वाटले, 'हे सर्व प्रश्न सोडविण्याचे काम तू पुरुषांवर सोपव. मंगोलिया का कुठल्याशा देशातून आलेल्या जादूगारणी, तू दूर राहा.'

तिने तिच्या बॉबकटवर एक फूल पिनने खोचले होते. त्याला सांगावेसे वाटले, ते फूल काढून टाक. ते हास्यास्पद दिसते. पण प्रत्यक्षात तो म्हणाला, "तू आज सकाळी केसात जास्वंद घातलेले दिसते."

"आज शुक्रवार आहे. त्यामुळे मला एक हिंदू पत्नी म्हणून माझे कर्तव्य आठवले. मी दाराजवळच्या पायऱ्या धुतल्या आणि पांढऱ्या पिठाने रांगोळी घातली. मी काल पीठ घेण्यासाठी दुकानात गेले होते. हे बघा! मी काय केले आहे."

ती एवढी आग्रही होती की जगनला तोंडावर हसू आणून तिच्या पाठोपाठ बाहेर जावे लागले. तिने जमिनीवरील फुलांच्या नक्षीकडे बोट दाखवून म्हटले, "आतातरी तुमचा विश्वास बसला असेल की मागच्या जन्मात मी हिंदू असणार. मी अनेकांना बघितले होते त्याप्रमाणे जमिनीवर वाकून नक्षी काढली."

जगनला सांगावेसे वाटले की, "सनातनी हिंदू बायका तुझ्यासारख्या आपल्या केसांना क्लिप लावत नाहीत."

पण प्रत्यक्षात तो म्हणाला, "खूप वर्षांपासून अशा गोष्टींकडे लक्ष देणारे या घरात कोणी नव्हते. पण शुक्रवार पवित्र असतो हे तुला कोणी सांगितले?"

"माझ्या मैत्रिणी आहेत, ज्या मला काय बरोबर व काय चूक हे सांगतात."

जगन बाहेर सटकायचा विचार करत होता तेव्हा खिडकी उघडून मालीने वाकून पाहिले. त्याने आज्ञा केली, "बाबा तुम्ही एक मिनिट आत या. मला तुमच्याशी बोलायचे आहे." जगनला वाटले की ग्रेसने त्याला जाळ्यात अडकविण्यासाठीच मुद्दाम थांबविले. त्याने कपाळाला आठ्या घालून तिच्याकडे रागाने पाहिले. ती मात्र प्रेसिडेन्टला भेटू देणाऱ्या दरवानासारखी म्हणाली, "तुम्ही आत जा. तुम्हाला आत बोलाविले आहे." हा तुमचा सन्मान आहे असे जणू तिने सुचविले.

मला दुकान उघडण्यासाठी जायला हवे असे पुटपुटत जगन आत गेला. माली त्याच्या टेबलापाशी बसला होता. त्याने पाहुण्यासाठी ठेवलेल्या खुर्चीकडे निर्देश केला. जगन नाखुशीनेच खुर्चीवर बसला. तो अजूनही मला दुकान उघडायला जायला हवे असे पुटपुटत होता. मालीने त्याच्या बोलण्याकडे दुर्लक्ष करीत म्हटले, "तुम्ही शेवटी विचार केला का?"

"काय?" जगनने विसरल्याचे नाटक करीत म्हटले. पण त्याला माहीत होते की हे तो यशस्वीपणे करू शकत नाही. माली आणि ग्रेस त्याला जाळ्यात पकडण्यासाठीच जणू टपून बसले होते. या क्षणाला तो त्यांच्या चिमटीत सापडला होता. मालीने एक माहितीपत्रक त्याच्याकडे भिरकावले आणि विचारले, "मी एक तुम्हाला पोस्ट केले होते ते मिळाले नाही का?"

जगनने हो किंवा नाही काहीच म्हटले नाही. कारण दोन्हीपैकी काही म्हणणे म्हणजे आफतच होती. त्याचे मन दुसरीकडेच भटकत होते, 'नटराज इतक्या लवकर हे पत्रक त्याच्या प्रेसमधून कसा बाहेर काढू शकला? अणि जगनचे पुस्तक मात्र गेली कित्येक वर्षे न हात लावता प्रेसमध्ये पडून होते. मालीने अशी काय जादू केली होती?'

जगन विचारात गढलेला असताना माली अचानक म्हणाला, "तुम्ही त्या पत्रकाकडे बघायचेही कष्ट घेत नाही आहात."

जगनला भीती वाटली की, "हा गोड गोड बोलण्याचा मोसम संपत आला आहे.' त्यामुळे तो मऊ स्वरात म्हणाला, "मी ते बघितले आहे. मी हेही पाहिले आहे की, तू माझे नाव त्यात मला न विचारता घातले आहेस."

"अरे, तुम्हाला काय झाले आहे? मी अगदी पहिल्याच दिवशी तुमच्याकडे बोललो होतो. मी जवळजवळ अर्धा तास सर्व प्रकारची स्पष्टीकरणे करण्यात वेळ घालवला होता. मी तुम्हाला विचारले होते की तुमचे नाव प्रिंट केले तर चालेल ना? आणि तुम्ही म्हणालात, ठीक आहे! तुमचे पुढे चालू दे."

जगनने मनातल्या मनात मागे वळून तो कुठला दिवस होता ते आठवायचा प्रयत्न केला.

मालीचा राग वाढू लागला होता. ग्रेसने ही लक्षणे पाहिली व तिने बोलण्यात भाग घेत म्हटले, "सर्वांत पहिल्या दिवशी, ज्या दिवशी मालीने तुम्हाला त्याच्या योजनेबद्दल सांगितले." आपण असे काहितरी कधीतरी सांगितले असणार हे ओळखून जगन म्हणाला, "हो, हो!" मग तो नरमाईने बोलला, "हो! पण मला स्वाभाविकपणे असे वाटले की तू प्रेसकडे जाण्याआधी परत एकदा हे सर्व समजावून सांगशील."

"मला तुम्ही काय म्हणता हे खरंच समजत नाही. तुम्ही प्रत्येक गोष्ट दहा दहा वेळा सांगावी अशी अपेक्षा करता. या देशात कुठलीही गोष्ट होऊ शकत नाही यात काही आश्चर्य नाही."

"तू देशाला सर्व गोष्टींसाठी का दोष देतोस? चार लाख वर्षे तो अत्यंत चांगलाच होता."

जगनला आपली संस्कृती, रामायण, भगवद्‌गीता, देशाला स्वातंत्र्य मिळविण्यासाठी भोगलेला तुरुंगवास, कष्ट आठवले. आणि तो पुटपुटला, 'त्या वेळी तू जन्मलाही नव्हतास!'

मालीने निराश झाल्याचे हावभाव केले. तो म्हणाला, "मला तुम्ही काय बोलता हे कळत नाही. मला माझ्या कामासाठी जावे लागेल. आपण दोन मोठी सत्रे घेतली होती. मी तुम्हाला सर्वकाही सांगितले होते आणि आता परत..."

ग्रेस दोघांच्या मध्ये येऊन म्हणाली, ''बाबा! तुमच्या मनात काही प्रश्न असतील तर माली त्याची उत्तरे देईल.''

जगनला आपण साक्षीदाराच्या पिंजऱ्यात उभे असल्यासारखे वाटले. त्याने काही बोलले तरी तो त्याच्या विरुद्धचा पुरावा म्हणून धरला जाणार असे वाटून तो म्हणाला, ''मला आता जायचेच आहे, कारण मला दुकान उघडायचे आहे.''

''आम्हाला सुरुवात करायची आहे. आमचे साहाय्यक आमची वाट पाहत आहेत. आपण योजना लगोलग सुरू केली नाही तर आपल्या हातून सर्व काही निसटेल. मी तुम्हाला आपल्या सहभागाचे मूळ स्पष्ट करून सांगितले आहे. पन्नास हजार डॉलर्स! त्याचे रुपयात रूपांतर कितीही असो...''

''पण ही मन डळमळीत करणारी रक्कम आहे. मी एक गरीब मनुष्य आहे रे!'' जगन आक्रोशत म्हणाला. त्यामुळे मालीला बसलेला धक्का आणि ग्रेससमोर वाटलेली लाज त्याच्या चेहऱ्यावर दिसली. जणूकाही जगनने काहीतरी वाईट शब्द उच्चारला होता. हा परिणाम बघून जगन म्हणाला, ''गांधीजींनी नेहमी गरिबीचाच पुरस्कार केला. श्रीमंतीचा नव्हे.''

''आणि तरीसुद्धा तुम्ही दिवसाला हजार रुपये कमावता,'' माली दुष्टपणे हसून म्हणाला.

''तुला जर वाटत असेल की हा धंदा घेऊन तू तो चालवू शकतोस तर चालव. हा तुला हवा असेल तर तुझाच धंदा आहे.''

''तुम्हाला वाटते मी असे करावे? मग एक हलवाई होण्यापेक्षा माझ्याकडे अधिक चांगल्या योजना आहेत.''

जगन पुढे काही ऐकण्यासाठी थांबला नाही. त्याने त्याची खुर्ची सावकाश मागे सारली. एक दोन सेकंद त्या दोघांची तोंडे न्याहाळली. ग्रेसचे डोळे हसण्याने चमकत नव्हते. ते भावनाशून्य वाटत होते. 'ती चांगली मुलगी आहे की वाईट?' जगनने स्वत:शीच प्रश्न केला. मला वाटते की मला काहीतरी ठाम ठरविता आले पाहिजे. माली त्याचे अंगठ्याचे नख चावत होता आणि टेबलाखाली असलेले पायदान लाथाडत होता. जगनला तिथे थांबून मालीला सामोरे जाण्याचे धाडस नव्हते. एकही शब्द न बोलता त्याने खुंटीवरून त्याचे उपरणे घेतले आणि तो क्षणार्धात खोलीच्या बाहेर पडला.

नाल्याजवळून जाताना नेहमीच्या भिकाऱ्याने हटकले, ''माझे मालक माझ्याकडे आजकाल पाहतही नाहीत.''

''मी तुला पाच पैसे दिले होते...'' त्याला आठवेना नक्की कधी ते. मग तो शेवटी म्हणाला, ''मी तुझ्यासारखाच गरीब आहे रे! तुला वाटते का की

माझ्याकडे अमाप पैसा आहे?''

''मालक! आपण असे अशुभ बोलू नये.''

निदान हा माणूस तरी मालीपेक्षा बरे बोलतो. समान परिस्थितीत मालीला मी जर श्रीमंत बाप नसलो तर मी नको आहे जगनला वाटले.

तो दिवसभर उदास राहिला. साडेचारला भाऊ आला. नेहमीप्रमाणे तो मुदपाकखान्याला भेट देऊन आला. भावाला कल्पना होती की जगन त्याला काहीतरी भयंकर गोष्ट सांगण्यासाठी त्याची वाट बघत आहे. रुमालाने तोंड पुसत भाऊ त्याच्या नेहमीच्या स्टुलावर बसला.

तो म्हणाला, ''आज चंद्रकला मिठाईची चव अतिशय सुंदर झाली आहे. याच मिठाईमुळे आपल्या दुकानाची कीर्ती दिगंतात जाईल.'' स्तुतीमुळे थोडे खुलून जगनच्या डोळ्यांतील काळजी जरा कमी झाली. मिठाईच्या शुद्धतेला अधिक महत्त्व आले.

जगन सांगू लागला, ''काल मी आलो आणि पाहिले की आचारी शुद्ध गाईचे तूपच तळणासाठी घेतील. मी म्हशीच्या तुपाला ते स्वस्त असले तरी हातही लावत नाही. गांधीजी म्हशींच्या उत्पादनांच्या विरुद्ध होते. मी एका आचाऱ्याला कोप्पलकमधून गाईचे तूप आणायला पाठविले होते. तो सकाळी पाच वाजता आला. मी सरळ आठ वाजण्याअगोदर ते वितळायला ठेवण्यासाठी आलो. मी त्यावर बरेच पैसे खर्च केले आहेत आणि मला ते खूप तापवायला नको होते.''

''तू सगळ्या गोष्टींकडे बारीक लक्ष पुरवतोस. मला तुला अनेकदा विचारायचे होते की तू हा धंदा कसा काय स्वीकारलास? कारण हा एक वैशिष्ट्यपूर्ण व्यवसाय आहे.''

''मी जेव्हा तुरुंगात होतो तेव्हा मला स्वयंपाकाची कामे दिली होती. मी जेव्हा बाहेर आलो तेव्हा इतर व्यवसायांप्रमाणे हाही व्यवसाय चांगला आहे असे मला वाटले.''

जगन आपल्या जुन्या आठवणींत रमायला लागला हे पाहून भावाचा जीव भांड्यात पडला.

''पण या दुकानाची प्रतिष्ठा शिवरामनमुळे वाढली. तो नसता तर मी कुठे असतो देव जाणे! मला माझ्या मार्गाने समाजाची सेवा करायची होती. शुद्ध तुपातील मिठाई तयार करून विशेषत: गरीब मुलांसाठी...''

भावाने गरीब मुले म्हणजे... ती जी तुझी मिठाई विकत घेऊ शकत नाहीत... असे बोलण्यापासून स्वत:ला आवरले. पण त्याने दुसऱ्या प्रकारे आपले मत मांडले, ''जर मिठाई शुद्ध असायला पाहिजे तर त्यासाठी पैसेही

द्यायला पाहिजेत.''

"ते खरे आहे!'' जगन म्हणाला. तो थोडावेळ विचार करत गप्प बसून होता. नंतर त्याने जाहीर केले, "उद्यापासून सर्व मिठायांच्या किमती मी कमी करणार हा माझ्या मनाचा निश्चय आहे.''

"का?'' भावाने काळजी वाटून विचारले. जगनने उत्स्फूर्तपणे स्पष्टीकरण केले. तो म्हणाला, "समजा आपण शंभर रुपयांचा कच्चा माल दर दिवशी घेतो, आपल्या नोकरांचे पगार, दुकानाचे भाडे वगैरे मिळून एकशे सत्तर.'' नंतर हळू आवाजात तो म्हणाला, "तयार केलेल्या मिठायांपासून आपल्याला दोनशे रुपयांपेक्षा जास्त कमवायची गरज नाही आणि सत्य असे आहे...'' त्याने सुरुवात केली पण शेवटच्या क्षणी सर्व तपशील तो उघडपणे सांगायला चाचरला. त्याला खरे आकडे उघड करण्याची इच्छा नव्हती म्हणून तो बोलला, "खूप लोकांना किंमत कमी केल्याचा फायदा होईल.''

"पण तू तर साखर खाण्याच्या विरोधात आहेस नाही का?

जगनला हा विरोधाभास पचवायला थोडा वेळ लागला. मग तो म्हणाला, "या दोन गोष्टींचा काही संबंध नाही. लोकांना जर गोड खायचे असेल तर त्यांनी ते शुद्ध खावे एवढाच हेतू आहे. मी विशेषत: मुलांचा व गरीब लोकांचा विचार करीत आहे.''

"आणि तुझ्या वाटणीचे काय?'' भावाने जणू जगनची परीक्षा घेण्यासाठी विचारले.

"माझ्याकडे आता पुरेसे झाले आहे.''

हे व्यावहारिक चातुर्याचे वाक्य बारकाईने तपासून त्यांचा नीट अर्थ लावावा म्हणून भाऊ बोलला, "काय पुरेसे झाले आहे?''

"सगळ्याच गोष्टी...''

भाऊ एकदम विमनस्क होऊन गंभीरपणे म्हणाला, "तू जर या धंद्यातून निवृत्त व्हायचे ठरवत असलास तर मला खात्री आहे की, काही जणांना हा धंदा घेऊन चालवायची इच्छा असेल.''

"हो! पण हे काही सोपे नाही. मी सकाळी मालीला हेच सांगितले आणि तो म्हणाला...''

एवढे बोलून तो गप्प बसला. सकाळचे दृश्य आठवून त्याला भरून आले. आपल्याला रडू कोसळेल असे वाटले. इथे या आसनावर बसून डोळ्यात अश्रू आणणे त्याला मूर्खपणाचे वाटले. त्याच्या डोक्यात आपण फाटक्या कपड्यातल्या अर्जदाराप्रमाणे मालीसमोर आणि त्या मुलीसमोर उभे आहोत आणि ते त्याच्या जन्मभराच्या व्यापाराला दूषणे देत आहेत असे चित्र आले. त्याच व्यापाराने

मालीला अमेरिकेला जाण्यासाठी, हवे ते करण्यासाठी पैसा पुरवला. मिठाईचा व्यापारी! हलवाई! हे खरंच आहे.

जगनला एकदम जाणीव झाली की तो भाऊ त्याच्या उत्तराची वाट पाहत आहे. म्हणून तो पट्‌कन म्हणाला, "त्याला मिठाई विकण्यामध्ये रस नाही."

भावाला वाटले, या वेळी जगनला आपण सहानुभूती दाखविणे आवश्यक आहे. तो म्हणाला, "याच्यापेक्षा बरा पैसा मिळवायचा कुठला मार्ग आहे? पण तुला माहीत आहे की मालीच्या कल्पना वेगळ्या आहेत."

"पैसा ही वाईट गोष्ट आहे." जगन नेहमीप्रमाणे म्हणाला. "आपण सगळे पैसा नसताना जास्त खूश राहू. एखादी क्रिया जी स्वतःच्या बळावर चालवू शकतो त्याला पैसे मिळवायची गरजच पडणार नाही."

मग तो ओरडला, "कॅप्टन, ती मुले कोण आहेत? त्यांना काय हवे आहे?"

"मी त्यांना घालवतो सर!"

"नाही, नाही! त्या काउन्टरवरच्या मुलाला सांगा, त्या सर्वांना एकेक मिठाईचा पुडा द्या आणि मग त्यांना घालवा."

"त्यांच्याकडे पैसे नसतील."

"कोण काळजी करतोय? मी त्यांना देऊ शकतो."

आपल्या आसनावरून जगनने समोरच्या काउन्टरवरील मुलाला बोलाविले आणि सांगितले, "मुलांना मिठाई वाट." मुलांना मिठाई मिळाली व ती आश्चर्यचकित होऊन परत गेली.

"आज जर ही मुले बाहेर गेली आणि त्यांनी ही बातमी लोकांना सांगितली तर इथे तोबा गर्दी जमेल आणि ही जागा सोडणे तुला अशक्य होईल."

"आम्ही सांभाळून घेऊ. तू काळजी करू नकोस. एक दोन दिवसातच काही फेरफार होणार आहेत."

भाऊ घाबरला आणि म्हणाला, "तू घाई करू नकोस. तू तीर्थयात्रेला जा. देवळांना भेटी दे. पवित्र नद्यांमध्ये स्नान कर. मी तू बाहेर असताना तुझे दुकान सांभाळेन."

"माझी जेव्हा तयारी होईल तेव्हा मी तुला सांगेन."

समोरच्या काउन्टरवरच्या मुलाने तांब्याचा खुजा आत आणला. भाऊ अशावेळी नेहमी निघत असे पण आज तो थांबला. त्याला कुतूहल होते की, आता आलेले पैसे जगन स्वीकारणार की फेकणार? जगनने खण ओढला, त्यात टॉवेल पसरला. त्यामुळे खुजातून पडणाऱ्या नाण्यांचा आवाज झाला नाही. आपल्या भावाकडे बघून जगन म्हणाला, "आज रात्री आणि उद्या मला एकाग्र चित्ताने खूप हिशेब करायचे आहेत. मी गोष्टी बऱ्याच काळ रेंगाळत

ठेवल्या आहेत.''

भावाला या सर्व गोष्टी कुठल्या थराला जातील अशी काळजी वाटली. एखाद्या शांती प्रस्थापित करू पाहणाऱ्या मध्यस्थाप्रमाणे तो म्हणाला, ''मी मालीशी बोलेन. मला माहीत आहे की मी बोलू शकतो. मी त्या मुलीशी, ग्रेसशीही बोलू शकतो. ती खूप विश्वासू आहे.''

''हो, हो! तू त्यांच्याशी तुला आवडेल त्या विषयावर बोलू शकतोस. पण माझ्याकरिता नाही.'' जगन ताठरपणे म्हणाला.

# सात

**दो**न दिवसानंतर त्याच्या नेहमीच्या वेळेवर आलेल्या भावाला दुकानासमोर गर्दी जमलेली दिसली. कुठलेही पॅकेट घ्या, पंचवीस पैसे! ती मिठाईची पाकिटे घेण्यासाठी एवढा गोंधळ माजला होता की काउन्टरवरचा मुलगा उद्विग्न व प्रचंड थकलेला दिसत होता. म्हातारे, तरुण, मुले, भिकारी, श्रमिक सगळे मिठाई घेण्यासाठी हात पसरत एकमेकावर आदळत होते. मिठाईची ताटे मुदपाकखान्यातून भरून येतायेताच रिकामी होत होती.

पाच वाजेपर्यंत त्या दिवशी केलेली सर्व मिठाई संपली. शिवरामन आणि बाकी आचारी मुदपाकखान्यातून बाहेर आले आणि जगनसमोर उभे राहिले. त्यांनी विचारले, ''आता आपण काय करायचे?''

''आता तुम्ही घरी जाऊ शकता. जर सर्व मिठाई विकली गेली असेल तर आजच्या दिवसाचे काम संपले आहे.''

आपल्या गळ्याजवळचा सोनेरी मणी फिरवत शिवरामन म्हणाला, ''मला कळत नाही की काय झाले आहे, हे सर्व कशासाठी चालू आहे?''

''खूप लोकांनी मिठाई खावी म्हणून. ते सर्व खूश नव्हते का?''

''तुम्ही दुकान बंद करायचे ठरविले आहे का?'' शिवरामनने विचारले. त्याचा मदतनीस म्हणाला, ''अशाने आपण बुडू. याने तुम्हाला काही फरक पडणार नाही.'' जगन म्हणाला, ''आपण काही कमी करणार नाही, ना मिठाईची संख्या! ना गुणवत्ता!''

''ते कसे? आपण असे कसे करू शकू?'' शिवरामनने विचारले.

आपण हे का करत आहोत हे जगन सोप्या रीतीने स्पष्ट करू शकला नाही. स्टुलावर बसलेला भाऊ त्याची सुटका करायला आला. तो म्हणाला, ''आम्ही बाहेरच्या स्पर्धेला तोंड देण्यासाठी नवीन नवीन योजना राबवून बघत आहोत. मी उद्या तुम्हाला सर्व सांगेन.''

आचारी निघून गेला व दुकान सहा वाजताच खाली झाले. काउन्टरवरच्या मुलाने तांब्याचा खुजा नेहमीपेक्षा लवकरच आत आणला. तो म्हणाला, "बाहेरची गर्दी अजून वाट पाहत आहे, सर! त्यांना काही मिळाले नाही म्हणून ते रागावले आहेत."

"त्यांना उद्या यायला सांग."

बाहेरून लोकांचा आरडाओरडा व कॅप्टनचे दरडावणे ऐकू येत होते.

"आपल्या लोकांना शिस्त शिकविली पाहिजे."

अशी व्यवस्था केल्यावर जगनला काळीज हलके झाल्यासारखे वाटले. पण त्याच्या कर्मचाऱ्यांना मात्र ही कल्पना पचवायला बराच वेळ लागला, कारण त्यांना व्यापार ठप्प होईल या भीतीबरोबरच त्यांच्या भवितव्यावर, पगारवाढीवर मर्यादा येतील असे वाटत होते.

जगनने हा सर्व विचार केला नव्हता, पण तो या व्यवस्थेमुळे होणाऱ्या परिणामांचा विचार केलेला आहे असे भासवत होता. त्याच्यावर होणारे शेरे तो झटकून टाकत होता. पण कर्मचारी मात्र या विषयाकडे परत परत वळत होते.

सर्व तळण दुपारनंतर तीन तासातच आटोपत होते. विक्री तर तासाभरातच संपत होती. त्यामुळे कर्मचाऱ्यांना जगनच्या भोवती कोंडाळे करून चर्चा करीत बसायला भरपूर वेळ मिळत होता. बाहेरच्या काउन्टरवरची गर्दी जी अधिक मिळविण्यासाठी उगाचच आरडाओरडा करी ती आता कमी झाली होती. बाकी सर्व क्रियाही थंडावल्या होत्या. हेच शिवरामनच्या घोर चिंतेचे कारण होते. त्याला भीती होती की लोक बिथरतील.

जगन म्हणे, "शांत व्हा आणि पाहा. आपल्या लोकांनी शिस्त शिकणे आवश्यक आहे. ते लवकरच शिकतील. तुम्ही काळजी करू नका." लहानशा हॉलमधल्या बाकी लोकांना ते सांगणे अप्रस्तुत वाटत होते. पण अतिनम्रपणामुळे ते बोलू शकत नव्हते.

"आपल्याला जास्त मिठाई तयार करावी लागेल," शिवरामन सावकाश तंबाखू चोळत म्हणाला.

"प्रयत्न करायला हरकत नाही. पण कशासाठी?"

शिवरामन व त्याचे सहकारी मिठाई बनविण्यात माहीर होते, पण अर्थकारण, व्यापाराचे राजकारण त्यांच्या आवाक्याबाहेरचे होते. शिवरामनला अचानक स्फूर्ती आली आणि त्याने म्हटले, "आता दर कमी झाल्यामुळे अधिक लोक आपल्या मिठाईची मागणी करीत आहेत."

जगनला हे स्पष्टीकरण खूप हुशारीने केल्यासारखे वाटले, पण ते उघडपणे सांगणे त्याला योग्य वाटले नाही. त्यामुळे तो एवढेच म्हणाला, "ठीक आहे!

हा एक दृष्टिकोन झाला. आपण पंधरा दिवस हे सर्व कसे चालते ते पाहू आणि नंतर तुझ्या दृष्टिकोनाचा विचार करू.'' जगनला माहीत होते की नोकरमंडळी त्याच्याकडे एक व्यवहार कुशल व्यापारी म्हणून पाहतात. त्यांना जगनने उचललेले पाऊल योग्य कारणानेच घेतले असावे असे वाटत होते. यामागे काहीतरी हुशारीच असावी असे ते मानत होते. जगनला त्यांची दिशाभूल करावयाची नव्हती. या परिस्थितीत त्याला चमत्कारिकरीत्या स्वत:ची खुशामत झाल्यासारखे वाटून समाधान वाटत होते. जगन जरी सत्याचा पुरस्कर्ता असला तरी त्याला या प्रसंगात खोट्या प्रसिद्धीच्या झोतात चमकायला आवडत होते.

शिवरामनने शेवटी विचारले, ''शहरातला सगळा व्यापार आपल्या दाराशी खेचून आणण्याचा तुम्हाला रस्ता सापडला आहे का?'' जगनकडे अर्थपूर्ण हसण्याची क्लृप्ती आणि ताठा होता. त्यामुळे नोकरमंडळी खूश झाली व तेही अर्थपूर्ण हसले. याचा अर्थ जगनने त्यांच्यासमोर नुसत्या नफ्याऐवजी मोठा खजिनाच उघडला होता.

''तुमच्याकडे हा फावला वेळ आहे आणि त्याचा उपयोग कसा करावा हे तुम्हाला कळत नाही. मला तुम्हाला मदत करू द्या. खाली बसा! आपल्याकडे असलेल्या अमूल्य वेळेचा कसा सदुपयोग करावयाचा ते शिका. बाजारात भटकत किंवा पैशाविषयी चर्चा करीत वेळ घालवू नका. तुम्ही इथे बसा. मी दररोज तासभर तुमच्यासाठी भगवद्‌गीतेचे वाचन करीन. तुम्हाला त्यापासून फायदाच होईल. त्या कॅप्टनलासुद्धा जर आवडत असेल तर आत बोलवा.''

जगनने सगळ्यांना बसण्याची आज्ञा केली. स्वत:च्या आसनावरून त्यांच्याकडे एक दयार्द्र दृष्टी टाकली व आपली भगवद्‌गीता काढली. त्याने पहिले पान उघडून सुरुवात केली, ''कुरुक्षेत्रावर दोन सैन्ये युद्ध करण्यासाठी समोरासमोर उभी ठाकली. तुम्हाला ती तिथे का आली होती हे ठाऊक आहे का?''

शिवरामन पूर्णपणे शांतचित्त होऊन जमिनीवर मांडी घालून बसला आणि म्हणाला, ''आम्हाला सगळ्यांना त्या दोन सेना तिथे का आल्या होत्या हे माहीत आहे. मला खात्री आहे की हे त्या तरुण मुलांनाही माहीत असणार.'' सगळ्यांनी होकारार्थी हुंकार दिला. कॅप्टन आदराने हात जोडून दूर उभा होता. त्याची छोटी काठी त्याने उजव्या काखेत पकडली होती. समजूतदारपणे तो मान डोलवत होता.

प्रमुख आचारी काय बोलला याचा विचार न करता जगनने परत पहिल्या ओळीपासून सुरात वाचायला सुरुवात केली. संस्कृत भाषेच्या उच्चारणाने त्याला एकप्रकारे खुशी वाटत होती.

''या क्षणी अर्जुनासारख्या शूर योद्ध्यापुढे अडचण होती की तो स्वत:च्याच

काकांशी आणि भावांशी कसा लढणार? त्याचे पायातले बळ गेले. मग खुद्द देवाने, ज्याने त्याचे सारथ्य स्वीकारले होते त्याने उपदेश केला की अर्जुनाने कर्तव्यपूर्तीसाठी समोर भाऊ, काका अगदी मुले जरी असली तरी लढाई करणे आवश्यक आहे. योग्य वेळी लढाई केल्याशिवाय चांगल्या गोष्टींची प्राप्ती होत नाही. कळले का तुम्हाला?'' जगनने विचारले. सगळ्यांनी त्यांची मने जरी अन्यत्र भटकत होती तरी होकारार्थी माना डोलावल्या. त्याच ओळींची जगन पुन्हा उजळणी करेल एवढीच कदाचित त्या सगळ्यांना चिंता होती.

पुढे स्पष्टीकरण करताना जगन म्हणाला, ''हे पुस्तक वाचून संपविले असे होतच नाही. हे जन्मभर वाचण्याचे पुस्तक आहे. महात्मा गांधी आम्हाला दररोज गीता वाचून दाखवत असत. ते त्यांना माहीत नव्हते किंवा आपल्याला माहीत नव्हते म्हणून असेल का?''

''खरं आहे! खरं आहे!'' ते सगळे एका सुरांत ओरडले.

''महात्माजींनी आपले ब्रिटिशांविरुद्ध असलेले युद्ध हे महाभारतातील युद्धाप्रमाणे मानले होते.''

आता दुकानाचे रूपांतर शाळेतल्या वर्गाप्रमाणे होऊ लागले होते. पण विद्यार्थी शिकण्याचा आनंद म्हणावा तेवढा घेत नव्हते, हे बऱ्याच वेळा शिवरामनने तंबाखूची पिंक थुंकायला उठणे किंवा बाकीच्यांनी उठून नाक शिंकरायला जाणे किंवा तपकीर ओढणे यावरून दिसत होते. कॅप्टन जो शिस्तीचा अगदी पुतळा होता, तो सुद्धा दाराशी आलेल्या बघ्यांना हटविण्याच्या निमित्ताने बाहेर सटकला. हे सर्व किती काळ चालू राहणार याबद्दल प्रत्येक जण साशंक होता. ही माणसे मुदपाकखान्यातील धुरात फुलणारी, तळणामध्ये आनंद मानणारी होती. पण जेव्हा तीन पाहुण्यांनी दुकानात प्रवेश केला तेव्हा सर्वांनी सुटकेचा निश्वास सोडला.

कॅप्टनने चट्‌कन उठून सलाम केला आणि पाहुण्यांना जगनच्या आसनाकडे आणण्याचे आपले कर्तव्य बजावले व तो बाहेर गेला. या वेळी जेव्हा व्यापार अगदी भरात असायला पाहिजे, मुदपाकखान्यात जेव्हा चुली ढणाणत असायला पाहिजेत तेव्हा आचारी जमिनीवर अस्ताव्यस्त बसलेले हे चित्र अजब वाटत होते. जगनच्या असंबद्ध बोलण्याला ऊत आला होता.

जगनने त्या पाहुण्यांना ओळखले. एक आनंद भवनचा शेठ होता. हजारो मैल दूरच्या प्रदेशातून येऊन, गेल्या पंधरा वर्षांत ज्याने हॉटेलचा मोठा व्यापार उभा केला होता. दुसरा माणूस कोर्टात कॅन्टीन चालविणारा होता. तिसरा माणूस ज्याला लांब पांढरी दाढी होती तो मात्र अनोळखी होता. कदाचित तो त्यांच्यापैकी कोणाचा तरी भाऊ असावा असे जगनला वाटले.

"अलभ्य लाभ! अलभ्य लाभ!" असे म्हणत जगनने त्यांना जवळजवळ मिठीच मारली. भगवद्‌गीता ऐकण्यासाठी जमलेले श्रोते हळूहळू अडथळा न आणता आतल्या भागात अदृश्य झाले. आलेल्या पाहुण्यांसाठी पुरेशा खुर्च्या नव्हत्या, पण सुदैवाने भावाने बसायचे स्टूल रिकामे होते. ते घाईघाईने जगनने जाड्या शेठला दिले. कॅप्टनने शेजारच्या सोड्याच्या दुकानातून एक लोखंडी खुर्ची आणली. ती जगनने कोर्टातल्या कॅन्टीनवाल्याला दिली. आणि जो कुणाचा तरी भाऊ वाटत होता त्याला तसेच सोडून जगन आपल्या आसनावर जाऊन बसला. त्याला दुसरीकडे कुठेही बसणे शक्य नव्हते.

ते सर्वजण मूळ मुद्द्यावर येण्यापूर्वी जोपर्यंत राजकारणावर, हवापाण्यावर, बाजाराच्या सध्याच्या स्थितीबद्दल अर्धा तास गप्पा मारत होते तोपर्यंत तो कोणाचा तरी भाऊ काय करावे ते न कळून गोंधळून उभा होता.

नंतर शेठने विचारले, "गेले काही दिवस हे तुम्ही काय चालविले आहे?"

"गेले चार दिवस," तो भाऊ म्हणाला.

"हा आमचा मित्र आहे."

जगन त्याच्याकडे पाहून हसला. त्यामुळे धीट होऊन तो दाढीवाला जवळ येऊन जगनच्या पायाजवळ जमिनीवर बसला.

"तुम्ही मिठाईच्या दरात कमालीची कपात करीत आहात."

"हो!"

"का? हे आम्हाला कळू शकेल का?"

"त्यामुळे खूप लोक मिठाई खाऊ शकतील," जगन गोड हसून म्हणाला. त्याच्या या उत्तरावर पाहुण्यांना धक्काच बसला.

"या सगळ्या लोकांना रास्त भावाने मिठाई खाण्यास कोण अडवते? मिठाईचा भावच!" जगन स्वतःच्या स्पष्टीकरणावर जोर देत म्हणाला.

"ही व्यापाराची वाईट पद्धत झाली," तो कॅन्टीनचा मालक म्हणाला.

त्यांना उत्तरादाखल जगन म्हणाला, "माझ्या आदरणीय पाहुण्यांना आज मी काही देऊ शकत नाही याचे मला वाईट वाटते. कारण एका तासापूर्वीच माझी सर्व मिठाईची ताटे रिकामी झाली आहेत."

"म्हणजे हा चांगलाच व्यापार आहे," शेठ डोळे विस्फारून म्हणाला. जगनने ती स्तुती मान हलवून स्वीकारल्याचे दर्शविले आणि तो स्वतःच्या चांगल्या कामाने जणू कृतकृत्य झाला.

"पण त्यामुळे तू आमचा व्यापार का उद्ध्वस्त करीत आहेस?"

"मी माझ्याकडे गर्दी करणाऱ्या गिऱ्हाइकाना तुमच्या दुकानात जायला सांगेन, पण एका अटीवर! तुम्ही त्यांना शुद्ध, गुणवत्तेचे पदार्थ द्याल."

''म्हणजे तुम्हाला म्हणायचे आहे की, आम्ही चांगले जिन्नस वापरत नाही?''

''ते मला माहीत नाही. पण मी तळणासाठी शुद्ध तूप, अत्यंत चांगले पीठ आणि मसाले वापरतो.''

''आणि तुम्ही म्हणता की ती मिठाई चार आण्याला विकू शकता?''

या विनोदावर ते सर्वजण हसले. शेठ पुढे म्हणाले, ''१९५६ मध्ये मी हे सर्व करीत होतो. पण आज त्या शुद्ध वस्तू वाजवी भावात कुठे मिळतात?''

''मी तुम्हाला जर हवे असेल तर त्या शुद्ध वस्तूंचा पुरवठा करून देऊ शकेन. ज्याप्रमाणे भगवान श्रीकृष्ण गीतेत म्हणतात त्याप्रमाणे हे सर्व आपल्याच हातात आहे. तुम्ही मनात ठरवा आणि तुम्ही जे शोधत आहात ते सापडेल.''

जमिनीवर बसलेला दाढीवाला मनुष्य मध्येच म्हणाला, ''अरे! गीता म्हणजे खजिना आहे. खरेच! बुद्धिमत्तेचा अपूर्व खजिना आहे. गीता न वाचता माझा एक क्षणही जात नाही.''

''एखादा आयुष्यभर गीता वाचत राहू शकतो,'' हे शेठनी स्वत:शी कबूल केले.

कॅन्टीनवाला म्हणाला, ''आपल्याला सर्वांना हे माहीत आहे. पण गीता हेसुद्धा सांगते की, प्रत्येक माणसाने आपले कर्तव्य योग्य तऱ्हेने आणि योग्य प्रमाणात केले पाहिजे. तुम्ही तसे करत आहात असे वाटते का?'' त्याने जगनला सरळच विचारले.

जगनची शांतता भंग पावली. तो फक्त ''ओ!'' असे म्हणत स्वत:चा गोंधळ लपविण्यासाठी गालातल्या गालात हसला.

आता जितके गांभीर्य आणणे शक्य होते तितके आणून शेठ पुढे झुकून म्हणाले, ''जर एका माणसाने असे केले तर बाकी सगळे तसेच करू लागतील याचे तुम्हाला भान आहे का?''

जगनला या वाक्यामागचा अर्थ कळला नाही. फक्त त्याने धारदार उत्तर देण्यासाठी म्हटले, ''जर बाकीचे लोकही तसेच वागले तर काय हरकत आहे?''

''तुम्हाला हाच मार्ग पत्करायचा आहे का?'' कॅन्टीनवाल्याने रागात विचारले.

हा मार्ग पत्करण्यामागे काय पाप आहे हे नकळून जगन स्वत:शीच काहीतरी पुटपुटला आणि मग अचानक ओरडला, ''कॅप्टन, या सद्‌गृहस्थांसाठी चार सरबताच्या बाटल्या त्या सोड्याच्या दुकानातून आणा.''

त्या सर्वांकडून नकाराची कुजबुज झाली पण ती जगनपर्यंत नीट पोहोचली नाही.

''हा सगळा त्रास घ्यायची गरज नाही. आम्ही इथे काही गंभीर गोष्टी

बोलायला आलो आहोत. पहिल्यांदा त्या आपण सोडवू. पहिले काम आणि मग बाकी सर्व हे माझे नेहमीचे ब्रीदवाक्य आहे,'' शेठ म्हणाला.

यावर कॅन्टीनवाला म्हणाला, ''नाहीतर आपण पुढे कसे जाणार? हेच आपणा सर्व उद्योगपतींच्या वागण्याचे आदर्श तत्त्वज्ञान असले पाहिजे.''

त्यावर दाढीवाल्याने कुठल्यातरी उपनिषदातले तत्त्वज्ञान उद्धृत केले ज्याचा कशाशी काही संबंध नव्हता.

शेवटी शेठ अचानक म्हणाला, ''आपण सर्वजण काय बोलत आहोत?'' जगन आणि बाकी सगळे गप्प झाले.

शेठ, जे त्या सगळ्यांचे नेतृत्व करीत होते, पुढे म्हणाले, ''माझा वेळ फार मोलाचा आहे. या वेळी मला माझे काउन्टर एक क्षणभरही सोडता येत नाही. तरी मी इथे आलो आहे. ह्यावरून आम्ही इथे येण्यामागच्या कारणाचे गांभीर्य समजत नाही का?''

तर कॅन्टीनवाला म्हणाला, ''मी शहराच्या या भागात जवळजवळ वर्षानंतर आलो आहे. मला वेळ कुठे मिळतो?''

त्यावर दाढीवाल्याने तत्त्वज्ञान सुनावले, ''प्रत्येक मनुष्य स्वत:च्या व्यापात गर्क असतो.''

''तुम्हा सर्वांना इथे एकत्र आलेले पाहून मला खूप आनंद झाला. आपण असेच नेहमी अपल्या प्रश्नांची चर्चा करण्यासाठी भेटले पाहिजे.'' जगन बराच वेळ बाजूला पडल्यासारखे वाटल्यामुळे बोलला.

''तुम्हाला असे वाटले हे पाहून मला खूप आनंद झाला.'' असे मनापासून समाधान झाल्यासारखे शेठ पुढे म्हणाले, ''आपण सर्वांनी एकत्र येऊन आपल्या भावना व्यक्त केल्या पाहिजेत. नाहीतर आपण या स्पर्धेत मागे पडू.''

''एकजूट हीच शक्ती आहे,'' असे तो दाढीवाला म्हणाला. त्याला पंचतंत्रातले उदाहरण द्यायचे होते म्हणून त्याने सुरुवात केली, ''एकदा एके काळी...'' आता हे त्या प्रतिनिधी मंडळाला रुचणे कठीण होते. त्यामुळे शेठ त्याला तोडत म्हणाले, ''अर्थात पंडीतजी! आम्हा सर्वांना ती गोष्ट आणि त्याचे तात्पर्य माहीत आहे.'' या सभेत पहिल्यांदा बोलण्याचा आपल्याला हक्क आहे असे वाटून ते पुढे म्हणाले, ''...मी सांगत होतो त्याप्रमाणे आपल्या पुढे खूप प्रश्न आहेत. आज आपण सगळेच गोंधळलेले आहोत. आपण स्वत:लाच प्रश्न विचारत आहोत की आपण हा व्यापार का पुढे चालवावा?''

''अगदी हेच मला वाटते पण मी माझे जिन्नस केवळ विकण्यासाठी व्यापार चालू ठेवला आहे.'' जगनने शेठच्या प्रश्नाचा अर्थ अगदी साध्या सरळ रूपात घेत म्हटले. शेठला पुढे बोलण्याची स्फूर्ती आली. त्या बोलघेवड्यांच्या गटात

सापडल्यासारखा तो म्हणाला, "आपल्या प्रश्नांना खरोखरच उत्तर नाही. लोक आपापल्या कामात व्यस्त असतात. त्यांना वाटत असते आणि वाटत असणार की आपण पूर्वीसारखेच राहावे. पण आपल्याकडून ते अशी अपेक्षा कशी करू शकतात, हे माझ्या समजण्याच्या पलीकडचे आहे."

"आपण आपला उद्योग एका दिवसासाठी जरी बंद केला तरी त्यांना बरोबर समजेल." कॅन्टीनवाला म्हणाला.

"खरंतर आपला धंदा बंद करणे आर्थिकदृष्ट्या योग्य ठरेल. पण आपण तसे करू शकत नाही, कारण लोकांना त्रास होईल, निष्पाप कर्मचारी, श्रमिक आणि विद्यार्थी जे त्यांच्या पोषणासाठी आपल्यावर अवलंबून आहेत, ते खरे त्रास भोगणारे असतील." जणूकाही मानवतेचे कल्याण करणारा, वरदान देणारा असावा अशा थाटात शेठ म्हणाला. "आपल्या अडचणी असंख्य आहेत." तो पुढे म्हणाला. अडचण हा शब्द त्याचा अत्यंत आवडता होता.

त्याने अडचण हा शब्द इतक्या वेळा वापरला होता की जगनला काय अडचणी? असे विचारल्याशिवाय राहवले नाही.

शेठने आणि कॅन्टीनवाल्याने आश्चर्याने जगनकडे पाहिले कारण कोणी अशा अर्थाने प्रश्न विचारेल असे त्यांना वाटले नव्हते. त्या दोघांनी एकदमच बोलायला सुरुवात केली. दोघांचे आवाज एकमेकात मिसळून गेले, ते वेगवेगळे ओळखू येईनात.

शेठ सांगू लागला, "सेलसटॅक्स इन्स्पेक्टर आम्ही दिलेले हिशेब स्वीकारत नाहीत. इन्कमटॅक्सवाली माणसे मनाला येईल तसा कर बसवतात. हेल्थ इन्स्पेक्टरची अन्नचाचणी तर आपल्याला भूमिगत व्हायला लावते. आपल्या पदार्थांसाठी जे जिन्नस लागतात ते कसे मिळणार? आणि सर्वांत मुख्य तळणासाठी लागणारे माध्यम. आपण नेहमी शुद्ध तूप वापरू शकत नाही. सरकार आपल्यावर जबरदस्ती करते की आपण काय वापरतो ते सांगावे. गिऱ्हाइकाला तो काहीही खात असला तरी ते शुद्ध तुपातलेच आहे असे सांगावे असे वाटते."

कॅन्टीनवाला म्हणाला, "शुद्ध तुपाच्या कल्पना आता जुनाट झाल्या आहेत. किंबहुना शुद्ध लोणी आणि तूप हृदयविकारांना आमंत्रण देतात असे शास्त्रज्ञांचे म्हणणे आहे. त्याऐवजी येणाऱ्या कृत्रिम पर्यायांमध्ये जास्त जीवनसत्त्वे असतात. शिवाय ते जास्त स्वस्तही नसतात. त्यांचे भाव आता जवळजवळ शुद्ध तुपाएवढेच झाले आहेत."

"मग शुद्ध तूप का वापरू नये?" जगनने विचारले. त्यावर सर्व पाहुणे वैतागले. या प्रश्नावर काही मार्मिक उत्तर देण्याची ते तयारी करीत असतानाच कॅप्टनने सोड्याच्या बाटल्या आणल्या. त्याने पहिली बाटली मोठा आवाज

करीत उघडली आणि त्यातून फसफसणारा सोडा बाहेर पडत असताना ती बाटली शेठसमोर धरली; कारण तो त्या प्रतिनिधी मंडळाचा मुख्य होता. शेठ थोड्या नाराजीनेच म्हणाला, "मला काही नको असे मी सांगितले होते."

जगन म्हणाला, "हा फक्त सोडा आहे, खूप गॅस असलेला. घ्या ना!"

मधल्या काळात एखाद्या यंत्राप्रमाणे कॅप्टन बाटल्या उघडत होता आणि दाढीवाला त्याच्या हातून त्या खेचून घेऊन पुढे पाठवत होता. जमीन सोड्याच्या फसफसण्यामुळे ओली होत होती. जेव्हा जगनला बाटली दिली तेव्हा त्याने ती समारंभपूर्वक कॅप्टनकडे परत दिली. तेव्हा शेठ म्हणाले, "तुम्हाला आम्ही सोडा प्यायला हवे होते, मग तुम्ही स्वत: का पीत नाही?"

"मी दिवसातून चार औंसाच्या वर पाणी पीत नाही. तेसुद्धा रात्री उकळलेले आणि सकाळी ते मातीच्या भांड्यात थंड झालेले असले पाहिजे. मी त्या काळात जेव्हा तुरुंगात होतो तेव्हा..." जगनने सांगायला सुरू केली. मात्र आपल्या त्या आठवणींना शेठच्या प्रश्नामुळे आवर घातला.

"आपण आजची दुपार योग्यप्रकारे उपयोगात आणली का?"

जगनला कळेना की या प्रश्नाचे उत्तर देण्याची जबाबदारी कोणाची आहे? शेवटी तो स्वत: इथला मालक आहे हे आठवून तो म्हणाला, "आज तुम्ही सर्वांनी इथे येऊन मला उपकृत केले."

यावर शेठ म्हणाला, "मला आशा आहे की, तुम्ही आम्हाला सहकार्य कराल."

ते काय म्हणतात हे लक्षात न घेता जगन उत्साहाने म्हणाला, "नक्कीच! निश्चितच! माझा सहकार्यावर पूर्ण विश्वास आहे."

कॅन्टीनवाला म्हणाला, "ही तुमची जर तात्पुरती योजना असेल तर आम्हालाही काही प्रश्न विचारायचे नाहीत. पण जर दुसरे काही कारण असेल तर मात्र आपण सर्वांनी व्यापाराची पत योग्य तऱ्हेने सांभाळली पाहिजे. हे आपल्या सर्वांचे एकच ध्येय असणे आवश्यक आहे."

यावर उत्तरादाखल जगनच्या घशातून फक्त काही विचित्र आवाज निघाले. पाहुणे निघून गेले. जगनने त्यांना मोटारीतून निघून जाताना ऐकले व त्याने दुकान बंद करण्यासाठी आवराआवर करायला सुरुवात केली.

कॅप्टन लोखंडी खुर्ची सोड्याच्या दुकानात परत करण्यासाठी आत आला. त्याने जगनच्या टेबलावर सोड्याच्या बाटल्यांचे बिल ठेवले. जगनने गोळा झालेले पैसे कित्येक तासांपूर्वीच खणात ओतले होते. आता तो खण उघडून नाण्यांचे वर्गीकरण करण्यात गुंतला होता. इतक्यात तो दाढीवाला माणूस जो शेठबरोबर आला होता, तो परत आला.

"तुम्ही काही विसरला आहात काय?"

तेव्हा "नाही, नाही!" असे म्हणत तो माणूस जगनच्या जवळ येऊन स्टुलावर स्थानापन्न झाला.

"मी त्यांना त्यांच्या मोटारीतून पाठविले. मी तुमच्या शेजारच्याच रस्त्यावर राहतो. त्या लोकांनी मला इथवर येण्यासाठी लिफ्ट दिली आणि मला वाटले, आपण त्यांच्याबरोबर तुमच्याकडे यावे. ते सर्व तुमच्याबरोबर बोलण्यात एवढे व्यस्त होते की मला उगाचच तुमच्या चर्चेत भाग घेऊन तुम्हाला त्रास देऊ नये असे वाटले.

"मी तुम्हाला या अगोदर कधीही पाहिले नाही."

"मी कबीर लेनमध्येच राहतो, पण क्वचितच या बाजूच्या रस्त्यावर येतो." स्टुलावर सरसावून बसत त्याने जणू स्वत:ला संध्याकाळच्या शिळोप्याच्या गप्पांसाठी तयार केले.

"मला वाटले की तुम्ही त्यांच्याबरोबर जात आहात."

"माझे घर इतके जवळ असताना मी त्यांच्याबरोबर का जावे?"

जगन म्हणाला, "ते मला माहीत नाही. पण अजून मला तुमचे नावही ठाऊक नाही."

"लोक मला चिन्न दोराई या नावाने ओळखतात. माझ्या मालकाला पेरीय दोराई म्हणून ओळखतात. पण छोटे मालक आणि मोठे मालक या दोघांमध्ये तुलना करण्याची गरज नाही."

"तुमचा मालक कोण?"

"तुम्ही तुमच्या आयुष्यात किती देवळांना भेटी दिल्या आहेत?"

आज आपल्यावर सगळेच प्रश्नांच्या तोफा डागत आहेत असे जगनला वाटले. पण तरी जगनने उत्तर दिले, "सगळ्या प्रकारची. शंभरेक देवळे. कदाचित जास्तच असतील."

"त्या प्रत्येक देवळातली एक किंवा अनेक मूर्ती माझ्याच गुरूंनी घडविल्या आहेत."

"हे ऐकून मी खरेच आश्चर्यचकित झालो!"

"अनेक मूर्ती! शंकर जो विश्वाचा संहारकर्ता आहे, विष्णू जो पालनकर्ता आहे, देवी जिच्या अठरा भुजांतील शस्त्रांनी महिषासुराचा वध झाला, मंदिराचे द्वारपाल, दरवाजे, भिंती हे दक्षिणेतील सर्व मंदिरांत माझ्या गुरूंनीच घडविले आहेत."

हे बोलताना त्याचे डोळे चमकत होते व दाढी थरथरत होती.

हे बोलणे कुठल्या दिशेने चालले आहे हे जरी कळत नसले तरी जगन त्या

माणसाच्या वक्तृत्वाने प्रभावित झाला. हे बोलणे त्याच्या नित्याच्या तूप आणि तळण्याच्या गोष्टींपासून एक प्रकारची सुटका होती. त्या दाढीवाल्याच्या मूर्तींच्या वर्णनाने जगनला आपण आपल्या या एकसुरी तळण्याच्या व पैसे मोजण्याच्या जीवनात गुरफटून, गेल्या कित्येक महिन्यांमध्ये देवळाकडे फिरकलोही नाही याचा पश्चात्ताप झाला.

पण वरकरणी उत्साह दाखवत तो म्हणाला, "अर्थात! मी या भागातल्या सर्व मंदिरांना भेटी दिल्या आहेत. किती वेळा हे मोजताही येणार नाही. मला कावेरीच्या दोन्ही तीरांवरील १०८ देवदेवता आणि संतांच्या मूर्ती माहीत आहेत. तसेच त्यांच्यावर रचलेली कवनेही ठाऊक आहेत."

नंतर कृत्रिम तार स्वरात काही ओळी त्याने उदाहरणादाखल गाऊनही दाखविल्या. दाढीवाल्याने डोळे मिटले होते व त्याने जगनच्या गाण्याच्या कुवतीवर व स्मरणशक्तीवर स्तुतिसुमने उधळली. जगनला आज जेव्हा त्याच्या व्यावहारिक बुद्धिमत्तेवर संदेह केला जात होता, त्या वेळी अशा प्रकारचे स्तुतीचे मलम आवश्यक होते. जगनने उत्तरादाखल दाढीवाल्याच्या गायनाच्या अभिरुचीचे कौतुक केले. या साऱ्या परस्परांची प्रशंसा करण्याच्या भानगडीत संभाषणाचा मूळ मुद्दाच नेहमीप्रमाणे हरवला.

त्या दाढीवाल्याने थोडी गाणी स्वत: म्हटली आणि तीसुद्धा जगनसारखे कृत्रिम आवाजात नव्हे तर अगदी न संकोचता खुल्या आवाजात म्हटली. त्यामुळे दारावरच्या कॅप्टनने रस्त्यावर चाललेल्या गोंधळातसुद्धा सर्व काही ठीक आहे ना हे पाहण्यासाठी आत डोकावून पाहिले.

गाण्यांनंतर दाढीवाला त्याच्या मुख्य विषयाकडे वळला. तो म्हणाला, "तू त्या देवळात पाहिलेल्या मूर्ती माझ्या गुरूंनी व त्यांच्या शिष्यांनी घडविल्या आहेत."

"त्यांचे नाव काय म्हणालास तू?"

"मी काय सांगितले ते महत्त्वाचे नाही. आम्ही त्यांना गुरुजी म्हणतो आणि ते पुरेसे आहे. ते बिरूद घेऊ शकणारे दुसरे कोणीही नाही."

"तेच तुमचे गुरू आहेत का?"

"हो! आणि त्यांच्या शेवटच्या काळात ते माझ्याशिवाय दुसऱ्या कोणालाही जवळ येऊ देत नसत."

"ते कुठे राहत होते?"

"इथून फार दूर नाही. जेव्हा कधी तुला थोडा वेळ असेल तेव्हा मी तुला तिथे घेऊन जाईन. ते ठिकाण नदीच्या दुसऱ्या तीरावर आहे. तुला इथून त्यांच्या बागेतली झाडे दिसतात. तू कधी नदीच्या पार दुसऱ्या तीरावर गेला आहेस

का?''

जगनने गतायुष्याच्या आठवणींनी एक निश्वास सोडला. गेली कित्येक वर्षे त्याची कक्षा सर फ्रेडरिक लॉलीचा पुतळा ते दुकान एवढीच सीमित झाली होती. मानसिकरीत्या तो माली, भाऊ आणि मिठाई या विषयांतच गुंतला होता.

एक उसासा टाकून जगन आठवू लागला, ते सूर्यास्ताच्या वेळेचे लालभडक रंग, नल्लापाच्या राईमधली पाखरांची किलबिल, त्याचे नदीच्या काठाने फिरणे, वाळूत अथवा नदीकाठच्या पायऱ्यांवर मित्रांसोबत बसणे, नदी किनाऱ्यावरील वाळूत जमलेल्या सभेसमोर झालेले गांधीजींचे भाषण, त्या गर्दीत मिसळून एकाग्रतेने त्याचे प्रेक्षक बनणे. गांधीजींच्या आवाजाने जगनचे जीवनच बदलून गेले होते.

तो विचार करू लागला, ते सर्व मित्र कुठे गेले? आता त्यांचे चेहरे किंवा नावेसुद्धा आठवत नव्हती. ते मेले, जगातून पार नाहीसे झाले की अजूनही त्याच जागी पण नवीन मुखवटे घालून वावरत आहेत? त्या तोंडाचे बोळके झालेल्या वकिलाप्रमाणे किंवा तो माणूस जो इतका वाकला आहे की लोकांकडे पाहूही शकत नाही अथवा दुसरे कित्येक ओळखीचे चेहरे जे वर्गमित्र होते, दर दिवशी पुतळ्याजवळ खेळणारे सवंगडी होते, जे दर दिवशी एकमेकाजवळून जातात पण गेल्या वीस वर्षांत चार शब्दही बोलले नाहीत...

''तू विचारमग्न झाला आहेस.'' दाढीवाला आरोप केल्याप्रमाणे बोलला.

''गांधीजी माझे गुरू होते.''

दाढीवाल्याने यावर फारशी उत्सुकता दाखवली नाही. कदाचित गुरू हा शब्द दुसऱ्या कोणाला लावायला तो तयार नव्हता. तो हातातल्या कामाकडे वळायला जास्त उत्सुक होता. त्याने विचारले, ''माझ्याबरोबर यायला तुला कधी वेळ मिळेल?''

''उद्या!'' जगन लगेच म्हणाला. मग त्याने विचारले, ''कुठे?''

''तू इथे दुपारी एक वाजता ये.''

''तुम्ही मला तुमच्या गुरुजींची शिल्पे दाखविणार आहात का?''

''नाही! ती वेगवेगळ्या देवळांत आहेत असे मी तुला सांगितले नाही का? त्यांना देऊळ बांधणारे नेहमीच बोलावून नेत. ते स्वतःची शिल्पे स्वतःच्याच घरात ठेवणारे नव्हते.''

त्या दाढीवाल्याचे बोलणे इतके भावपूर्ण होते की जगनने आपल्या बोलण्याबद्दल माफी मागितली.

''माझ्या बोलण्याचा तो अर्थ नव्हता. मला एवढेच म्हणायचे आहे की, मला तुम्ही कुठे घेऊन जाणार आहात?''

"मी तुला ती जागा दाखविणार आहे, जिथे ते राहिले आणि त्यांनी काम केले. बस्! एवढेच."

"तुम्ही आता तिथे काम करता का?"

"नाही! मी तुला सांगितले नाही का, मी या रस्त्याच्या पलीकडेच राहतो म्हणून?"

"तुम्ही तिथे मूर्ती बनवता का?"

यावर तो दाढीवाला जोरात हसला आणि म्हणाला, "मी आता काय करतो हे तुला सांगितले नाहीच का? मी केसांचे कलप तयार करतो. मी अगदी पांढरे केससुद्धा काळे करू शकतो. ते शेठ माझे उत्तम गिऱ्हाईक आहेत. मी चार आठवड्यांतून एकदा जाऊन त्यांचे केस रंगवून देतो. त्यांचे केस खरेतर दुधासारखे पांढरे शुभ्र आहेत. त्या दिवशी ते मला त्यांच्या मोटारीतून नेतात. तसाच आज मी त्यांच्याबरोबर आलो. आज माझा दिवस चांगला आहे कारण तुझ्यासारख्या चांगल्या माणसाशी माझी ओळख झाली."

"मलासुद्धा आनंद झाला आहे. मी यापूर्वी कोणा शिल्पकाराला पाहिले नव्हते."

"आणि आतासुद्धा तू पाहत नाहीस. मी फक्त पांढरे केस काळे करणारा आहे आणि मी तुला माझी सेवा हवी आहे का हे विचारायला आलो आहे. लोकांना तरुण दिसायला लावायचे ही माझी जबाबदारी आहे. शेठ माझ्या कामाचे कौतुक करतात. तुम्हाला काही शंका असेल तर त्यांना विचारू शकता."

जगन एक क्षण चाचरला. माली आणि ग्रेस काय म्हणतील असा विचार करून तो दाढीवाल्याची क्षमा मागत म्हणाला, "मला वाटत नाही की मी असे काही करू शकेन." त्याला वाटले, कदाचित मालीच्या लक्षातही येणार नाही कारण तो क्वचितच त्याच्याकडे बघे. त्याची निदान करमणूक करण्याकरिता का होईना, हा प्रयत्न केला तर? त्याला अचानक आठवले की तो स्वत:च या केस काळे करण्याच्या अथवा तत्सम विषयात तज्ज्ञ आहे.

"माणसाचा आहारच त्याच्या केसांचा रंग ठरवत असतो. माझे या विषयावरचे पुस्तक एक दिवस प्रकाशित होईल आणि तुम्ही स्वत:च पाहाल की जर तुमचा आहार निसर्गाच्या नियमानुसार असेल तर तुम्हाला पांढरे केस कुठेच आढळून येणार नाहीत."

"त्यामुळेच बहुतेक अस्वलाचे केस पांढरे नाहीत" असे म्हणून दाढीवाला स्वत:च्याच विनोदावर हसला. परंतु जगनला मात्र हा विचार करण्यासारखा मुद्दा वाटला. तो गंभीरपणे म्हणाला, "जेव्हा माझे पुस्तक तयार होईल तेव्हा या मुद्द्याचा मी निश्चितच विचार करेन."

# आठ

ते तळे निळ्या कमळांनी भरून गेले होते. त्याच्या पायऱ्या शेवाळाने आणि वेलींनी वेढल्या होत्या. काठावर एक छोटेसे मंदिर दगडी खांबांवर उभे होते. त्याचे उतरते छप्पर व दगडी भिंती काळानुसार, हवामानामुळे तसेच वाटसरुंच्या शेकोट्यांच्या धुराने काळ्या झाल्या होत्या. त्या पाठी वाढलेल्या जंगली झाडांच्या पानांमधून जेव्हा वारा वाहे तेव्हा समुद्राच्या लाटांची अखंड गाज ऐकल्यासारखी वाटे. भवताल वेगवेगळी रानटी झाडे, काटेरी झुडपे, वेली यांनी भरून गेले होते. तळ्याच्या पृष्ठभागावर सूर्यकिरणे तळपत होती.

तो दाढीवाला, ज्याने जगनला ह्या ठिकाणी आणले तो कुठल्यातरी विचारात मग्न होता आणि तळ्यात सूर मारणाऱ्या पक्ष्यांना बघत होता.

"किती शांत आहे इथे?" जगन त्या त्रासदायक शांततेचा भंग करीत म्हणाला.

दाढीवाल्याने मान हलवून म्हटले की, "पूर्वीसारखी शांती राहिली नाही. तो डोंगरावरचा प्रकल्प सुरू झाल्यापासून इथे महामार्गावर खूप बसेस धावतात." नंतर त्याचा आवाज जणू काही घरंगळत मागे गेला. तो म्हणाला, "त्या दिवसात जेव्हा मी माझ्या गुरूबरोबर इथे राहत होतो, त्या काळात अगदी नलाप्पाच्या राईपर्यंत किंवा शहरात गेल्याशिवाय एक माणूस दिसत नसे. पूर्वी लोक आतासारखे डोंगरापर्यंत जात नसत. जंगलात दरोडेखोर लपून बसत. डोंगराच्या पायथ्याशी वाघ, हत्ती फिरत असत." दाढीवाला बसेसना महामार्गाने फिरू दिल्याबद्दल नाराज दिसला.

"पण तू इथे राहणे का स्वीकारले?"

"मग दुसऱ्या कोणत्या ठिकाणी राहणार? आम्हाला ते सगळे दगड हवे होते. असे म्हणून त्याने मेम्पीच्या टेकाडाकडे निर्देश केला. चित्रफलकांसाठी

मऊ दगड उत्तम असतो. गर्भगृहातील शिल्पांसाठी लागणारा दगड डोंगराच्या पोटातून वर जाणारा असतो तो तासून काढावा लागतो. हे तोडण्याचे काम फार कष्टाचे असते व ते तुटण्याचा दुसऱ्या भागातील दगडांपेक्षा अधिक संभव असतो.''

दाढीवाल्याचे डोके त्या दगडाच्या प्रश्नांनी जणू ठणकायला लागले. जगन त्याच्याकडे शांतपणे पण आश्चर्याने पाहत होता.

''अशा जागेत कोणी बायकामुलांसमवेत राहताना अन्न मिळविण्यासाठी काय करीत असेल?''

दाढीवाल्याने हा जणूकाही क्षुल्लक प्रश्न असल्यासारखा झटकून टाकण्याचा अविर्भाव करीत म्हटले, ''गुरुजींनी अशा गोष्टींची कधी चिंता केली नाही. त्यांनी कधी लग्न केले नाही. मी त्यांच्याकडे पाच वर्षांचा असताना आलो. मला माझे आई-वडील कोण होते हे माहीत नाही. लोक म्हणतात की गुरुजींनी मला नदीच्या पायऱ्यांवरून उचलून आणले.''

जगनला हा प्रश्न विचारायची उबळ आली की तो कधी लग्न न झालेल्या गुरुजींना एखाद्या वेश्येपासून झालेला मुलगा तर नव्हे? पण महत्प्रयासाने त्याने स्वत:ला आवरले.

तो दाढीवाला आपल्या भूतकाळात रमला असताना जगनने विचार केला, 'या माणसाची दाढी पांढरी आहे आणि हा केसांना काळे करण्याचे कलप विकतो. तो ते स्वत:च्या दाढीला का लावत नाही?' पण उघडपणे मात्र त्याने विचारले, ''तुमचा व्यापार कसा चालला आहे?'' हा प्रश्न खरा जगनने प्रत्येक थोड्या मिनिटांच्या अंतराने विचारला पाहिजे होता.

''काही काळजी करण्यासारखे नाही. सेल्सटॅक्सची माणसे अजूनतरी माझ्या मागावर नाहीत.''

''ही खरोखर देवाचीच कृपा आहे.''

त्या वेळी त्याला आठवले कसे त्या सेल्सटॅक्सवाल्या माणसांना सहन करावे लागते, कशी ती माणसे त्याचा खण, दैनंदिनी, लेजर्स आणि व्हाउचर्स बारकाईने तपासत आणि शेवटी त्याचा हिशेब स्वीकारत. त्या वेळी त्यांना त्या रकमेचा पत्ताही नसे, जी तो सहा वाजल्यानंतरच्या विक्रीचे पैसे छोट्या खुज्यात जमा करी. त्याच्या परसात फोफावणाऱ्या तणाप्रमाणे ती रक्कम वाढत असे, पण त्याचा काही इलाज चालत नव्हता. त्याला स्वभावत:च खुलासा न करता येण्याजोग्या कुठल्याही टॅक्सबद्दल तिटकारा होता. जर गांधीजींनी कुठेही म्हटले असते की, तुम्ही सेल्सटॅक्स काही तक्रार न करता भरला पाहिजे तर जगनने त्या आदेशाचे पालन केले असते. पण जगनच्या माहितीप्रमाणे गांधीजींनी

कुठेच सेलसटॅक्सचा उल्लेख केला नव्हता.

दाढीवाला हसून म्हणाला, "पण ते सेलसटॅक्सवाले लवकरच किंवा उशिरा जागे होणार आहेत जेव्हा त्यांना पांढरे केसवाली माणसे कमी झालेली दिसतील."

जगनने या संधीचा फायदा घेत म्हटले, "पण तुम्ही तर तुमच्याच नियमाला अपवाद आहात."

"मला माझी पांढरी दाढी आवडते आणि म्हणून मी ती तशीच ठेवतो. केस काळे करून घेण्याची कोणावरही जबरदस्ती नाही. मला जर दगडावर काम करण्याची संधी मिळाली असती तर लोकांची डोकी रंगविण्याचे स्वप्न मी चुकूनही पाहिले नसते. तुम्हाला माहीतच आहे गोष्टी कशा घडतात ते! माझ्या गुरुजींनी मला बरीच वर्षे आधार दिला."

(कसा नाही देणार? तुम्ही तर त्यांचा रस्त्यावर फिरणाऱ्या वेश्येपासून झालेला मुलगा होतात, जगन मनातल्या मनात पुटपुटला.)

दाढीवाल्याने त्या अनेक खांबाच्या खोलीतील कोपऱ्याकडे बोट दाखविले "गुरुजींनी तिथे दागिन्यांच्या बारकाव्यांवर काम केले. मला तो दगड तिथे हलवावा लागला. ते इथे जन्मभर राहिले. त्यांच्याकडे जे काही होते ते एका तळहातात सामावण्याएवढेच होते. मी त्यांच्यासाठी त्या कोपऱ्यात, जिथे भिंती काळ्या झालेल्या दिसतात तिथे थोडा भात शिजवीत असे. पूर्ण दिवस ते इथे बसून शिल्पांवर काम करीत किंवा योग्य दगड शोधण्यासाठी खाणीत जात. ते कोणालाही भेटत नसत. देवळातली माणसे जेव्हा एखाद्या मूर्तीची मागणी नोंदविण्यासाठी येत तेव्हाच ते त्यांना भेटत.

"लोक इथे साप असल्यामुळे यायला घाबरत. पण गुरुजींना साप आवडत आणि आजूबाजूचे जंगल साफ करणे त्यांना कधीच मान्य नव्हते. या झाडांवर खूप माकडे येत हे तुम्ही आताही पाहू शकता. मी माकडांबरोबर झाडाची फळे वाटून खातो असे ते म्हणत. त्यांना सापांची, माकडांची, वन्य जीवांची संगत आवडत असे. एकदा त्या झाडीत वाघही आला होता. पृथ्वीवर फक्त मानवाचीच मक्तेदारी असता कामा नये. ते प्राणी आपल्याला इजा करीत नाहीत असे गुरुजी म्हणत. त्यांनी म्हटल्याप्रमाणे इथे कधीच काही वाईट घडले नाही.

"एका रात्री जेव्हा ते वारले तेव्हा एक तेलाचा दिवा घेऊन मी राखण करीत होतो. त्या तलावापलीकडे सुकलेली लाकडे व पाने रचून मी त्यांचा दाहसंस्कार केला. दुसऱ्या दिवशी मी शहरात गेलो आणि लोकांच्या दातृत्वावर इकडेतिकडे राहू लागलो. नंतर माझ्या डोक्यात हा उद्योग करण्याची कल्पना आली, इतकेच! आता माझ्या आयुष्यात तक्रार करण्यासारखे काही नाही. पण त्या काळात मी खूप समृद्ध होतो."

विचारमग्न अवस्थेत तो त्या खोलीत वावरू लागला. नंतर तिथल्या एका कोनाड्यात जाऊन तो म्हणाला, "इथे देवघर असून देवाची एक मूर्ती होती. ती आपण इथे येण्याअगोदर कित्येक वर्षांपूर्वी चोरली गेली होती. एका रात्री माझे गुरुजी उठले आणि म्हणाले, 'मला या देवळासाठी एक नवीन मूर्ती घडवायची आहे. मग हे परत समृद्ध होईल.' त्यांनी स्वप्नात पंचमुखी गायत्रीला पाहिले होते जिची मूर्ती त्यांनी कधीच पाहिली नव्हती. ती तेजाची देवता होती. त्यांनी ती मूर्ती घडविण्यासाठी दगडही शोधून काढला होता. त्यावर पहिली छिन्नीही चालवली होती. तो दगड इथल्या आवारातच कुठेतरी होता. मला जरा शोधू दे."

दाढीवाला अचानक जोशात येऊन त्या खोलीच्या कानाकोपऱ्यात धुंडाळू लागला. नंतर तो पाठीमागच्या परसात गेला. तिथे कण्हेर तसेच मोठमोठी फुले येणाऱ्या वेलींनी ती जागा भरून गेली होती. त्याने त्या झाडीतून एक बांबूची काठी शोधून क़ाढली. ती पकडून लांब लांब ढांगा टाकीत जणू ती हजारो वर्षांपूर्वीची दुर्मिळ मूर्ती असावी असे तिच्याकडे पाहत तो म्हणाला, "अरे! ही अजून इथे आहे!"

त्या दाढीवाल्याला त्या पार्श्वभूमीवर तसे पाहताना आणि त्याच्यामागे मुकाट्याने जाताना जगनला आपण विसाव्या शतकात आहोत यावर विश्वास ठेवणे कठीण जात होते. आपले मिठाई विकणे, पैसा आणि स्वतःच्या मुलाचे प्रश्न सर्व अगदी दूरस्थ आणि आपल्याशी कुठलाही संबंध नसलेले वाटत होते.

वास्तवतेची किनार धूसर व्हायला लागली होती. समोरचा तो माणूस, जणू गेल्या शतकातून आल्यासारखा, फक्त बघण्यासारखा उरला होता. तो भारल्यासारखा वाटू लागला. त्याने ताडाखालच्या एका गवताळ भागाकडे बोट दाखवत म्हटले, "तिथे माझ्या गुरुजींचा दाहसंस्कार झाला. अजूनही मला ती भयंकर रात्र आठवते." तो त्या झाडाखाली क्षणभर डोळे मिटून काही श्लोक पुटपुटत थांबला.

"आपल्या शरीराला आत्म्याचे खरे स्वरूप मानून फसू नये. आपण फक्त हाडे आणि मांस नाही आहोत. माझ्या गुरुजींनी हे सिद्ध करून दाखविले," असे तो मोठ्याने म्हणाला आणि झपाटल्यासारखे त्याने हातातल्या बांबूच्या काठीने झुडपांना झोडपायला सुरवात केली. त्यामुळे वर्षानुवर्षे त्या हिरवाईत व्यत्यय न येता सुखेनैव राहणारे पाली, सरडे, पक्षी, बेडूक दचकले. तो दाढीवाला त्यांचा तो अस्वस्थपणा पाहून जणू खूश होत होता व तुडवल्या गेलेल्या हिरवाईचा भरभरून वास घेत होता.

"मला खात्री आहे की इथे राहणारे नाग आपली चाहूल लागून गुपचूप

पळून गेले असावेत. त्यांच्या सवयी गूढ असतात. ते अत्यंत सजग, जागरूक असतात."

त्या गवताखाली तासलेल्या शिळा, काही शिल्पांचे अवशेष दिसू लागले. त्यांच्याकडे लक्ष वेधत तो म्हणाला, "हा विष्णूच्या मूर्तीचा चबुतरा, कुठल्यातरी देवळासाठी तयार केलेला. ते सरस्वतीचे हात आहेत, विद्येची देवता, पण ते वापरले गेले नाहीत, कारण त्या दगडात एक भेग होती. माझ्या गुरुजींना त्या दगडातली ती खोट दिसली तेव्हा ते इतके उद्विग्न झाले की, त्यांनी तो दारातूनच भिरकावून दिला. नंतर तीन दिवस त्यांनी मौन पाळले. अशा क्षणी मी त्यांच्यापासून दूर चिंचेच्या झाडाच्या बुंध्यापाशी राही. जेव्हा त्यांचे मन ताळ्यावर येई तेव्हा ते मला बोलवत. पण तो दुसरा दगड कुठे आहे? कुठे आहे तो दोन फुटांचा चौरस दगड? त्याला अवयव फुटून तो चालता तर झाला नसेल ना? तर मी तुला सांगतो, जर मूर्ती अगदी परिपूर्ण असेल तर ती त्याच्या चबुतऱ्यावर राहूच शकत नाही. मला नेहमी नटराजाच्या नाचणाऱ्या मूर्तीची गोष्ट आठवते. ती मूर्ती इतकी परिपूर्ण होती की त्या मूर्तीने स्वर्गीय नृत्य सुरू केले. जोपर्यंत मूर्तीची लहान करंगळी तोडली नाही तोपर्यंत सगळे शहर भूकंप झाल्यासारखे हादरत होते. आम्ही असे नेहमीच करीत असू पण ते कोणाच्याही लक्षात येत नसे. सुरक्षिततेसाठी आम्ही प्रत्येक मूर्तीत काहीतरी न्यून ठेवत असू."

दाढीवाला बोलत होता आणि जगन एखादे नवीन जग नजरेसमोर उलगडत असल्याप्रमाणे आऽ वासून बघत होता. जगनला अचानक जाणवले की आपले संपूर्ण अस्तित्व लॉलीचा पुतळा आणि मिठाईचे दुकान यामधेच सीमित आहे. मालीची थट्टा त्याला क्षुल्लक वाटू लागली. मी पुनर्जन्माच्या काठावर आहे का? असे तो स्वत:शी विचार करू लागला. त्याला कुठल्याच गोष्टींविषयी काळजी वाटेनाशी झाली. "अशा गोष्टी जीवनात अत्यंत सामान्य असतात व त्या नेहमी काळाच्या ओघात निघून जातात." असे तो मोठ्याने म्हणाला.

जगनच्या या अचानक केलेल्या विधानाने वाटलेले आश्चर्य लपवत दाढीवाला म्हणाला, "खरे आहे! तुम्ही तुमच्या सत्य अस्तित्वावरून दृष्टी काढता कामा नये, ती केवळ हाडामांसाने बनलेली नाही."

नंतर दाढीवाल्याने पेरूच्या फांदीवरील पेरू तोडला. दहा वर्षांच्या खोडकर मुलाच्या आनंदात तो दाताने तोडला. मग तो म्हणाला, "या झाडाने नेहमीच उत्तम फळे दिली. माकडे यावर नेहमी पुष्ट झाली. काही ऋतूत तर या झाडाचा शेंडा पानांनी भरून जावा तसा माकडांनी भरून जात असे." त्याने परत एक फांदी वाकवून आणखी एक फळ तोडले व जगनसमोर धरले. जगनने ते औपचारिकपणे घेतले पण खाल्ले नाही.

"मी गोड व मीठ यापासून दूर राहतो."

"का?"

"त्याचे असे आहे..." आपले संपूर्ण आयुष्याचे तत्त्वज्ञान थोडक्या शब्दात कसे सांगावे असे वाटून तो बोलणे संपविल्यासारखे म्हणाला, "तुम्हाला याचे स्पष्टीकरण माझ्या पुस्तकात मिळेल."

पुस्तकाचा उल्लेख आल्यावर दाढीवाल्याची उत्सुकता ओसरली. त्याला भूर्जपत्रावरचे, दगडावरचे शिलालेख वाचण्याची सवय होती त्यामुळे छापील पुस्तक वाचण्याचे त्याला आकर्षण वाटले नाही.

जगनवर त्याचा काही परिणाम न होता तो पुढे म्हणाला, "तुम्ही प्रिंटर नटराजला ओळखता का?"

त्या दाढीवाल्याची तोपर्यंत या विषयातली उत्सुकता पूर्णपणे गेली होती. त्यामुळे जगनकडे दुर्लक्ष करत, बोलत तो पुढे चालू लागला तेव्हा जगनने हातातला पेरू खाण्याच्या विचारावर विजय मिळवत, हे आपल्या आहाराच्या दृष्टीने योग्य का अयोग्य हे न कळून पेरू जमिनीवर टाकून दिला. हे त्या दाढीवाल्याने पाहिले नाही.

नंतर जगनला वाटले, पण जर ते फळ आहाराच्या दृष्टीने चांगले असेल तर आपले हे टाकणे लाजिरवाणे आहे. ते फळ खरोखरच आकर्षक होते. त्याचा हिरवा रंग वरच्या अंगाला पिवळा होत गेलेला होता व मधल्या भागात लालसर होऊ लागला होता. ते फळ हाताला मऊ लागत होते.

त्याने आयुष्याचे हे योग्य तत्त्वज्ञान ठरविण्याच्या अगोदर तो दिवसाकाठी डझनभर तरी पेरू खात असे. त्याच्या वयाच्या सात ते बारा वर्षांच्या दरम्यान हा पेरूचा वास त्याला कायम चिकटलेला असे. त्याच्या परसात पेरूचे एक मोठे झाड होते. ते पत्र्याच्या शेडवर पसरले होते. एक दिवस जगनचे वडील कुऱ्हाड घेऊन आले आणि 'छोटे सैतान' हे झाड असेपर्यंत दुसरे काही खाणार नाहीत! असे म्हणत त्यांनी ते झाड तोडले.

"इकडे बघ! त्या मेंढ्या कशा एकापाठोपाठ एक त्या कुत्र्यापाठी जात आहेत!" दाढीवाल्यापाठोपाठ जाणाऱ्या जगनला दाढीवाला म्हणाला. पण जगनचे लक्ष नव्हते. तो आपण टाकून दिलेल्या फळाचाच विचार करत होता.

"तू ऐकत आहेस की नाही?" असे दाढीवाल्याने विचारल्यावर जगन म्हणाला, "हो,हो! अर्थात्!"

"आपण गोल गोल फिरत आहोत पण अजून तो दगड मिळाला नाही. तो इथेच कुठेतरी असणार!" असे म्हणत दाढीवाल्याने हातातल्या काठीला मिठी घातली आणि आपली हनुवटी तिच्यावर टेकवून तो विचारात मग्न झाला.

"पण तुम्ही त्याचा विचार करून स्वत:ला त्रास का करून घेत आहात?" असे जगनला विचारल्यावाचून राहवले नाही.

"तो अतिशय महत्त्वाचा आहे. मी सांगतो तुला... तो जेव्हा सापडेल तेव्हा तुला कळेल." स्वत:ला काठीपासून झटक्यात दूर करत तो दाढीवाला म्हणाला.

"आता मला आठवले, तू माझ्याबरोबर ये!" असे म्हणत तो गडबडीने तळ्याकडे जाण्यासाठी वळला. "माझ्याबरोबर तिथे खाली चल, पण पायऱ्या सांभाळ, त्या निसरड्या आहेत." तो पायऱ्या उतरून खाली गुडघाभर पाण्यात गेला. जगन दाढीवाल्याची ती कृती न समजल्यामुळे मागे रेंगाळला. त्याला वाटले, कदाचित दाढीवाला मला पाण्यात पाडेल आणि शहरात जाऊन सांगेल की तो हलवाई नाहीसा झाला.

दाढीवाल्याचा चेहरा मात्र उत्साहाने उजळला होता. त्याने वर पाहत विचारले, "तुला खाली यायचे नाही का? तुझे धोतर ओले झाले तर तू ते नंतर सुकवू शकशील." त्याचा आवाज निर्णायक वाटत होता.

जगन त्या शेवाळलेल्या पायऱ्या उतरला. त्याच्या पायाला हुळहुळणारी संवेदना होत होती. त्याचे धोतर ओले होत होते. तो निळ्या कमळांवर रुंजी घालणाऱ्या भुंग्यांकडे आश्चर्याने पाहत जरासा शहारला. त्याला आपल्या भावना उंचावल्यासारख्या वाटल्या. त्याला वाटले, 'आयुष्यातील सगळे न संपणारे प्रश्न ज्यांचे त्यांना सोडवायला ठेऊन, या क्षणाला मरण आले तर किती छान होईल!'

जगन जेव्हा आपल्याच विचारात होता तेव्हा दाढीवाला जो हातापायांवर रांगत होता, त्याने वर पाहिले आणि म्हटले, "इथे ये!" त्याचे डोळे चमकत होते. दाढी वाऱ्यावर फडफडत होती.

आता माघारी फिरणे नाही. जगनच्या मनात आले, 'आता तो दाढीवाला माझे डोके पाण्याखाली दाबण्याचा विचार करीत असावा. मी पाठी वळून, पळून जाऊ का? नाही, आता परत जाण्याची संधी नाही.' आणि तो एक पायरी खाली उतरला. जगन कमरेपर्यंत भिजला होता. 'थंड पाणी संधिवाताला चांगले असावे पण मला संधिवाताचा त्रास नाही,' त्याने स्वत:ला बजावले. 'जर मी या पाण्यात मेलो नाही तर मी न्यूमोनियाने मरेन. माझा पुनर्जन्म होईल.' त्याचे मन पुनर्जन्माच्या अनेक पर्यायांभोवती घोटाळले, 'पाळीव कुत्रा? दबा धरून बसणारे मांजर? रस्त्याच्या कोपऱ्यावरचे गाढव? हत्तीवरचा महाराजा? काहीही चालेल. पण बिघडलेला मुलगा असलेला, पैसे मिळविणारा हलवाई नको.'

पाण्यात रांगणाऱ्या दाढीवाल्याने आज्ञा केली, "तुझा हात बुडव आणि बघ."

जगनने आज्ञेचे पालन केले. त्या निसरड्या पृष्ठभागावर तो डगमगत उभा

राहिला.

"तुला इथे काय वाटते?" दाढीवाल्याने हुकूम चालविल्यासारखे विचारले. जगनने नोंद केली की ज्या वेळेपासून ते या बागेत आले तेव्हापासून तो दाढीवाला अधिकाधिक अधिकारवाणीने वागत आहे. तो आता कबीर स्ट्रीटवरचा, नम्र वर्तनाचा, केसाना कलप लावणारा उरला नव्हता तर एकप्रकारे सैन्याचा प्रमुख असावा किंवा एखाद्या टोळीचा नायक ज्याच्या आज्ञा काही प्रश्न न विचारता पाळल्या जातात तसा वागत होता.

प्रश्न न विचारता आज्ञा पाळण्यासारखे सोपे दुसरे काही नाही. जगनने पाण्यात हात बुडवले आणि तो शहारला. कुणीतरी त्याचा हात जणू आपल्या जबड्यात पकडला आहे असे वाटून तो ओरडला, "अरे बापरे!" प्रत्यक्षात त्या दाढीवाल्याने आपल्या मुठीत जगनचा हात पकडला होता. आता दाढीवाल्याच्या चेहऱ्यावर हसू पसरले जेव्हा त्याने जगनचा हात पाण्यात पुढे ढकलला आणि एका दगडावर फिरवला.

"मी जो म्हणत होतो तो हाच दगड. आपण तो बाहेर काढू या. तो तुझ्या बाजूने नीट पकड. तो तू उचलू शकत नाहीस का? मला आश्चर्य वाटत नाही. तू जर इतर माणसांप्रमाणे जेवत असतास किंवा निदान तू विकत असलेली थोडी जरी मिठाई स्वत: खात असतास तर तुझी प्रकृती चांगली असती. मला आठवते, माझ्या गुरुजींनी हा दगड पाण्यात टाकला होता, कारण त्यामुळे त्यावर प्रक्रिया होऊन त्याच्या पृष्ठभागावरील कण बाहेर यावेत. तुला त्याच्यावरील खाचा, ज्या त्यांनी पहिल्यांदा केल्या होत्या त्या हाताला जाणवतात का? त्यांनी या दगडावर काम सुरू केले आणि नंतर अचानक ठरवले की या दगडावर पाण्याची प्रक्रिया होणे आवश्यक आहे."

दाढीवाला निराश होऊन म्हणाला, "तू जर निश्चय केलास तर तो दगड उचलू शकशील. या मनाच्या शक्तीचा तुझ्याकडे अभाव आहे. हा काही मोठा पुतळा असणार नाही. हा लहानसाच आहे. फक्त काही फुटांचा. आणि याचे काम पूर्ण होईल तेव्हा तो फक्त दीड फुटाचा असेल. जो फक्त अठरा इंच उंचीचा असेल असा दगड तू उचलू शकत नाहीस? मला खरोखर आश्चर्य वाटते. मला फक्त तुझी मदत हवी आहे. तुला तो एकट्याने उचलायचा नाही, तू मला मदत कर."

दाढीवाला इतक्या वेळा धमक्या देऊन, गोड बोलून परत परत सांगत होता की जगनला वाटू लागले, आपण थोडी मेहनत घ्यावी. तो धीर करून कामाला लागला. त्याने उपरणे डोक्याला गुंडाळले आणि धोतर काम करण्यासाठी वर खोचले. श्वास रोखून आपल्या जवळचे दगडाचे टोक पकडले. एक क्षणभर

थांबून आपण या वयात दगड उचलून ओल्या पायऱ्यांवरून नेणे योग्य आहे का, असा विचार केला. पण स्वत:शी विचार करण्यास अथवा स्वास्थ्याचा विचार करण्यास वेळच नव्हता. जेव्हा ते वरच्या पायरीशी पोहोचले तेव्हा त्याने दगड सोडला. तो गवतावर संपूर्ण पालथा पडला आणि त्याने डोळे मिटले.

जेव्हा जगन भानावर आला त्या वेळी त्याने बघितले की तो दाढीवाला तो दगड फिरवत होता व सांगत होता, "हा वरचा भाग असणार. जवळ ये! मग तुला गुरुजींनी लहान कटारीने आखलेल्या ओळी दिसतील तसेच देवीची रूपरेषाही दिसेल." त्याने दगडावरील शेवाळ खरवडून काढले जे झुपक्याने वाळले होते. नंतर तो विचारात मग्न होऊन उभा राहिला.

जगनच्या डोळ्यांना मात्र तो इतर दगडांसारखाच दगड वाटत होता. त्या खाचा ज्या गुरुजींनी केल्या असे तो दाढीवाला म्हणत होता त्यावर जगनचा विश्वास बसत नव्हता. पण तो दाढीवाला मात्र त्या दगडाच्या दर्शनाने अगदी मदहोश झाला होता.

"इथे या ठिकाणी देवीचे हात येतील. ती दहा हातांची आहे. एक हात रक्षण देणारा व दुसरा वर देताना दिसतो. त्याशिवाय बाकीच्या हातात दैवी उपकरणे आहेत."

थोडा वेळ तो देवीच्या स्वरूप चिंतनात हरवून गेला. मग त्याने एक कथा सांगायला सुरुवात केली.

जगन म्हणाला, "मला देवीची कथा माहीत आहे."

"ती कोणाला माहीत नाही? पण तरी ती परत परत ऐकणे नेहमी चांगले असते. त्यामुळे देवी नेहमी तुझे रक्षण करते. तू करीत असलेल्या कुठल्याही प्रयत्नांत यश मिळते."

नंतर त्याने मोठ्याने संस्कृत श्लोक म्हणायला सुरुवात केली. या अचानक झालेल्या आवाजामुळे झाडावरच्या पक्ष्यांनी पंखांचा फडफडाट केला. तलावाच्या काठावरील बेडकांनी पाण्यात उड्या मारल्या. जगनची नजर तलावाच्या पृष्ठभागावर सरड्याने किंवा इतर जलचरांनी केलेल्या अदृश्य हालचालींमुळे निर्माण झालेल्या तरंगांवर खिळली.

"मी जर माझे आयुष्य हे काम पूर्ण करण्यात घालविले तर मी सुखाने मरू शकेन."

"तुमचे वय काय?"

"तुला समजून घ्यायचे आहे का? तर मग तुझा अंदाज सांग बघू."

असे अंदाज बांधण्याचा जगनला नेहमी संकोच वाटे. त्याला आजवर हे कळले नव्हते की असा प्रश्न विचारणाऱ्या माणसांना आपल्या स्वत:च्या वयापेक्षा

लहान वाटायला हवे असते की मोठे? या कुठल्याही उत्तरात जगनला चर्चेचे कारण व्हायचे नव्हते. "मी सांगू शकत नाही," असे तो दाढीवाल्याच्या टकलाकडे पाहत म्हणाला. (इथे त्याच्या कलपाला थारा नाही असे त्याला वाटले.)

"मी एकोणसत्तर वर्षांचा आहे," असे तो रोखठोकपणे म्हणाला, "जर मी ती मूर्ती पूर्ण करून त्या चबुतऱ्यावर बसवू शकलो तर मी माझ्या सत्तराव्या वाढदिवशी सुखाने मरायला तयार आहे."

"पण तुम्ही ती मूर्ती एका वर्षात पुरी करू शकाल?

"मी करू शकेन अथवा नाही याबद्दल मी काय सांगू? हे देवाच्या हातात आहे. त्या दगडावर एवढी वर्षे पाण्याची प्रक्रिया झाल्याने तो कदाचित मधेच भंगेल. मग कोण काय करू शकेल?"

जगनच्या मनात अनेक शक्यता डोकावल्या. पण तो उत्तर देण्यासाठी प्रयत्न करीत असता दाढीवाल्याने जाहीर केले की ही भंगलेली मूर्ती पुरून टाकायची. परत खाणीत जाऊन नवा दगड आणायचा. पाण्यात बुडवून त्यावर प्रक्रिया करायची की झाले.

"आणि ती जर तुटली तर?"

दाढीवाला गंभीरपणे म्हणाला, "हा एक अशुभ विचार आणि प्रश्न आहे. दुसऱ्या दगडाला साधारणपणे तडा जात नाही." नंतर ते दोघे गप्प बसले.

दाढीवाला शांततेचा भंग करीत म्हणाला, "दहा हात! ते चित्र मला रोमांचित करीत आहे." परत तो जोरात संस्कृत श्लोक म्हणू लागला. जेव्हा त्याने श्लोक म्हणून संपविला तेव्हा त्याने जगनला विचारले, "तुला या श्लोकाचा अर्थ कळला का?"

"हो!" थोड्याफार सावधगिरीने जगन म्हणाला.

"याचा अर्थ देवी, जिच्या मुखावर मोत्याचे तेज आहे, सोन्याचे तेज आहे, नीलमण्याप्रमाणे अथवा आकाशाप्रमाणे निळी आभा आहे, पोवळ्याप्रमाणे लालिमा आहे..."

मग त्याने एक दीर्घ श्वास घेतला. थोडे थांबून त्याने परत सुरुवात केली... "ती प्रत्यक्ष तो प्रकाश आहे ज्यामुळे सूर्य उजळतो, तिच्यामध्ये सर्व रंग सामावले आहेत आणि सर्व प्रकारचे तेज जे त्या त्या रंगांच्या देवतांकडे आहे. तिला दहा हात आहेत. एका हातात शंख जो ध्वनीचे मूळ आहे, दुसऱ्या हातात चक्र जे विश्वाच्या गतीचे द्योतक आहे, अंकुश जो दुष्ट प्रवृत्तींचे दमन करण्यासाठी आहे, दोर जो बंधनाची खूण आहे, कमळ जे सौंदर्य आणि प्रमाणबद्धता दाखविते व भिक्षापात्र जे माणसाच्या कवटीपासून बनविले आहे. तिच्या देवत्वामध्ये आपण जे बघतो, जे जाणवते त्यात सुकलेल्या हाडापासून अगदी जगातील

परिपूर्ण सौंदर्यापर्यंत सर्व सामावलेले आहे.''

जगनला हे चित्र पाहून भय तसेच आदर वाटला. दाढीवाला परत थोडा वेळ विचारमग्न झाला. नंतर तो म्हणाला, ''माझे गुरुजी नेहमी देवीच्या या रूपावर चिंतन करीत आणि त्यांना त्या प्रकारची मूर्ती निर्माण करावयाची होती ज्यावर लोकही चिंतन करतील. हे त्यांचे ध्येय होते व ते मी पूर्ण करणार आहे. त्यासाठी मी माझ्या आयुष्यातले बाकी सर्व काम सोडून देईन.''

नंतर तो स्वत:च्या कामाकडे वळला. तो म्हणाला, ''तुझ्यासारखा माणूस मला या कामात मदत करू शकेल.'' जगनला धक्काच बसला. त्याला कल्पना नव्हती की या प्रश्नाशी त्याचा स्वत:चा संबंध असेल. ''कसे? कसे?'' त्याने काळजीने विचारले. समोरच्या माणसाने विचार करण्याच्या अगोदरच जगनने विचारले, ''हे माझ्यासाठी फारच आहे असे तुला वाटत नाही का? कारण मी शेवटी एक साधा व्यापारी आहे.''

त्यावर दाढीवाला म्हणाला, ''तू हा बगिचा विकत घेऊन देवीची स्थापना का करीत नाहीस?''

''मला... मला माहीत नाही...'' स्वरक्षणाचे स्वत:चे चिलखत बळकट करीत जगन म्हणाला. हसून त्याने तो प्रश्न टाळायचा प्रयत्न केला. पण तो दाढीवाला मात्र कमालीचा गंभीर होऊन उठला आणि जगनच्या डोळ्यांसमोर आपली बोटे नाचवीत म्हणाला, ''ठीक आहे, मला आपले वाटले होते की हे तुझ्यासाठी एक चांगले एकांतवासाचे स्थान होईल.''

''हो! हो! देवाला माहीत आहे की मला एकांतवासाची जरुरी आहे.''

''तुला माहीत आहे का मित्रा, जीवनाच्या एका टप्प्यावर माणसाने स्वत:ला भोवतालच्या सवयीच्या वातावरणातून सोडवून घेऊन अदृश्य होणे आवश्यक असते. त्यामुळे बाकीचे लोक शांतपणे त्यांचे व्यवहार चालू ठेऊ शकतात. आपल्या वेदांमध्ये सांगितल्याप्रमाणे ही खूप प्रशंसनीय कृती आहे, ज्यायोगे पती-पत्नी त्यांच्या जीवनाच्या एका टप्प्यावर सर्व भौतिक कारभार तरुण माणसांवर सोपवून वनात अदृश्य होत.''

जगन अगदी अंत:करणापासून या बाबतीत सहमत झाला. त्याला अशी सुटका का हवी आहे याचे स्पष्टीकरण द्यावेसे वाटले. त्याच्या पत्नीचा मृत्यू, त्याचे मुलाला मोठे करणे आणि मुलाचा झालेला विचित्र विकास, त्याचे लॉली पुतळ्याजवळचे पुराणे घर त्याला कसे पृथ्वीवरचा नरक वाटू लागले होते हे सर्व सांगावे असे वाटले पण त्याने जीभ आवरली. त्याला लाज वाटली. त्याने आपल्या मुलाविषयी बोलणे टाळले; कारण त्याला आपल्या दु:खाचे प्रदर्शन करायचे नव्हते.

# नऊ

जगनकडे आता घराची स्वतंत्र किल्ली होती त्यामुळे त्याने आपल्या घरात हळूच प्रवेश केला. मधली ओवरी ओलांडून तो आपल्या भागात गेला. त्याच्या आणि मुलाच्या भागामधले दार त्याने बंद केले. उपरणे खुंटीला टांगून व सदरा काढून तो परसदारी गेला. अंगावर भरपूर थंड पाणी घेऊन तो न्हाणीघरातून बाहेर आला. आज त्याला चांगलीच भूक लागली होती. त्याने स्वयंपाकघरात जाऊन भांड्यात पाणी तापत ठेवले. थोड्या भाज्या कापून त्यात टाकल्या. थोडासा गव्हाचा लापशी रवा टाकला. बरेच उकडत असल्यामुळे त्याने गंजीफ्रॉकशिवाय राहायचे ठरविले. जेव्हा त्याचे जेवण तयार होत होते, तेव्हा तो देवाच्या मूर्तीजवळ क्षणभर डोळे मिटून उभा राहिला. समईमधली वात पेटवली.

जगनने मोठ्या कपाटामधून स्वत:चा लहान चरखा काढला. त्यात कापसाची गुंडी सरकवून चरखा चालवून बारीक सूत कातायला सुरुवात केली. वाढणाऱ्या सुताकडे पाहताना त्याला नेहमी उत्कट भावनांचा आनंद मिळे. चरखा फिरताना होणारा आवाज, हाताचा अंगठा व तर्जनीमधील चिमटीतून बाहेर पडणारे सूत त्याला सुख देई. तसेच त्याचा मेंदू व विचार शांत होत. गांधीजींनी सूत कातणे फक्त देशाची आर्थिक स्थिती सुधारण्यासाठी सांगितली नव्हती तर मनात चाललेली खळबळ थांबावी म्हणूनही त्याचा उपयोग होता.

जगनच्या मनात प्रचंड उलथापालथ चालली होती. आपल्या व्यक्तित्वात फरक होत चालला आहे असे त्याला जाणवत होते. असे असेल तर मग कुठल्याही कल्पनेचा त्रास किंवा प्रतिकार का करावा? कालपर्यंत तो बऱ्याच गोष्टींशी, दुकानाशी आणि कुटुंबाशी बांधील होता; पण या क्षणी तो एक वेगळाच माणूस होता. त्याच्यात एक अंतर्गत बदल घडून आला होता. जरी तो अजून दुकानाविषयी आणि घराविषयी काळजी करीत होता तरी या नुकत्याच झालेल्या ओळखीचा त्याच्यावर प्रचंड परिणाम झालेला होता. देवाला त्याच्या

एकाकी भरकटलेल्या परिस्थितीची दया येऊन त्या पांढऱ्या दाढीवाल्या रक्षणकर्त्याला पाठविले असावे असे त्याला वाटत होते. पाठच्या अंगणात बसून चरखा चालवत असता आणि शेजारी आकाशाला गवसणी घालणारे, ताऱ्यांबरोबर डोलणारे माड बघत असता त्याचे मन सर्व गोष्टींचे अगदी स्पष्टपणे पृथक्करण करू लागले.

तो विचार करू लागला, 'तो दाढीवाला कोणी दुसऱ्या ग्रहावरून आलेला तर नाही ना? तो जगनला गरज होती त्याच वेळी नेमका कसा दुकानात आला? कोणाला खरी गरज होती आणि कोणाकडून?' तो दाढीवाला म्हणाला होता की 'देवीची मूर्ती स्थापन करण्यासाठी त्याला मदत हवी' आणि त्याचवेळी जगनला वाटत होते की 'ही त्याला स्वत:ला मदत होते आहे.' जगनला हे कोडे सोडविता येईना म्हणून त्याने ते तसेच बाजूला सारले. काही असले तरी ही त्याच्या मनाला शांतता देणारी आठवण होती.

त्या दाढीवाल्याने जे पंचमुखी देवीचे वर्णन केले होते तो एक रोमांचकारी अनुभव होता. ज्याच्याबद्दल काही माहिती नव्हती अशा त्या दाढीवाल्याचे काम पूर्ण करायला आपण मदत करावी की नाही? आपण त्याच्यावर कसा विश्वास ठेवावा? कुठल्या बळावर? त्याने ती मूर्ती पूर्ण केल्यानंतर काय? त्याच्याबरोबर त्या जंगलात राहून आणखी मूर्ती घडविण्यासाठी प्रोत्साहन द्यायचे का? मग त्याच्या केसांना कलप लावायच्या धंद्याचे काय होईल? कदाचित तो त्याच्या धंद्याचा मक्ता जगनला देऊन जगनने तो मिठाईच्या धंद्याबरोबर चालवावा असे तर नाही? आपण पांढऱ्या केसांपाठी धावून, खूप पैसा कमावून मालीला आणखी जेरीला आणावा का? हे सगळे आपले विचार आणि चरखा थोड्या वेळासाठी थांबवून तो चुलीवर ठेवलेल्या भाज्यांकडे लक्ष द्यायला गेला.

परत तो चरख्याजवळ जेव्हा आला त्या वेळी तो निसर्गाच्या पक्क्या नियमांचा विचार करीत होता. ज्यायोगे गहू नेमक्या तीस मिनिटांत शिजतो. जर तो चाळीस मिनिटे शिजविला तर त्याची पेज होते, जी आहारशास्त्राच्या मताने चांगली नाही. अन्न, अन्न शिजविणे, आणि अन्न खाणे यामध्ये काय महत्त्वाचे? तर अचूकपणा. हे एक शास्त्र आहे आणि तेच तो आपल्या पुस्तकातून सांगू पाहत होता. आजपर्यंत ते केवळ नटराजमुळे लोकांपर्यंत पोहोचले नव्हते. तो नटराज या बाबतीत एवढा उदास का? आणि ते मालीचे माहितीपत्रक मात्र एवढ्या तातडीने का छापले? कदाचित नटराजला जगनच्या कल्पना आवडल्या नसतील... पण छापणाऱ्याला जे छापायचे ते सर्व आवडायलाच पाहिजे असे नाही. त्याने खरेतर शिवरामनसारखे असायला हवे जसे त्याला काही गोष्टी आवडत नसल्या तरी तळाव्या लागतात.

कापूस बारीक व लांब होत चालला होता. जणू काही शिवरामनने मळलेले पीठ आणि त्यापासून तो करीत असलेल्या बारीक शेवयाच. चरख्याचे चाक गुरगुरत होते जणू ते स्वत:चा घसा खाकरून साफ करीत होते. उघड्या छतातून चंद्राची कोर माडांच्या मागे जाताना दिसत होती. काही पिंजल्यासारखे चुकार पांढरे ढग कोरीवरून जात होते. या वर्षी पावसाला लवकर सुरुवात होणार का?

ठरलेल्या वेळी माणूस एका नव्या आयुष्यात पदार्पण करतो आणि ते टाळणे म्हणजे मूर्खपणा आहे. आता तो मालीचा बाप राहिला नव्हता. मिठाई तयार करून दररोज पैसे कमावणारा हलवाईही राहिला नव्हता. तो हळूहळू बदलत होता. कदाचित त्या दाढीवाल्या शिल्पकाराचा आधार बनणार होता की त्याचा पाल्य होणार होता?

त्याचवेळी दारावर थाप पडली. तिचा आवाज चरख्याच्या आवाजात ऐकू आला नाही. मधला दरवाजा उघडून त्या मिणमिणत्या प्रकाशात, एखाद्या परग्रहावरचा प्राणी यावा तसा माली आला. (जगनने माणसाच्या डोळ्याला प्रखर प्रकाशाचा त्रास होऊ नये म्हणून केवळ दहा वॉटचे दिवे बसविले होते.) मालीच्या अचानक येण्याने गडबडून जगनने टॉवेल ओढून छाती झाकून घेतली. त्याला जर माली येण्याची कल्पना असती तर तो झब्बा घालून बसला असता. तो चरखा सोडून उठला. मालीला बसण्यासाठी स्टूल आणायला गेला.

माली त्याच्या हातून स्टूल घेताघेता पुटपुटला, "तुम्ही काय गोंधळ घालीत आहात?" स्टूल अंगणात ठेऊन तो त्यावर बसला. जगन मात्र काय करावे ते न कळून उभा होता. "बाबा, तुम्ही बसा!" मालीने जणू आज्ञा केली. "पण तो चरखा चालवू नका. तो फार आवाज करतो. मला तुमच्याशी बोलायचे आहे."

जगनला पोटात खड्डा पडल्यासारखे झाले. त्याने कोरड्या पडलेल्या ओठावरून जीभ फिरवली. तो चरख्यापासून दूर झाला. छातीवर हात दुमडत उभा राहिला व म्हणाला, "आता सांग तुला काय हवे आहे?" "गावात प्रत्येक जण तुमच्याविषयी बोलत आहे," माली जणू आरोप करीत म्हणाला.

जगन जरा ताठरला पण काही बोलला नाही. तो पोटातल्या खड्ड्यातून स्वत:ला हळूहळू सावरत होता, कारण त्याला आठवले की जेव्हा परिस्थिती एखाद्याला नवीन व्यक्तिमत्त्वाच्या उंबऱ्याकडे ढकलत असते तेव्हा कसलाही प्रतिकार करू नये. "माझ्याबद्दल ते काय बोलतात?" त्याने विचारले. त्याने आतापर्यंत मुलाचे जे दडपण बाळगले होते ते हळूहळू नाहीसे होत होते. "कोण आहेत ते?" त्याने लगेच विचारले.

"ते आनंदभवनचे शेट आणि बाकी काही लोक काल तुमच्याबद्दल चर्चा करीत होते."

जगनला विषय वाढवायचा नव्हता म्हणून तो पुटपुटला, "बोलू देत त्यांना..." अशा नवीन स्वरात मालीशी बोलताना त्याला बरे वाटत नव्हते. आतापर्यंत मालीने आपल्याबरोबर एकतरी शब्द बोलावा म्हणून तो तरसत असे. पण आता हे माझे नवीन व्यक्तिमत्त्व असल्यामुळे मला याच भाषेत बोलावे लागणार असा जगनने विचार केला. त्याला मुलाच्या चेहऱ्यावर काय भाव आहेत हे दिसत नव्हते कारण चंद्राची कोर मावळली होती आणि दिव्याच्या फिकट पिवळ्या प्रकाशात सर्व चेहरे व भाव एकसारखेच वाटत होते.

मालीने खिशातून एक कागद काढला व तो वाचण्याचा प्रयत्न केला. नंतर तो चिडून म्हणाला, "तुम्हाला जरा जास्त प्रकाश का चालत नाही?"

"प्रकाशकिरणांमुळे तुमचे दृष्टितंतू शांत झाले पाहिजेत. ते उत्तेजित होता कामा नयेत."

यावर मुलगा उपरोधिक हसला. तो म्हणाला, "आज दुपारी माझ्या सहकाऱ्यांकडून मला तार आली आहे." जगनने जेव्हा सहकारी हा शब्द ऐकला तेव्हा त्याला पुढे काही ऐकायची जरुरी नव्हती. तो अठ्ठेचाळीस तासाअगोदर जसा घाबरला असता तसा आता मुळीच भ्यायला नाही. त्याने विचार केला, 'गेल्या काही तासात माझ्यात जो फरक झाला आहे तो मालीला माहीत नाही. मला त्याच्यावर थोडी दया करू दे. दया दाखविण्यात काही अपाय नाही. शेवटी तो माझा...' जगनचा स्वाभाविक हळुवारपणा उफाळून आला आणि मालीशी औपचारिकतेने बोलण्याचा त्याला पश्चाताप वाटला. त्याने विचारले, "तारेत काय म्हटले आहे?"

मालीने तार उघडली. त्या प्रकाशात पुन्हा वाचायचा प्रयत्न केला, पण तो अयशस्वी झाल्याने मनाने आठवून त्याने सांगितले, "आपल्या योजनेची स्थिती काय आहे ते तारेने कळवायला सांगितले आहे."

जगन गोंधळला कारण त्याला कळणारे ते इंग्लिश नव्हते. तार या शब्दाव्यतिरिक्त बाकीच्या वाक्यांचा त्याला अर्थबोध झाला नाही. तो म्हणाला, "त्यांनी तुला तार करायला का सांगितले? एक साधे पत्र पुरले असते की?"

माली म्हणाला, "या उद्योगात सगळ्या गोष्टी वेगाने घडाव्या लागतात. ते सगळे तुम्ही माझ्यावर का सोपवत नाही? मला काय करायचे ते माहीत आहे. मी आता त्यांना काय उत्तर देऊ?"

"स्थिती म्हणजे काय? कोणाच्या स्थितीबद्दल ते बोलत आहेत?"

माली रागाने मुठी आवळत म्हणाला, "आपण माझ्या मशीन तयार करण्याच्या उद्योगाबद्दल बोलत आहोत. हो की नाही?"

"तू आता त्याच्याबद्दल बोलणार आहेस का? मला हे कळलेच पाहिजे."

जगनला त्या दीनवाण्या, गोंधळलेल्या मुलाकडे पाहून दया येऊ लागली. ते दोघे जेव्हा एकत्र येत तेव्हा नेहमी उभ्या राहणाऱ्या अदृश्य भिंतीला त्याने मनातल्या मनात दूषण दिले. जगन विनंतीवजा स्वरात म्हणाला, "बाळ, मी तुला माझे दुकान तुझ्या ताब्यात देतो. ते घे."

दुकानाच्या उल्लेखाने मालीने तोंड वाकडे केले. सुदैवाने अपुऱ्या प्रकाशात जगनला ते व्यवस्थित दिसले नाही.

"मी तुम्हाला एकदाच शेवटचे सांगतो मला हलवाई व्हायचे नाही..." असे म्हणून त्याने वाक्याचा शेवट केला. "मी अमेरिकेत हजारो डॉलर्स खर्च करून अनेक मौल्यवान गोष्टी शिकलो आहे. आपला देश माझ्या ज्ञानाचा का उपयोग करून घेऊ शकत नाही? मी मी... होऊ शकत नाही..." जरी मालीने हलवाई हा शब्द उच्चारला नाही तरी त्याचा त्या व्यवसायाबद्दलचा तिटकारा स्पष्टपणे जाणवला. ते दोघे गप्प राहिले. मालीने निर्णायकपणे म्हटले, "तुमच्या या व्यवसायाला काही किंमत नाही."

"हे तुला कोणी सांगितले?"

"या व्यापारात असलेला प्रत्येक जण तुमच्याविषयी बोलत आहे. तुम्ही नक्की काय करण्याचा प्रयत्न करीत आहात?"

जगन शांत राहिला. त्यावर मालीने परत कादंबरी लिहिण्याच्या मशीन बद्दल अगदी विस्तृतपणे सांगितले. तसेच त्याच्या माहितीपत्रकातील गोष्टी पुन्हा सांगितल्या. जगन ऐकत होता. आकाशातील तारे मार्गक्रमण करीत होते. माहितीपत्रकाच्या शेवटच्या मुद्द्यापर्यंत येऊन माली थांबला. तेव्हा जगनने विचारले, "ग्रेस कुठे आहे?"

"का?" मालीने विचारले.

जगनकडे उत्तर नव्हते. पण तो सगळ्या प्रश्नांची उत्तरे द्यायला बांधील नव्हता. मालीने प्रश्नावर जोर देत म्हटले, "तुम्ही आमच्या धंद्यात येणार आहात की नाही हे मला कळायला पाहिजे."

"मी जर नाही म्हटले तर तू काय करणार आहेस?"

"ग्रेसला परत जावे लागेल. आपल्याला तिच्यासाठी विमानाचे परतीचे तिकीट काढून द्यावे लागेल."

"याचा तिच्याशी काय संबंध?

हे संबंध रेडिओच्या पाठी असणाऱ्या वायरींच्या जाळ्याप्रमाणेच गोंधळात टाकणारे होते.

"तिने इथे का राहावे?" माली स्पष्टपणे म्हणाला. "तिला इथे करण्यासारखे काही उरत नाही."

"मला तू काय बोलत आहेस ते कळत नाही. मला तू कधीच कळला नाहीस. तिला बोलाव. मला तिच्याशी बोलायचे आहे."

आतापर्यंत ग्रेसचे घरात राहणे जगनला सवयीचे झाले होते. तिच्या जाण्याच्या विचाराने त्याला फार एकाकी झाल्यासारखे वाटले.

"ती बाहेर गेली आहे," माली तुटकपणे म्हणाला.

"एवढ्या रात्री ती कुठे गेली आहे?"

"ती तिला हव्या त्या ठिकाणी जाऊ शकते. कोणी तिला प्रश्न का विचारावेत?"

"नाही, तसे नाही."

नियती जणू त्या दोघांमधे बोलणे होऊ नये म्हणून बघत होती. कुठली तरी अदृश्य शक्ती त्यांच्या जिभा त्यांनी काही वाईट बोलू नये म्हणून जणू वळवत होती. जगन उद्वेगाने उभा राहिला आणि मुलाच्या चेहऱ्याजवळ झुकून म्हणाला, "पण ती कुठे जाणार आहे? का जाणार आहे? ती इथे सुखी नाही का?"

माली उठला आणि म्हणाला, "तिला जिथे जायचे आहे त्यापासून अडविणारे तुम्ही कोण? ती स्वतंत्र व्यक्ती आहे. आपल्या दरिद्री देशातील सुनांप्रमाणे ती नाही."

"मला फक्त एवढेच जाणून घ्यायचे आहे की तिला परत का जायचे आहे? ती अर्थात स्वतंत्र आहे. कोण म्हणतो ती स्वतंत्र नाही म्हणून? पण कुठल्यातरी गोष्टीने ती दुखावली गेली आहे का?"

"तिला सुखी ठेवण्यासाठी इथे काय आहे?" माली ओरडला. "हे ठिकाण अत्यंत उदासवाणे, मृतवत् आहे. तिला चांगल्या जीवनाची सवय होती. ती इथे काम करण्यासाठी आली होती आणि तिला काम नसल्यामुळे ती परत जाणार आहे."

जगनने बाहेर पडणारे शब्द जणू गिळले आणि म्हटले, "पण ती इथे घर झाडून स्वच्छ राखत होती. हे मोठे घर आहे व इथे करण्यासारखे भरपूर काम आहे. तिला नेमके काय हवे आहे?"

मालीने जोरात म्हटले, "ती माझ्या प्रकल्पावर माझ्याबरोबर काम करायला आली आहे. तुम्ही माहितीपत्रकात तिचे नाव पाहिले नाही का?"

जगन उत्तर टाळण्याची कला शिकला होता. माली उठला व म्हणाला, "तिला इथे करण्याजोगे काही काम नसेल तर ती परत जाणार हे निश्चित. तिचे विमानाचे तिकीट लगेच काढावे लागेल."

"पण कुठल्याही परिस्थितीत बायकोने नवऱ्याबरोबर राहिले पाहिजे."

"ते तुमच्या काळी..." असे बोलून माली निघून गेला.

जगन त्या रात्री झोपू शकला नाही. या सर्व गोष्टीतील अस्पष्टपणामुळे

त्याला खूप काळजी वाटू लागली. ग्रेस घरात दिसत नव्हती. जगनला तिचे घरातील अस्तित्व आवडत होते. त्यामुळे घरातील मोठे न्यून दूर झाले होते. मालीने या क्षणी तिला कुठे लपवून ठेवले होते? तो ती कुठे गेली आहे हे माहीत असल्याचेसुद्धा कबूल करीत नव्हता. अशाप्रकारे बायको काय करते याचासुद्धा तो माग ठेवीत नाही का?

# दहा

जगनला ग्रेसला भेटण्याच्या संधीची वाट पाहावी लागली. घराच्या पुढच्या भागात होणाऱ्या झाडण्याच्या आवाजाने त्याला ग्रेस परत आली आहे हे समजत होते. ती नेहमीप्रमाणे त्याच्या खोलीकडे येऊन काम करीत नव्हती. ती परत आल्याला दहा दिवस उलटून गेले होते, पण ती जगनला टाळत होती. त्यामुळे जगनला उदास वाटत होते. आपण असे काय केले आहे ज्यामुळे ग्रेस आपल्याला टाळत आहे, हा प्रश्न जगनला पडला होता. तिने आत्तापर्यंत दाखविलेली आपुलकी केवळ जगनने त्या गोष्टी लिहावयाच्या मशीनमध्ये पैसा गुंतवावा म्हणूनच होती का? आता त्याने त्याची भूमिका स्पष्ट केल्यामुळे त्या दोघांमधली खाई अधिकच गहिरी झाली होती. तसेच त्याचा ग्रेसकडे जाऊन स्पष्टीकरण मागण्याचा मार्गही खुंटला होता. तो आत जाऊन तिच्याशी बोलावे का, असा विचार करीत होता. पण काय फायदा? माली तिथे असताना, ती खरेच परत जाणार आहे का याची खात्री तो कसा करून घेऊ शकणार होता? निदान एक औपचारिक भेट होणे आवश्यक होते.

तो जरी सकाळी दुकानात जाण्यासाठी तयार झाला होता तरी बिछान्यावर बसून होता. तो आशा करीत होता की कदाचित ग्रेस त्याच्याकडे येईल अथवा माली तरी रिकामटेकड्या उद्योगासाठी बाहेर जाईल व त्याला ग्रेसशी काही बोलता येईल. पण या दोहोंपैकी काहीही होण्याचे चिन्ह दिसत नव्हते. माली त्याच्या खोलीत टायपिंग करीत होता. थोड्या वेळाने झाडण्याचा आवाज थांबला. त्या दोघांमधे काहीतरी बोलणे झाल्याचे जगनला जाणवले. नंतर तोही आवाज थांबला. जगनला एकटे पडल्यासारखे वाटले. एक प्रचंड स्तब्धता पूर्ण घरावरच पसरल्यासारखी झाली होती. तिथे आशेला काही स्थान नव्हते. जगन मुकाट्याने घराबाहेर पडून दुकानात गेला.

दुकानात नेहमीसारखेच व्यवहार चालू होते. फक्त काउन्टरवरचा गोंधळ

दुपारच्या शांततेचा भंग करीत होता. आजकाल काउन्टरची गर्दी गेल्याशिवाय जगन त्याच्या भगवद्‌गीतेवर मन एकाग्र करू शकत नव्हता. लोक अशाप्रकारे वागत की त्याच्याकडे माल असो वा नसो, पण त्यांना मिठाई हवीच. त्यामुळे जगन विचारात पडे की त्याने मिठाईची किंमत कमी करून शहाणपणा केला की नाही? मिठाईच्या मूळ दराकडे जाऊच नये का?

जगनचा भाऊ बरेच दिवस गैरहजर होता. त्याच्या म्हणण्याप्रमाणे तो जज्जच्या कुटुंबाबरोबर तिरुपतीच्या डोंगरावर गेला होता. त्यांनी त्यांच्या दोन नातवंडांना पहिले जावळ करण्यासाठी नेले होते. ती सहल खूप छान झाली होती. तिथल्या खोल्या राहण्यासाठी घेतल्या होत्या आणि प्रतिष्ठित असल्यामुळे सगळे देऊळच जणू त्यांच्यासाठी खुले होते.

"जज्जच्या नावाला चांगलेच वजन आहे. त्यांना मी इतके दिवस बाहेर राहू शकत नाही असे सांगितले पण ते ऐकेचनात. त्यांनी मला जवळजवळ उचलूनच नेले असे म्हणा ना!"

"तुझी गरज सगळ्यांनाच असते. मला तर कालपासून तुझी फारच गरज वाटत होती."

"आता मी तुझ्या सेवेकरिता हजर आहे. तू दर कमी केल्याचा परिणाम मिठाईच्या गुणवत्तेवर तर झाला नाही ना?"

"मी सांगतो म्हणून या गोष्टीचा तू विचार सुद्धा करू नकोस! तो आनंद भवनचा शेठ इथे आला होता."

"मला माहीत आहे, माहीत आहे. ते लोक तुझ्याबद्दल सारा वेळ बोलत होते."

"ते नक्की काय बोलत होते?" जगन त्याच्याबद्दल लोक बाजारात काय बोलतात हे जाणून घेण्यासाठी उत्सुक होत म्हणाला.

"मला वाटते तू परत तुझ्या पूर्वीच्या दराने मिठाई विकण्याचे कबूल केले आहेस."

"मला माहीत नाही. मी असे काही म्हटल्याचे मला आठवत नाही."

"पण असे त्या लोकांना तरी वाटते. निदान तू सगळ्या गोष्टी कशा हाताळतोस हे त्यांना रांगेत उभे राहून बघण्याचे भाग्य मिळेल. उद्या जर त्यांची माणसे गर्दीत उभी राहून, तुझ्याकडून स्वस्त दरात मिठाई घेऊन, ती त्यांच्या दुकानात नेऊन, त्यांच्या भावाने विकायला लागली तरी मला आश्चर्य वाटणार नाही."

जगनला असे काही घडू शकेल असे वाटले नव्हते. तो निराश दिसू लागला. तेव्हा भाऊ म्हणाला, "अरे! मी तुझी गंमत केली. अशी काही काळजी

तू करू नकोस.''

''एवढ्यात तू मालीला पाहिले आहेस का?''

''तो काल संध्याकाळी जज्जच्या घरी होता. जज्जचा मुलगा त्याचा मित्र आहे. मालीने मला बाजूला बोलावले. त्याला मी काका म्हणून एवढा आवडतो की, माझ्याबरोबरचे त्याचे वागणे कधीच बदलत नाही.''

जगन एक नि:श्वास सोडत म्हणाला, ''मग तो माझ्याकडे व्यवस्थित का बोलू शकत नाही? मला दुखावल्याशिवाय तो दोन वाक्ये माझ्याकडे धड बोलू शकत नाही.''

भाऊ आपल्याला जगनपेक्षा अधिक वरच्या दर्जाचे स्थान आहे असे वाटून खुलला. वडिलकीच्या नात्याने तो जगनला म्हणाला, ''या गोष्टीने तू दुःखी होऊ नकोस. तू हुशार आहेस तेव्हा या गोष्टींवर तू फार विचार करू नकोस.''

''पण मालीने तुला काय सांगितले?''

''त्याने त्याचा मित्र बाथरूममध्ये गेला तेव्हा मला बागेत बोलावून सांगितले की ग्रेस लवकरच अमेरिकेला परत जाणार आहे. तू ऐकलेस का?''

''हो, हो! पण का ते मला कळले नाही.''

''ती कामासाठी जात आहे असे मालीने मला सांगितले. काहीतरी त्याच्या मशीनसंबंधीच्या कामासाठी जात आहे. तू बघितलेस का, या मुली किती हिंमतवाल्या आहेत? त्या हजारो मैल दूर त्यांच्या व्यापाराच्या गोष्टी ठरविण्यासाठी जातात आणि आपल्याला ते नक्की काय करतात हेही समजत नाही.''

जगनने भावाच्या बोलण्यातली चूक सुधारण्याचे टाळले. सत्य परिस्थिती काय आहे ही माहिती त्याने स्वत:जवळच ठेवली. तो म्हणाला, ''...हो! मी हे सर्व ऐकले होते पण मला आणखी काही कारण आहे का ते समजून घ्यायचे होते.''

''पण हा उद्योग खरोखरच आशादायक आहे असे वाटते. त्या आनंद भवनच्या शेठने आणि इतर काही लोकांनी त्याच्या कंपनीचे शेअर्स घ्यायचे कबूल केले आहे.''

जगनने प्रामाणिक उत्सुकतेने विचारले, ''तो त्यांच्याशी काय बोलला?''

''तो सगळ्या गावभर फिरत होता आणि काम करीत होता. तो इकडेतिकडे सगळीकडे मला भेटत होता.''

''मला तुझी मदत हवी आहे. तू हसू नकोस. मला काही गोष्टी समजून घेण्यासाठी ग्रेसला भेटायचे आहे.''

नंतर जगनने भावाला खरी परिस्थिती पूर्ण कळणार नाही अशाप्रकारे झालेला प्रकार सांगितला. भाऊ जाणून होता की जगनने बऱ्याच गोष्टी त्याच्यापासून

लपविल्या आहेत. पण त्याला त्याची पर्वा नव्हती.

तो म्हणाला, "मी ग्रेसला डॉ. कुरुविलांच्या घरी जाताना पाहिले आहे. तिथे तिची अमेरिकेत भेटलेली एक मैत्रीण राहते. मी तिच्याकडे बोलून तुला ग्रेसला भेटायचे आहे म्हणून सांगू का?"

"पण तेव्हा तिच्याबरोबर मालीसुद्धा असेल का?"

"कधीकधी माली जेव्हा आपल्या मित्रांबरोबर बाहेर जातो तेव्हा ग्रेस त्या मुलीबरोबर वेळ घालवत असते."

जगनला दोन दिवस आपले मन ताब्यात ठेऊन शांत राहावे लागले, कारण भाऊ मालीला चुकवून जगनला सहजपणे ग्रेसला भेटता यावे अशी वाट शोधून काढणार होता. एके दुपारी भाऊ नेहमीप्रमाणे त्याच्या मिठाई चाखण्याच्या कामानंतर रुमालाने तोंड पुसत जगनला म्हणाला, "आता जर तू दुकान सोडायला तयार असशील तर ग्रेस तुला घरी भेटू शकेल. माली माझ्याकरिता जज्जच्या घरी वाट पाहत आहे. मी त्याला त्याच्याबरोबर हिल रोडवरचा जमिनीचा एक तुकडा पाहायला जायचे वचन दिले आहे."

"कशासाठी?"

"कारखाना उभा करण्यासाठी."

"काहीतरीच बोलत आहेस. तो मोठ्या पैसेवाल्यासारखा बोलत आहे. एवढे जर त्याच्याकडे पैसे असते तर तो माझ्याकडे का मागत होता?"

"या गावातला प्रत्येक जण त्याला मोठा उद्योगपती समजतो, कारण तो खूप चांगले बोलतो."

"हो! मी सोडून तो सगळ्यांकडे चांगले बोलू शकतो!" उद्वेगाने जगन म्हणाला.

"आपण ते सगळे नंतर बोलू. तू आता घरी जाशील का? हीच योग्य वेळ आहे. माली गावाबाहेर जाणार आहे आणि संध्याकाळपर्यंत परतणार नाही. मी इथे तू परत येईपर्यंत थांबेन. मालीबरोबर जाण्यासाठी दुसरे लोक असतील."

जगन घरी गेला. त्याने हातपाय धुतले. तो देवघरात गेला. त्याने प्रार्थना केली की 'देवा! मला मदत कर. मला प्रकाश दाखव. मला काय करावे ते समजत नाही.' तो एक क्षणभर देवाचे ध्यान करीत उभा राहिला. त्याने आपल्या मनाची तयारी केली आणि हॉलच्या दारावर थाप मारली. त्याच्यासाठी या वेळी घरी येणे ही एक नेहमीपेक्षा वेगळी गोष्ट होती. दुपारचे ऊन मोकळ्या अंगणातून घराच्या विविध कोपऱ्यात पडल्यामुळे घर वेगळेच भासत होते. 'हे कोणातरी परक्याचेच घर वाटते,' तो स्वतःशीच पुटपुटला. त्यामुळे तो स्वतःच पूर्वीसारखा राहिला नाही ही त्याची स्वतःबद्दल नवीनच आलेली भावना पक्की झाली.

त्याला त्या दाढीवाल्याने भटकंतीच्या वेळी दिलेला सल्ला आठवला. पहिल्यांदा घाई करायची नाही, पण जेव्हा तुम्ही काही ठरवता तेव्हा जलद आणि सकारात्मक राहायचे. खरे पाहिले असता हा धडा गांधीजींकडून पूर्वी शिकलेल्या धड्यासारखाच होता; परंतु आता काळाच्या ओघात तो धडा विसरल्यासारखा झाला होता. त्याला आठवले, वीस वर्षांपूर्वी एक कार्यकर्ता म्हणून तो ब्रिटिश कलेक्टरच्या बंगल्यावर धावत गेला होता. तिथे त्याने छपरावर चढून ब्रिटिशांचा युनियन जॅक खाली ओढून त्या जागी भारताचा तिरंगा फडकविला होता. शिरस्त्राण घातलेले संरक्षक पोलीस कुंपणाजवळ उभे होते. परंतु त्याच्या वेगाने तेही चकित झाले होते. ते त्याच्यामागे छपरावर चढेपर्यंत जगनने युनियन जॅक आपल्या मुठीत पकडला होता. त्या झेंड्याच्या स्तंभाला मिठी मारून त्याने तिरंगा फडकवायचा प्रयत्न केला होता. त्या रक्षकांना त्याला बडवावे लागले होते. त्याची मूठ उघडण्यासाठी त्याच्या डोक्यावर वार करावा लागला होता. त्यानंतर जवळजवळ पंधरा दिवसांनी हॉस्पिटलमध्ये त्याने डोळे उघडले आणि सर्व काही विसरलेल्या अवस्थेत तो तुरुंगात राहिला होता.

'अशा काही वेळा असतात जेव्हा सत्याग्रहीला पहिल्यांदा कृती करावी लागते आणि मग विचार करावा लागतो,' असे त्याच्या नेत्यांनी सांगितले होते, 'एकदा जो सत्याग्रही होतो तो कायम सत्याग्रही असतो. जरी हे ब्रिटिशांविरुद्ध सत्यासाठी लढणे नसले तरी सत्यासाठी वैयक्तिक किंवा इतरही बाबतीत हे लागू पडते.' जगनचे या बाबतचे शिक्षण कायमच होते. एवढेच की ते अकारण धूसर बनले होते.

या सर्व विचारांनी त्याने मालीच्या दारावर ठोठावण्या अगोदर आपली अस्मिता परत फुलवली. ग्रेसने दार उघडले आणि ती आश्चर्याने म्हणाली, "बाबा तुम्ही? इथे? या वेळी? अगदी अनपेक्षित आहे."

जगन सरळ मुख्य मुद्द्याकडे वळत म्हणाला, "मला तुझ्याशी बोलायचे आहे. तू इथे येणार आहेस की मी तुमच्या भागात येऊ?"

"कृपा करून आत या. इथे हॉलमधे या. इथल्या खुर्च्या जास्त आरामदायक आहेत."

तो तिच्या पाठोपाठ जाऊन कोचावर बसला. ती खुर्चीवर बसली व आपल्या गळ्यातली साखळी बोटाने फिरविण्याचा चाळा करू लागली. तिच्या बाजूच्या टेबलवर एक पुस्तक उघडे पडले होते. तिने पिवळ्या रंगाचा किमोनो घातला होता आणि एखाद्या जपानी मुलीप्रमाणे ती दिसत होती.

'ही मुलगी दररोज वेगळी भासते,' असा विचार त्याच्या मनात आला.

'आज तू जॅपनीज तर नाहीस!' असे तिला विचारण्याचा मोह आवरत त्याने विचारले, "तू काय वाचत आहेस?" पुस्तकाचे नाव सांगत ती म्हणाली, "हे काही फारसे महत्त्वाचे नाही."

'तू सरळ मुद्द्यावर ये. असे काहीतरी आजूबाजूचे संदर्भहीन बोलून तू तुझ्या मुलाबरोबरचा संवाद जवळजवळ संपविला आहेस, आता निदान सुनेबरोबरचा संवाद मिटवू नकोस!' असे स्वत:ला बजावत जगनने तिला विचारले, "आजकाल तू मला घरामधे दिसत नाहीस." तिचा चेहरा लाल झाला. ओठांची जरा हालचाल झाली पण ती गप्प राहिली.

तिची अस्वस्थता बघून तो म्हणाला, "तू माझ्या प्रश्नाचे उत्तर द्यायलाच पाहिजे असे नाही." त्याने तिला मूळ पदावर येण्यासाठी थोडा वेळ दिला आणि विचारले, "तुला तुझ्या देशात परत जायचे आहे का?"

परत एकदा तिचे ओठ थरथरले. चेहरा लाल झाला. तिच्या लांब पापण्या खाली वळवून ती परत गप्प राहिली. बाहेर अंगणात एक कावळा कावऽकावऽ करीत होता. त्याचा कर्कश आवाज त्या चमत्कारिक शांततेचा भंग करीत होता. ती पुटपुटली, "तो कावळा आला आहे. क्षमा करा." ती पट्कन स्वयंपाकघरात पळाली. हातात एक पावाचा तुकडा घेऊन आली आणि तिने तो छपरावर फेकला. कावळा तो तुकडा घेऊन उडून गेला. मात्र नंतर अनेक कावळे आले आणि त्यांची कावऽकावऽ सुरू झाली. "अरे! हे आणखीनच चुकले. ते सगळे गोंधळ घालत आहेत आणि त्या सर्वांना पुरतील एवढे पाव माझ्याकडे नाहीत!" ती म्हणाली.

जगनला म्हटल्याशिवाय राहावले नाही की "माझ्या दुकानात पण असेच होते. जवळजवळ सगळे गाव माझ्या दुकानात मिठाईसाठी येते, पण विक्री दुपारीच चारच्याही अगोदर संपते." ग्रेसने जगनचे हे म्हणणे शांतपणे ऐकले आणि जगनला अस्वस्थ वाटू लागले. त्याने ठरविलेले सर्व नियम काही मागमूस न राहता वितळून गेले. त्याला ग्रेसची भीती वाटू लागली. त्याला वाटले की आणखी काही प्रश्न विचारले तर ग्रेस रडायला लागेल. त्याला तिच्या मनात चाललेल्या खोल खळबळीची जाणीव झाली. तिला एकटे सोडणे योग्य होईल असे त्याला वाटले. काय चमत्कार झाला नकळे पण जेव्हा घड्याळाने चारचे ठोके दिले तेव्हा तो वेगळ्याच स्पष्ट स्वरात म्हणाला, "मला दुकानात परत जायला पाहिजे."

ती त्याच्याबरोबर काही न बोलता दारापर्यंत आली आणि जेव्हा तो बाहेर पडत होता तेव्हा औपचारिकपणे म्हणाली, "मालीला मी परत जायला हवी आहे."

"पण का?" जगन थांबत म्हणाला. ती थोडी चाचरली. जगनला भीती वाटली की ती रडेल. पण ती शांतपणे म्हणाली, "आता हे सर्व संपले आहे."

"काय संपले आहे?" पण तिने उत्तर दिले नाही. मग तो म्हणाला, "ही त्याची कल्पना आहे की तुझी?"

"त्याला मी परत जायला हवी आहे, तो म्हणतो की, तो मला इथे आणखी ठेवू शकत नाही."

हे मालीचे नवीन पैलू बघून जगनला धक्का बसला. त्याची जणू दातखीळच बसली. ग्रेस पुढे म्हणाली, "मी काम करीत होते. मी इथे आले तेव्हा माझ्याकडे दोन हजार डॉलर्स होते. आता ते संपले."

"कसे?"

यावर ती म्हणाली, "मालीला आता माझा काही उपयोग नाही."

"उपयोग असो अथवा नसो, माझी बायको... तुला माहीत आहे... मी तिला आयुष्यभर सांभाळले."

ग्रेस किंचित लाजून म्हणाली, "यात एकच चांगले आहे की आम्हाला मूल नाही."

जगनला तिच्या बोलण्यातल्या काही भागाचा अर्थबोध झाला नाही, पण उघडपणे तो त्याचे स्पष्टीकरण मागू शकला नाही. तो एवढेच म्हणाला, "तू जर आमची पुराणे वाचलीस तर तुला कळेल की पत्नीचे स्थान कुठल्याही परिस्थितीत पतीच्या बरोबरच असते."

"पण आम्ही लग्न केलेले नाही," ती सहजपणे म्हणाली. "त्याने मला भारतीय पद्धतीने लग्न करायचे वचन दिले, कारण ती माझी इच्छा होती आणि मला इथे आणले. इथे आल्यावर लग्न झालेच नाही. ते झाले असते तर तुम्हाला कळले नसते का?"

जगनला हे सर्व एका बैठकीत गिळणे व पचविणे अशक्य होते. तो केविलवाणा होऊन म्हणाला, "हे सगळे कसे सावरायचे मला माहीत नाही."

"जरा तुम्ही आत येऊन बसता का? मी तुम्हाला सगळे स्पष्ट करून सांगते. इथे उभे राहून बोलायला मला विचित्र वाटते" असे ग्रेस म्हणाली.

जगन ग्रेसकडे बघतच राहिला. त्याला ती आजपर्यंत चांगली व गुणी वाटत होती. त्याने तिच्यावर एवढा विश्वास ठेवला होता आणि ती पाप करीत होती आणि त्याबद्दल ती सहजतेने बोलतही होती. ही प्राण्यांची कुठली जात आहे? तो चकित झाला होता. त्या दोघांनी त्याचे सनातन घर भ्रष्ट केले होते. जगनने त्यांना खूपच सहन केले होते. तो थंडपणे म्हणाला, "मी आता आत येत नाही. मला दुकानात जायचे आहे."

जेव्हा भाऊ साडेचारला दुकानात आला तेव्हा जगन जवळजवळ ओरडला, "इकडे या! मी तुझीच वाट बघत आहे." भावाने हात हलवीत म्हटले, "थांब! अरे मला चव बघण्याचे काम संपवून येऊ दे." भाऊ जेव्हा मुदपाकखान्यात गेला तेव्हा जगनचा अभिनिवेश थंड झाला. त्याने मनाशी जे बोलायचे त्याची उजळणी केली. त्याने सुरुवात केली, "तुला माहीत आहे ना?" पण प्रत्यक्षात भाऊ जेव्हा मुदपाकखान्यातून बाहेर आला तेव्हा जगनने त्याला विचारले, "तू मालीला कितपत चांगला ओळखतोस?" भावाने थोडा वेळ रस्त्यापलीकडच्या शिंप्याकडे तो चालवत असलेल्या मशीनकडे बघितले. जगनला माहीत होते की ही भाऊ विचारात गढल्याची खूण आहे. जगनने त्याला हलविले आणि म्हटले, "मालीने लग्न केलेले नाही."

भावाने त्याच्या मनात उठणाऱ्या अनेक प्रश्नांना दाबून ठेवीत विचार केला की 'जगन मालीसाठी नवीन स्थळ शोधण्याची तर अपेक्षा करीत नाही ना!' तो म्हणाला, "तू जर मला शब्द दिलास तर लोक मालीची कुंडली खेचून घ्यायला टपलेले आहेत. तो जज्जसुद्धा म्हणत होता की त्याच्या भावाची मेव्हणी तुमच्या कुटुंबाबरोबर संबंध जोडायला तयार होती."

जगनला या बोलण्याने थोडे हायसे वाटले. परंतु त्याचवेळी त्याला आठवले की असे सामान्य शांततेत घालवायचे आयुष्य आपल्या नशिबात नाही. मग तो ओरडला, "कॅप्टन, अरे ती शाळेची मुले!"

कॅप्टनला कळेना की जगन त्यांना घालवायला सांगत आहे की त्यांना काही बक्षीस देऊ इच्छित आहे. त्याने विचारले, "मी त्यांचे काय करू सर?"

"त्यांना घालव. तुम्ही एकदा त्यांना जवळीक दाखवली की ते डोक्यावरच चढून बसतात. आपल्या लोकांना स्वाभिमानच नसतो."

"मला माहीत आहे की तुला तुझ्या मिठाईचा दर आणखी कमी करायचा आहे, पण तू तो करू शकत नाहीस!"

"समाजाचा तोल घालविण्यात काहीच अर्थ नाही. मला त्या आनंद भवनच्या मालकाबरोबर किंवा दुसऱ्यांबरोबर शत्रुत्व करायचे नाही. त्यांच्यापाठी अनेक प्रकारचे लोक आहेत."

हा प्रश्न तिथेच सोडण्यासाठी भाऊ जगनच्या मताशी सहमत झाला. जगनने दुसऱ्या अधिक मनोरंजक अशा मालीच्या विषयाकडे वळावे म्हणून पहिल्याच प्रश्नावर भर देत त्याने विचारले, "आज तू त्या मुलीला भेटलास का?"

"तू मालीच्या बायकोऐवजी त्या मुलीला असे का म्हणतोस?" एक प्रकारच्या आसुरी आनंदाने जगनने विचारले. भावाला जगनने प्रश्नामध्ये

पकडल्यासारखे वाटले आणि सहज बोलल्याचा आव आणत तो म्हणाला, "मला ती एक चांगली मुलगी वाटते. मी काल जेव्हा तिला भेटलो..." भावाने वाक्य पूर्ण करायच्या आतच जगन म्हणाला, "मी तिच्या चांगुलपणावर संशय घेत नाही. पण तिने मालीशी लग्न केलेलेच नाही."

जगनचे हे बोलणे भावाने शांतपणे ऐकले. तो घाबरला की त्याने त्यावर काही प्रतिक्रिया दिली तर उगाचच अफवा उठेल. जगन पुढे बोलतच होता... "तिने मला हे स्वत:च सांगितले मग मी तिच्यावर शंका का घेऊ?" यावर भाऊ साधेपणाने म्हणाला, "जर मालीला वाटते तर तिला तिच्या देशात परत जायला का देऊ नये?"

हा विचार जगनला पडलेल्या संभ्रमावर इतका बुद्धीला पटणारा होता की, जगनला बराच वेळ पुढे काही बोलता आले नाही. त्याला काय बोलायचे ते कळेना. त्याला सात्त्विक संताप येऊन काय बोलायचे होते ते आठवेना.

भाऊ पुढे म्हणाला, "आपली ही तरुण मुले वेगळ्याच ज़गात राहतात. त्यामुळे त्यांच्या काही कृत्यांनी आपण उद्विग्न होणे सोडले पाहिजे." हे एखाद्या संताचे वचन असावे असे वाटत होते. पण भावाला खऱ्या गोष्टी माहीत नसल्यामुळे त्याने बनविलेले अलिप्त राहण्याचे तत्त्वज्ञान जगनला पटत नव्हते.

"अशाप्रकारे काही आमच्या कुटुंबात झालेले कधी ऐकले नव्हते. माझ्या आजोबांचा भाऊ ज्यांना नीतिभ्रष्ट म्हटले जाई, त्यांनीसुद्धा अशी गोष्ट केली नव्हती. त्यांनी लग्न केले नव्हते आणि त्याचबरोबर लग्न केले आहे असे कधीच सांगितले नाही. जरी..."

"मी माझे वडील त्यांच्याबद्दल बोलताना ऐकले आहे. त्यांनी तिच्याबरोबर नक्कीच लग्न केले होते आणि बऱ्याच बायकाही ठेवलेल्या होत्या. पण त्यांनी आपली जबाबदारी कधीच नाकारली नाही."

त्या दोघांना आपल्या पूर्वजांच्या भानगडी बारकाव्यांसह आठवताना वेगळाच आनंद मिळत होता.

"दोन तरुण माणसे लग्न न करता एकत्र कशी राहू शकतात हे मला कळत नाही," असे म्हणून जगन गप्प झाला आणि आपल्या घराच्या भिंतीआड काय काय शृंगारिक चाळे झाले असतील त्याची कल्पना करण्यात गढून गेला.

"मला माझे घर डागाळल्यासारखे वाटते. मला तिथे परत जाणे कठीण वाटते."

"तू गोष्टीची एक बाजू ऐकली आहेस, आता मालीजवळ बोलून तू दुसरी बाजू शोधून का काढीत नाहीस?"

"त्याने मला अगोदरच सांगितले आहे की, त्याला तिने परत जायला हवे

आहे.''

''याचे कारण त्यांच्या उद्योगाचे बस्तान बसत नाही.''

''कुठला उद्योग?'' जगन एवढ्या जोरात ओरडला की, समोरच्या काउन्टरकडे मिठाई घेऊन जाणारा आचारी थबकला आणि त्याच्या हातातले ताट जवळजवळ पडणारच होते. त्याच्याकडे रागाने बघत जगन म्हणाला, ''तू तुझे काम कर. मी तुझ्याकडे बोलत नाही.'' मग तो हळू आवाजात म्हणाला, ''ही मुले पूर्वीसारखी राहिली नाहीत. ती आजकाल फारच चौकस झाली आहेत. मला खात्री आहे की यांना या भानगडींबद्दल इत्थंभूत माहिती असणार.''

भावाने आता ही गोष्ट नेहमीप्रमाणे व्यावहारिक पातळीवर आणली व तो म्हणाला, ''तू या गोष्टींचा स्वतःवर एवढा का परिणाम करून घेत आहेस? शेवटी तो त्यांचा उद्योग आहे.''

''पण मला माझे घर भ्रष्ट झाल्यासारखे वाटते. माली माझा मुलगा आहे, पण ग्रेस माझी सून नाही.''

''अरे! पण हे चुकीचे आहे. हा अत्यंत स्वार्थी दृष्टिकोन आहे.'' जगनची मानसिक गरज जाणून भाऊ म्हणाला. त्याची भूमिका जगनच्या आणीबाणीच्या प्रसंगी त्याच्या विचारांचा गुंता सोडविणे ही होती. तो पुढे म्हणाला, ''अरे! जर तुझे मन या सगळ्यापासून अलिप्त राखू शकत नसशील तर मग तुझ्या गीतेच्या अभ्यासाचा काय उपयोग? तूच कित्येकदा सांगितले आहेस की, माणसाने स्वतःला आजूबाजूची परिस्थिती, वस्तू यापासून अलिप्त ठेवायला पाहिजे.''

जगनने ही स्तुती आनंदाने स्वीकारली पण त्याला जर प्रश्न विचारला असता तर त्याला आपण नेमके काय सांगितले? का सांगितले? केव्हा सांगितले? हे सांगता आले नसते. गीतेवरच्या श्रद्धेची कबुली देण्यासाठी आणि तिच्यापासून शहाणपणा शिकल्याची कृतज्ञता व्यक्त करण्यासाठी तो पुटपुटला, ''आपण आपल्या लोभामुळे आंधळे झालो आहोत. प्रत्येक लोभ आपल्या समोर फसवे चित्र उभे करतो आणि आपण त्यात वाहून जातो.''

''अगदी खरे आहे, अगदी खरे आहे!''

''मनाची शांती ही जीवनातली सर्वांत महत्त्वाची चीज आहे. तिच्याच शोधात मी आहे, परंतु ती मला मिळत नाही.'' जगन दुःखाने म्हणाला व क्षणभर त्याचे विचार शांत झाले. अचानक त्याला आठवले की, 'तरुणांनी त्याला मूर्ख बनविले आहे आणि त्याचे घर जे अनेक पिढ्या निष्कलंक होते त्यावर आता हा डाग लागला आहे. आता तो त्याच घरात त्यांच्याबरोबर कसा राहू शकेल?' तो भावाला असे सांगण्याच्या टोकावर होता की, 'मला मनापासून

त्यांना असे सांगावेसे वाटते, तुम्ही इथून जिथे हवे असेल तिथे जा आणि वाटेल ते करा! पण हे इथे माझ्या घरात नको.' पण जगनने स्वत:ला आवरले. ते विधान त्याच्या जिभेने उच्चारायला नाकारले. त्या शब्दांमुळे काही गोष्टींनी दुष्ट रंग धारण केला असता. ते शब्द त्याच्या मनातच निरुपद्रवीपणे पडून राहिले.

"मी त्या घरात राहू शकेन असे तू कसे समजतोस?"

"तुझ्या घरात मागील दाराने प्रवेश असेल तर त्याचा उपयोग कर आणि त्यांच्या भागात जाऊ नकोस. आता ते तरी कुठे जाऊ शकतील?"

"ते खरे आहे. दुसरे घर मिळण्याची शक्यता कमी आणि मुख्य म्हणजे लोक काय म्हणतील?"

मग त्याने भावाला विनंती केली, "कृपा करून तू हे कोणालाही सांगू नकोस!"

भावाने एखादी भयानक गोष्ट असल्यासारखे दोन्ही हात वर केले आणि म्हणाला, "असा विचार सुद्धा करू नकोस! तू जे काही सांगत आहेस ती एक पवित्र निष्ठा आहे. माझ्यावर विश्वास ठेव."

या भावाच्या सांगण्याने आश्वस्त होऊन जगनने विचारले, "आता मी काय करू?"

"कशाबद्दल?"

"माली आणि त्या मुलीबाबत?"

भावाने थंड डोक्याने सल्ला दिला, "डोंगरावरच्या देवळात त्या दोघांचे लग्न लावून टाक. त्याची व्यवस्था कमीत कमी वेळात होईल."

"अरे! पण मला तिची जात माहीत नाही. मग मी कसे लग्न लावून देऊ?"

"अरे! तिची जात बदलता येईल. मला माहीत आहेत अशी माणसे, जी हे काम करतात."

जगनच्या खांद्यावरचे जणू मणामणाचे ओझे उतरले. तो भावाला म्हणाला, "तू खरा माझा रक्षणकर्ता! तुझ्याशिवाय मी कुठे गेलो असतो मला माहीत नाही."

# अकरा

जगनने स्वत:ला जणू कुंपणाआड बंदिस्त केले होते. त्याला सर्व प्रकारच्या शुद्धीकरणाच्या क्रिया करताना विचित्र उत्साह वाटत होता. त्याने घराचा आपला भाग आणि मालीचा भाग जोडलेले बोलाचालीचे दार मिटून कडी-कुलपाने बंद केले होते. जगन त्या लग्न न करता एकत्र राहणाऱ्या जोडप्याच्या दूषित वातावरणापासून स्वत:ला दूर राखण्याचा सर्वतोपरी प्रयत्न करीत होता. घराच्या दोन भागांना जोडणारे वातायन जगनने एक जुने स्टूल ओढून नेऊन, एका लांब बांबूच्या साहाय्याने घट्ट बंद केले होते. आता एकांतवास किंवा विभाजन पूर्ण झाले होते.

जगनने समोरच्या मुख्य दाराचा उपयोग करणे सोडून दिले होते. कारण मधली सामायिक वाट त्या पापी लोकांच्या वावरण्याने अपवित्र झाली होती. संपूर्ण सकाळ त्याने शिडी व स्टूल इकडेतिकडे नेऊन आपला भाग पूर्णपणे बंदिस्त करण्यामध्ये घालविली होती. नंतर मागल्या दाराला कुलूप लावून, मुख्य रस्त्याला जोडणाऱ्या बाजूच्या गल्लीतून तो दुकानात गेला. त्याला दिसले की ती वाट काट्याकुट्यांनी व गवताने भरून गेली होती. 'मी माझी कुदळ घेऊन ही वाट साफ केली पाहिजे,' असे तो स्वत:शीच म्हणाला. त्याने या वाटेने जाऊन आज जवळजवळ पन्नास वर्षे उलटून गेली होती.

त्या काळी जेव्हा जगनच्या वडिलांचे कुटुंब परसातल्या झोपडीत राहत होते आणि घराचा पुढचा भाग हळूहळू आकाराला येत होता तेव्हा जगन व त्याचा भाऊ इथे गवतातल्या नाकतोड्यांना शोधत, हिंडत असत. जेव्हा मालगुडीचा उन्हाळा सगळे करपवत असे तेव्हा त्या रणरणत्या उन्हात ते दोघे याच शोधात असत. नाकतोडेसुद्धा तणाच्या सावलीतून दूर व्हायला तयार नसत. जगनचा मोठा भाऊ एक छोटी पत्र्याची डबी घेऊन येई, हाताची ओंजळ नाकतोड्यावर धरून त्याला पकडी. तो जर त्याच्यासारखाच मोठा असेल तर तो त्याला

पत्र्याच्या डबीत घाले आणि जर लहान असेल तर तो जगनकडे देई. परंतु कुठल्याही परिस्थितीत जगनला स्वत: नाकतोडा पकडण्याची परवानगी नसे. मोठ्या भावाच्या पाठी उभे राहून, ती छोटी डबी हातात धरून, जगनला आपले नशीब उघडण्याची वाट पाहावी लागे. जोपर्यंत नाकतोड्यांना त्यांच्या पायांची चाहूल लागून सुरक्षित जागी उडून जाण्याची सवय होत नसे तोपर्यंत दुपारभर हे काम चालू राही.

काही वेळा त्यांची बहीण त्यांच्यापाठी त्यांचा माग काढीत येई आणि त्यांना शोधून काढी. ती तोंडाने "तुम्ही इथे प्राण्यांना मारीत आहात, मी वडिलांना नाव सांगेन, ते प्राणी दररोज त्या डबीत मेलेले आढळतात, तुम्ही नरकात जाणार आहात" वगैरे वाईट शेरे करणे सुरू करी. जगन या धमकी देणारीला घाबरत असे आणि तिला माफ करण्याची विनवणी करे. वडील भाऊ मात्र म्हणे की, "तिला जे बोलायचे ते बोलू दे. ती मला इथे अजिबात नको आहे. तिने जर बाबांना सांगितले तर मी तिची मान मुरगळेन." मग त्या आविर्भावात तो तिच्याजवळ जाई तेव्हा ती घाबरून, ओरडत पळून जाई.

त्या दोघांनाही ती बहीण आवडत नसे हे जगनला आठवले. त्या बहिणीने एका श्रीमंत पण मूर्ख खेडुताशी लग्न केले होते. ती स्वत: गावंढळ राहिली आणि तिने कुरूप पिलावळ निर्माण केली. भावाने तर वडिलांच्या इस्टेटीची वाटणी झाल्यावर पूर्ण संबंधच तोडून टाकले. जगन विचार करू लागला, 'आज जर मालीची हकिकत त्यांना कळली असती तर त्यांनी केवढे कारस्थान रचले असते? ग्रेस आल्याबरोबर सगळ्या नातेवाइकांनी त्यांच्यावर बहिष्कारच घातला होता.'

जगनला त्याच्या बहिणीकडून साधारण वर्षापूर्वी एक पोस्टकार्ड आले होते. ज्यात तिने लिहिले होते की, 'आम्हाला तुला भाऊ म्हणण्याची लाज वाटते. तू गांधीजींना सामील होऊन जातपात विसरला होतास, अस्पृशांबरोबर खांद्याला खांदा भिडवून जेवत होतास, तुरुंगात गेला होतास, आम्हाला लाजवणाऱ्या अनेक गोष्टी करीत होतास तरी आम्ही आडकाठी केली नव्हती. पण आता तर तू गोमांस खाणारी ख्रिश्चन मुलगी सून म्हणून आणलीस त्यामुळे माझ्या सासरच्या मंडळींसमोर तुला मी भाऊसुद्धा म्हणणार नाही. तुझ्यासारखा बाप असल्यावर मालीला कोण दोष देणार?' पत्राचा शेवट करताना लिहिले होते, 'त्यातल्या त्यात ही गोष्ट सुखाची आहे की सुदैवाने आपले आईवडील हयात नाहीत आणि ते अशाप्रकारे लाजिरवाण्या, न पचणाऱ्या घटना बघण्यापासून बचावले.'

जगनच्या कानावर आले होते की त्याचा मोठा भाऊ, जो विनायक स्ट्रीटवर

राहत होता, नेहमी जगनबद्दल रागाने व शरमेने बोलत असे. त्याने जगनला वडिलांच्या वार्षिक श्राद्धविधीलासुद्धा कधी आमंत्रण दिले नव्हते. तो अत्यंत रूढीवादी असून, दहा शतकांपूर्वीच्या हजारो लोकांनी बाळगलेल्या विचारांनी चालत असल्यामुळे तो जगनच्या दृष्टिकोनाशी फार पूर्वीपासून असहमत होता. त्याचे जगनबद्दलचे विचार वेळोवेळी दोघांनाही ओळखत असणाऱ्या मित्रांनी, नातेवाइकांनी आणि विशेषत: त्याच्याकडे येणाऱ्या त्याच्या जगन्मित्र भावाने पोहोचवले होते. एकदा त्या मोठ्या भावाने असेही म्हटले होते, 'जगनसारखा बाप असेल तर मुलगा कसा चांगला निपजेल?'

या सर्वांना मालीच्या सध्याच्या घडामोडी कळल्यावर त्यांनी आणखीनच तोंडे फिरवली असती. जगनला या क्षणी आपल्याला बहिष्कृत केल्याबद्दल कृतज्ञताच वाटत होती; कारण तो त्यामुळे कुटुंबाच्या बंधनकारक गोष्टींपासून मुक्त झाला होता. नाहीतर त्यांच्याकडून जगनच्या वेळेवर, ताकदीवर सतत अतिक्रमण झाले असते. कुटुंबाच्या खासगी सभांना जबरदस्तीने जावे लागले असते. नातेवाइकांबरोबर एकाच जाजमावर बसून एकमेकांच्या उखाळ्यापाखाळ्या ऐकत जेवायला बोलवायची वाट पाहत बसावे लागले असते. अशाप्रकारे जगनची त्याच्या भाच्यांची लग्ने, भावाच्या मुलांचे एकामागून एक येणारे वाढदिवस आणि कित्येक अंत्यविधी यांसारख्या समारंभातून सुटका झाली होती.

जगन लॉलीच्या पुतळ्याजवळून जात असता माली आणि ग्रेस बसलेली हिरवी मोटार बाजूने गेली. मालीने ब्रेक लावून गाडी थांबविली व तो जगन जवळ येण्याची वाट पाहू लागला. ग्रेसने मोटारीचा दरवाजा उघडला आणि "कुठे पोचवू का," म्हणून विचारले. "नको!" असे म्हणून जगन पुढे चालू लागला.

"बाबा, तुम्ही उन्हाळ्याची साफसफाई करीत होता का? मला तुम्ही काम करीत असल्याचे आवाज ऐकू येत होते."

"हो! मी माझ्या आजूबाजूला स्वच्छ करायचा प्रयत्न करीत होतो," असे म्हणून त्याने आपल्या उत्तराला अधिक अर्थ आणण्याचा प्रयत्न केला. माली स्टिअरिंगपाशी न बोलता बसला होता. जगनला त्याच्या डोळ्यांतील गंभीर, काळजीचे भाव दिसले व त्याच्या काळजाची जरा घालमेल झाली,

'तुझे कथा लिहिण्याचे यंत्र दीर्घायुष्यी होवो! हे घे माझे बँकबुक, हे तुझेच आहे. मला त्याचा काही उपयोग नाही!' असे जर तो निष्काळजीपणे ओरडू शकला असता तर सर्वच प्रश्न सुटले असते. 'नाही! सगळे प्रश्न नाही. लग्न? हे दोघे एकमेकांजवळ पायाला पाय चिकटवून बसले आहेत, पण यांचे लग्न

झालेले नाही. त्यांचे काय नाते होते? मघाशी ते एकमेकांच्या विरुद्ध बोलत होते आणि आता ते एकमेकांजवळ चिकटून बसले आहेत...'

जगनने हे सर्व भावाला विश्वासात घेऊन सांगितले व तो म्हणाला, "मला असे वाटत होते की त्यांना तिथल्या तिथे जाब विचारावा. पण मी त्यांना जाऊ दिले. मी लवकरच संधी शोधून या सर्व गोष्टींचा सोक्षमोक्ष लावणार आहे."

घरामधल्या फेररचनेमुळे जगनने स्वत:ला इतके एकटे करून टाकले होते की पंधरवडा उलटल्यावर ग्रेस आता पलीकडे नाही हे त्याच्या लक्षात आले. त्या पुढच्या भागात काहीच हालचाल दिसत नव्हती. एका सकाळी घरातल्या शांततेने त्याचे कुतूहल अधिकच वाढले आणि तो स्वत:च्या दारात उभा राहिला. की होलमध्ये घातलेले कागदाचे बोळे काढून त्याने मालीच्या भागात बघण्याचा प्रयत्न केला. त्याला कोणी दिसले नाही, परंतु त्या खोलीत हालचाल जाणवली. त्याने कागदाचे बोळे परत की होलमध्ये बसवले. तो ताठ झाला आणि पाठीमागच्या परसातून पुढल्या दारात आला. समोरच्या खिडकीत उभे राहून त्याने त्या अर्ध्या पडद्यातून डोकावण्याचा प्रयत्न केला. त्याला काही दिसले नाही. मालीने आतून विचारले, "कोण आहे तिथे?" जगनने हलक्या पावलांनी तिथून निघून जाण्याचा प्रयत्न केला. इतक्यात मालीने खिडकी उघडली व म्हटले, "तुम्ही दार का नाही ठोठावले?"

"नाही, नाही! मला काही नको होते," असे म्हणत जगन जवळच्या गल्लीतून परत जाण्यास निघाला. मालीने क्षणभर त्याच्याकडे पाहिले व म्हटले, "बाबा!" त्या शब्दांनी जगन एकदम रोमांचित झाला. कितीतरी दिवसांनी मालीने त्याला 'बाबा' म्हणून हाक मारली होती. जगन थांबला. मुलाने विचारले, "तुम्ही असे चोरपावलांनी घराभोवती का फिरत आहात?"

जगनने गोंधळून विचारले, "ग्रेस कुठे आहे?"

"तुम्हाला ती का हवी आहे?" मालीने रागाने विचारले.

"कारण मी तिला बऱ्याच दिवसात पाहिले नाही." एवढे विधान करण्यापुरता जगन धीट झाला होता.

"जर तुम्ही स्वत:ला बंदिस्त करून ठेवत असाल आणि केवळ पाठच्या दाराचाच उपयोग करत असाल तर एखाद्याला बघण्याची इच्छा कशी करू शकता? हा सगळा मूर्खपणा वाटतो."

जगनचा शेजारी त्यांच्याकडे उत्सुकतेने पाहत होता. त्याला बघून जगनने आपण मोगऱ्याच्या झुडपापाशी काही काम करीत आहोत असे भासविले. जगन विचार करू लागला, 'जेव्हापासून या माणसाने ते घर विकत घेतले तेव्हापासून तो सतत आमच्या घरावर लक्ष ठेवून असतो. मला वाटते, मला जेव्हा विचारले

होते तेव्हा मी ते घर विकत घ्यायला हवे होते. मी आज ते घर मालीला देऊ शकलो असतो. माली त्यामुळे हवा तेव्हा जवळ आणि हवा तेव्हा दूरही राहू शकला असता.' जगन त्याच्या स्वप्नामधे दंग असता मालीने शेजाऱ्याकडे लक्ष जाताच आपले बोलणे थांबविले.

"मला तुम्हा दोघांशी बोलायचे आहे. तुम्ही बाहेर का येत नाही?"

मालीने खिडकीतून आपले डोके आत घेतले. पुढील दरवाज्यातून तो बाहेर आला. त्याने फॅन्सी ड्रेसिंग गाउन घातला होता. पायात स्लीपर्स होते. तो जणू प्रखर भारतीय सूर्यप्रकाशापासून स्वत:ची पाठ झाकू पाहत होता. तो जणूकाही एकमेवाद्वितीय असून तुताऱ्यांचा आवाज आणि इतर लवाजम्याशिवाय बाहेर येऊ शकत नव्हता. तो आपल्या वडिलांजवळ येऊन म्हणाला, "आपल्याकडे पाहणारा तो माणूस मला आवडत नाही. त्यामुळे तुम्ही मोठ्याने बोलू नका."

"ठीक आहे!" जगन घोगऱ्या आवाजात म्हणाला. त्याच्या नैसर्गिक आवाज दाबण्याच्या प्रयत्नात आवाज घुसमटला व मानेवरच्या शिरा तटतटल्या. त्याला गोष्टी लपविणे जमत नव्हते.

"आपण बागेत का बोलले पाहिजे? आपण आत जाऊ शकत नाही का?"

जगन खरे कारण सांगायला भीत होता. त्याने उडवाउडवीचे उत्तर देत म्हटले, "मला इथे बागेत छान वाटते."

"हो!" माली उपरोधाने म्हणाला, "इथे वरून सूर्य तळपत आहे आणि शेजारचे प्रेक्षकाची भूमिका करत आहेत."

मालीच्या बोलण्यातला हा विखार जगनला कळलाच नाही. त्याचा परमानंद हाच होता की, आज आपला मुलगा आपल्याशी बोलण्याच्या मन:स्थितीत आहे. "आपण पलीकडच्या कोपऱ्यात, सावलीत जाऊ. तो माणूस आपल्याला तिथे पाहू शकणार नाही."

"पण रस्त्यावरून येणारे-जाणारे आपल्याला बघतील."

"पण लोकांनी आपल्याकडे का बघू नये? आपल्यामधे काय वैगुण्य आहे?"

"लोकांनी दुसऱ्या लोकांच्या खासगी जीवनाचा आदर करावा. पण आपल्या देशात हे दिसत नाही. अमेरिकेत कोणीही दुसऱ्याला निरखत बसत नाही."

"पण आपण जर एकमेकांकडे बघणे टाळले तर एकमेकांना आपण कसे समजून घेऊ शकू? एखाद्याला कुठल्यातरी गोष्टीची शरम वाटते म्हणून त्याने तोंडच झाकून घ्यावे का?"

मालीला ही चर्चा पुढे चालविणे अशक्य झाले. त्याला आपला बाप अत्यंत विरुद्ध बोलण्याच्या मन:स्थितीत आहे असे जाणवले. त्यामुळे त्याने आपला

मुद्दा सोडून दिला. जगनला मात्र जिंकल्यासारखे वाटले आणि त्याने विचारले, "ग्रेस आतमध्ये आहे की नाही? मला तुम्हा दोघांशी काही महत्त्वाच्या बाबींवर बोलायचे आहे."

"ती इथे नाही. ती आपल्या मैत्रिणींबरोबर थोडे दिवस राहायला गेली आहे."

"ती कधी गेली?" जगनने असे विचारले खरे, पण आपल्या प्रश्नाच्या सुराने माली चिडेल म्हणून प्रश्नाचा आवाका वाढवत तो म्हणाला, "नाही! मला वाटले मी बऱ्याच दिवसात तिला पाहिले नाही."

"तुम्ही मधला दरवाजा पूर्णपणे बंद केला आणि मागचा दरवाजा वापरायला सुरुवात केली. तुमचा विचार नक्की काय आहे बाबा?"

जेव्हा जगन समाधानकारक उत्तर देण्यासाठी जुळवाजुळव करू लागला तेव्हा माली पुढे बोलू लागला, "तुम्हाला असे वाटते का की, तुम्ही दरवाजा बंद केल्यामुळे माझा उद्योग बंद पडणार आहे? आमचा पत्रव्यवहार चालूच आहे आणि आपण कुठे उभे आहोत हे मला कळलेच पाहिजे. मी माझा प्रकल्प सोडून देणार आहे अशी तुमची कल्पना झाली आहे का?"

दुर्दैवाने ते दोघे नेहमीप्रमाणे टोक गाठू लागले होते. जगनने त्याच्या बोलण्याला दुसरे वळण देण्याचा प्रयत्न करीत म्हटले, "तुम्ही दोघांनी लवकरात लवकर लग्न करणे आवश्यक आहे."

"तुम्ही काय सांगायचा प्रयत्न करीत आहात?" माली जवळजवळ किंचाळलाच. जगनने स्पष्टीकरण दिले. यावर माली फक्त म्हणाला, "तुम्ही काहीतरी मूर्खासारखे बोललेले ऐकता. मला माहीत नव्हते, तुम्ही अशा अफवा ऐकत असाल."

जगनला हा आनंद झाला की मालीने त्याला मूर्ख म्हणण्यापासून स्वत:ला आवरले. मग मालीने विचारले, "ग्रेस तुमच्याजवळ तिच्याविषयी काही बोलली आहे का?"

"ते काहीही असो! मला त्या सर्व विषयात परत जायचे नाही. एक लहानसे देऊळ आहे तिथे तुम्ही झटपट लग्न करू शकता. कुणालाही तिथे बोलावण्याची आवश्यकता नाही. फक्त आपण तिघे आणि एक भटजी असेल. हा सर्व सोहळा तासाभरात आटोपेल."

"ग्रेस अशाच काही विचित्र कल्पना करत होती म्हणून मी काही आठवड्यांपूर्वी तिला पाठवून देऊ असे म्हटले. पण तुम्ही खर्चाची चिंता करीत होता. तिची मन:स्थिती ठीक नाही. तिने मानसिक चिकित्सा तज्ज्ञाला भेटणे आवश्यक आहे."

"ते काय असते?"

"तुम्हाला मानसिक चिकित्सा तज्ज्ञ म्हणजे माहीत नाही का? कसला मागासलेपणा आहे हा! इथे काही माहीत नसते." असे म्हणून माली वळला व आत निघून गेला.

जगन मात्र जागेवर खिळून उभा राहिला. तो मालीचे शब्द परत आठवून त्याचा अर्थ काढायचा प्रयत्न करू लागला. 'सायकियाट्रिस्ट म्हणजे काय?' पण त्याला अर्थ कळत नव्हता. 'काय करावे बरे?' मनातला गोंधळ सावरत असताना शेजारची व्यक्ती कुंपणाजवळ येऊन म्हणाली, "तुम्ही क्वचितच दिसता. तुमचा मुलगा काय करतो?"

"तो काही अमेरिकन उद्योगपतींबरोबर कुठलासा प्रकल्प करीत आहे."

"अरे वा! खूप छान! म्हणजे तो आपल्या देशाला डॉलर मिळवून देणार तर! खूप छान! खूप छान!"

त्या खुशीच्या सुरांवर जगन वळला कारण त्याला वाटले, 'आता पुढचा प्रश्न त्याच्या सुनेबद्दल असणार.' ही खरोखर चमत्कारिक परिस्थिती होती. 'ती सून आहे की नाही?' जगनला कळतच नव्हते की कोण खोटे बोलत आहे?

# बारा

जगन अत्यंत काळजीत होता. पूर्ण दिवस त्याचे मन चिंताग्रस्त होते. तो अर्धवट मनाने आपली कामे उरकत होता, शिवरामनच्या चौकश्या, पैसे येणे, भावाचे ठरावीक वेळी येणे-जाणे या सगळ्या गोष्टी यंत्रवत् होत होत्या. त्याचा भाऊ बऱ्याच विषयांवर बोलत होता आणि नेहमीप्रमाणे मालीबद्दल बोलण्यासाठी वाट पाहत होता. पण जगन त्याला प्रोत्साहन देण्याच्या मन:स्थितीत नव्हता. मग भावाने कंटाळून माघार घेतली. जगन कधी बोलतो कधी नाही. आपण त्याच्या मन:स्थितीप्रमाणे वागायला पाहिजे, असा विचार करून भाऊ योग्यवेळी तिथून पसार झाला.

जगनने पैसे मोजले व त्याची नोंद केली, पण त्याचे मन मात्र मालीने टाकलेल्या कोड्यावरच रेंगाळत होते. मालीबरोबरच्या प्रत्येक मुलाखतीत त्याने नवीन वस्तुस्थिती उपस्थित केली जिचा पहिल्या गोष्टीशी संबंध कधी असे तर कधी नसे. जगनला भगवद्गीतेत वाचलेल्या विश्वरूप दर्शनाचा विचार आठवला. 'जेव्हा अर्जुनासारखा योद्धा रणांगणावर लढायचे कर्म करण्यास चाचरत होता, तेव्हा देव त्याचा सारथी बनून आला आणि अर्जुनाला आपले विराट विश्वरूप दर्शन दिले. तो सहस्त्र मुखांचा होता. मी तुला अगणित रूपात सर्व बाजूंनी पाहत आहे ज्याला असंख्य हात, पोट, तोंडे व डोळे आहेत. मी तुझी सुरुवात, मध्य अथवा शेवट पाहू शकत नाही...' असे जगनने स्वत:च्या मनाशी म्हटले. पण त्याचवेळी त्याच्या बुद्धीला कळत होते की अशी तुलना करणे योग्य नाही.

त्या संध्याकाळी जगन एकटाच पुतळ्याजवळ बसला होता. आजूबाजूला जमलेले लोक कधीच घरी गेले होते. सर फेड्रिकच्या पुतळ्याचा वरचा भाग ताऱ्यांच्या प्रकाशात चमकत होता. रात्र गरम होती. पडलेला वारा आणि गरमीमुळे घुसमट होत होती. त्याला पुतळ्यापलीकडील स्वत:चे घर दिसत होते. तो जाऊन दिवा लावेपर्यंत तिथे प्रकाश असणार नव्हता. तो शंकाकुल

होऊन शांतपणे उभा राहिला.

एक काळ असा होता जेव्हा हे घर जिवंतपणे धगधगत होते. प्रत्येक खोलीत दिवा लागलेला असे. सणासुदीला शंभरेक पणत्या घराच्या भिंतीलगत लावलेल्या असत. त्याचे घर आजूबाजूच्या घरांपेक्षा अधिक उजळलेले असे. हे सर्व मालीच्या जन्माअगोदर बऱ्याच पूर्वी अगदी जगनचेही लग्न होण्याअगोदर होते.

जगनला अचानक त्याचे ब्रह्मचर्य संपविणारा तो दिवस आठवला जेव्हा तो कुप्पम गावी वडीलधाऱ्यांनी ठरवलेली मुलगी पाहायला गेला होता. त्याला रेल्वेने माएललला जावे लागले. ते एक हिरव्यागार भातशेतीत उभे असणारे छोटेसे कौलारू स्टेशन होते. ते त्रिचीहून दोन स्टेशनं दूर होते. तिथून तो बैलगाडीत बसून एका उबडखाबड मातीच्या रस्त्याने गेला होता. कित्येक ठिकाणी ती वाट पिकांनी भरलेल्या शेतांमधून जात होती. भावी वधूचा लहान भाऊ जगनला एक उपचार म्हणून भेटायला आला होता. तोही बैलगाडीत होता. जगन खुशीत होता आणि त्याला या प्रवासात खळखळून हसू येत होते. जेव्हा जेव्हा गाडीचे चाक वाळूत फसे आणि बैलगाडीवाला खाली उतरून ते काढण्याचा प्रयत्न करी तेव्हा जगनला गुदगुल्या झाल्याप्रमाणे हसू आवरत नसे. तो भाऊ मात्र आपल्या जागी घट्ट, गंभीर, गुपचूप बसून होता. त्याला जणू मेव्हण्याला मान देण्यासाठी गप्प राहण्याचे शिक्षण मिळाले होते. त्या मुलाचा चेहरा या देशातील अत्यंत गंभीर चेहरा मानायला हरकत नव्हती. नंतरच्या काळात त्याने लांब मिश्या वाढविल्या होत्या आणि तो एअरफोर्समध्ये ऑफिसर म्हणून दाखल झाला होता. एकोणीसशे बेचाळीसच्या बर्माच्या लढाईत तो नाहीसा झाला.

जगनच्या वडिलांनी मोठ्या भावाला जगनच्या सोबतीला पाठविले होते. जगनला सूचना दिली होती, ‘‘तू मुलीचे निरीक्षण करायची गरज नाही. मी तिला पाहिले आहे आणि मला माहीत आहे की ती सुंदर आहे. तू स्वत:ला माणसे ओळखू शकणारा मोठा जज्ज समजू नकोस.’

त्या खडतर प्रवासानंतर त्याचे चांगले आगतस्वागत झाले. त्या जुन्या घराच्या ओटीवर अंथरलेल्या जाजमावर त्याला बसविले. त्याचे भावी सासरे व त्यांचे नातलग या नवऱ्या मुलाचे वेगवेगळ्या अंगांनी निरीक्षण करण्यासाठी जमलेले होते. ते सगळे जगनला बोलण्यात गुंतवून त्याच्या बुद्धिमत्तेचा व दृष्टिकोनाचा अंदाज बांधत होते. त्याच्या वडीलभावाने त्याला जास्त न बोलण्याची सूचना केली होती; कारण नवऱ्या मुलाबद्दल थोडी गुप्तता राखणे ही मोलाची गोष्ट होती.

प्रत्येक जण जणू सामाईकपणेच विचारत होता, "तुमचा प्रवास कसा झाला?" जगनने आपल्या शेंडीला कुरवाळले, टोपीच्या किनारीशी चाळा केला आणि भावाकडे खुणेसाठी सहेतुक पाहिले. जेव्हा भावाने जराशी मान हलवली, तेव्हा तो म्हणाला, "प्रवास चांगला झाला."

"तुम्हाला ट्रेनमध्ये व्यवस्थित जागा मिळाली का?" ओट्याच्या दुसऱ्या टोकाशी बसलेल्या परीक्षकाने विचारले. प्रवासासंबंधी चांगले शब्द बोलणे आवश्यक होते; कारण रेल्वे त्यांच्या भागातून जाणारी होती. "कॉलेजमध्ये तुझे विषय काय होते?" आणखी एकाने विचारले. तेव्हा आपल्या भावाच्या परवानगीची वाट न पाहता तो म्हणाला, "इतिहास." (नंतर आजूबाजूला कोणी नसताना जगनच्या भावाने त्याला कोपरखळी मारून म्हटले, 'तू विषय गणित होता असे सांगायला पाहिजे होते. मला माहीत आहे की हे लोक गणित येणारा जावई पसंत करतात. या भागातील मुले चांगले गणिती असतात') जगनने ही परिस्थिती आणखी बिघडवली होती. तो नुसते इतिहास म्हणून थांबला नाही तर त्याने स्वत:च्या गणिताच्या कुवतीविषयी दोन-चार किस्सेही सांगितले होते.

बोलत असताना तो हॉलमध्ये नवऱ्या मुलीला बघण्यासाठी धावती नजर फिरवत होता; कारण ती कशी दिसत असेल याचा त्याला पत्ता नव्हता. त्याला अनेकांनी हाताळलेला, चमकणारा एक फोटो दाखवला होता जो फुलाफुलांच्या बोर्डावर चिकटविलेला होता. त्यामधे उग्र चेहऱ्याच्या, घट्ट वेणी घातलेल्या मुलीचा फोटो होता. फोटोग्राफरने त्या मुलीचे डोळे कसे आहेत हे न दाखविण्याचे काम केले होते. जगनला जेव्हा तो फोटो दाखविला तेव्हा तो फार वेळ निरीक्षण करू शकला नाही, कारण त्याचे वडील तेव्हा त्याच्याकडे पाहत होते. ती मुलगी तिरळी तर नाही ना या शंकेने जगनला हादरवून सोडले होते. फोटोग्राफर्स अशी व्यंगे मुलींची लग्ने पार पडावी म्हणून झाकतात ही गोष्ट सर्वांना चांगली माहीत होती.

जगनला तिची उंची आवडली होती. फोटोत ती एका फ्लॉवरपॉट स्टॅन्डच्या टोकावर कोपर टेकून उभी होती. तिची बोटे नाजूक व लांब होती. ती एवढ्या दागिन्यांनी मढली होती की, ती खरी कशी दिसते हे कळणे कठीण होते. आणि फोटोग्राफरने तिला योग्य वर्णही दिला होता. आता जगन त्याच्या शंकांचे निरसन करून घेणार होता. जेव्हा तो सभेच्या प्रश्नांना उत्तरे देत होता त्याचवेळी कधी वधूपरीक्षा करण्यासाठी घरात बोलावतात याचीही तो वाट बघत होता.

त्यांनी सोनेरी रंगाची जिलेबी, कच्च्या केळ्यांची भजी असलेले चांदीचे ताट व तपकिरी रंगाची गरम कॉफी दोन चांदीच्या पेल्यातून समोर आणली तेव्हा त्याच्या दर्शनाने जगनला नेहमीपेक्षा अधिकच भूक लागली. तो जर एकटा

असता तर त्याने ते सगळेच गट्ट केले असते. (तोपर्यंत त्याचे अन्नावरचे तत्त्वज्ञान सुरू झाले नव्हते.) पण भावाच्या एका दृष्टिक्षेपाने जगनने स्वत:ला आवरले.

वागण्याचे नियम अगदी कडक होते. ते प्रतिष्ठित पाहुणे होते. त्यांच्या निर्णयावर एका मुलीचे भविष्य अवलंबून होते. ही अत्यंत गंभीर व महत्त्वाची भूमिका होती आणि यांनी ती प्रतिष्ठेला बाधा येऊ न देता पार पाडणे अपेक्षित होते. त्यामुळे जिलेबीच्या दर्शनाने भयंकर भूक लागली असली तरी उचंबळलेल्या भावना दाखविता येत नसत. त्यांना म्हणावे लागले, "अरे! एवढे सगळे कशाला? आम्हाला खाता येणार नाही. ट्रेनमधेच कॉफी, खाणे सर्व झाले आहे."

जगन हे वाक्य अत्यंत नाराजीने भावाबरोबर पुटपुटला. भावाने तेच वाक्य अगदी स्पष्टपणे म्हटले. नियमाप्रमाणे यजमानांनी या सर्वांना ते उत्तम खाणे खाण्याचा आग्रह करणे अपेक्षित होते. मगच तो बोटाच्या टोकाने जिलेबीचा लहानसा तुकडा तोंडाशी नेऊ शकणार होता. सामान्यपणे अशा वेळी परत आग्रह होईपर्यंत खाण्यास नकार असणे दर्शवावे लागे. नंतर आग्रह करणाऱ्यांना खूश करण्यासाठी दोन तीन तुकडे लागोपाठ खाऊन कॉफीचा एक मोठा घुटका घ्यावा लागे. अशाप्रकारे वागण्यामागे आपण हे सर्व यजमानांकरिता करत आहोत हे दाखविण्याचा भाव असे.

तिथे त्याने अर्धी कॉफी सोडावी, खाण्याच्या पदार्थांना हातही लावू नये, एखादे केळे अलिप्तपणे सोलून चेहऱ्याचे स्नायू न हलविता थोडेसे खाऊन बाकीचे फेकून देण्यासाठी ठेवणे अपेक्षित होते. जगनच्या बाबतीत अशा प्रकारचे खानदानी वागणे पहिल्यांदाच होत होते.

घरी तो त्याच्या खादाडपणाबद्दल प्रसिद्ध होता आणि आई त्याबद्दल त्याचे कौतुक करी. शाळेतून जेव्हा तो घरी येई, तेव्हा तो स्वयंपाकघरातली कपाटे धुंडाळून काजू, नारळ, गूळ आणि वेगवेगळे खाद्यपदार्थ, जे त्याच्या आईने त्याच्यासाठीच बनविलेले असत, त्यांचा बकाणा भरीत असे. शनिवारी व रविवारी जेव्हा तो घरी असे तेव्हा तो न थांबता सारखा खातच असे. त्याबद्दल सर्वांत जास्त कौतुक वडिलांकडून होई. ते म्हणत, "याची सतत खात राहण्याची ताकद पाहून असे वाटते की, हा आपला मुलगा मागल्या जन्मी उंदीर असावा." अशी ख्याती असलेल्या जगनला इथे वागण्याचे नियम पाळणे कठीण जात होते. त्याची बोटे शिवशिवत होती, जीभ बंड करीत होती, पण एक मिनिटभर थोडासा खाण्याचा स्वाद घेतल्यानंतर त्याने निश्चयाने खाण्याचे ताट दूर सारले.

त्यानंतर त्याची भावी सासू दारात आली. तिने विनयशीलपणे आपल्या होणाऱ्या जावयाचे निरिक्षण केले आणि मृदुपणे म्हणाली, "तुम्ही सर्वजण आत या ना!"

तेव्हा यजमान उठून उभे राहिले. "तुम्ही सगळे आत का येत नाही?" असे म्हणाले. हे परत एक सांकेतिक वाक्य होते. जरी सगळ्यांना त्या तरुण माणसाचा तिथे येण्याचा उद्देश माहीत असायचा, तरी फार उत्सुकता किंवा फार काळजी न दर्शविता एक सहजपणा दाखविला जायचा.

ओसरीवर बसलेले सर्वजण उठले. जगनचा भाऊ जो व्यवहारकुशल होता, तो सावकाश उठला आणि अधीर झालेला असूनही अगदी शेवटी जगन उठला. त्याला काळजी वाटत होती की त्याच्या कुठल्यातरी मूर्ख वागण्याने त्याच्या कुटुंबाला कमीपणा येईल. त्याचे या बाबतीतले पूर्वीचे अनुभव फारसे सुखावह नव्हते.

तीन वर्षांपूर्वीच जगन उपवर झाला होता. आतापर्यंत चार मुलींना तो बघायला गेला होता. दोन प्रसंगी तो आऽ वासून त्या मुलींकडे बघत राहिला होता, कारण त्या अत्यंत कुरूप होत्या. एका प्रसंगी जेव्हा मुलगी आत आली तेव्हा जगन मुलीच्या पायाकडेच काही आडपडदा न ठेवता टक लावून पाहत होता; कारण ती लंगडी म्हणून प्रसिद्ध होती. या त्याच्या वागण्यातील चुकांमुळे त्याला कठोर ताकीद मिळाली होती. त्याचे वागणे कुटुंबाचा कायम विनोदाचा भाग झाला होता. ज्या वेळी त्याचे मामा आणि आईकडचे इतर नातेवाईक येत आणि रात्रीच्या जेवणानंतर बाहेर अंगणात जमत आणि त्यांच्या मनोरंजनासाठी बकरा शोधीत तेव्हा न चुकता जगन बळीचा बकरा होई.

त्यामुळे या खेपेला नेहमीच्या चुका टाळण्यासाठी मोठ्या भावाला या नाजूक प्रकल्पावर पाठविले होते. तो त्याला दिलेले अधिकार अजिबात वाया जाऊ देणार नव्हता. तो जगनवर कधी जरबेने, तर कधी गोडीने, कधी डोळे बारीक करून तर कधी डोळे वटारून पूर्ण नजर ठेवून होता.

नंतर ते त्या घराच्या मध्यवर्ती हॉलमध्ये गेले. ते येणार म्हणून कित्येक मोडकी बाके, गादीच्या गुंडाळ्या कोपऱ्यात रचून त्यावर एक मोठी सतरंजी झाकली होती. जमिनीवर एक मोठे रेघांचे जाजम अंथरले होते. परसातल्या गोठ्याचा वास येऊ नये म्हणून उदबत्त्या लावल्या होत्या. या शहरातल्या तरुणांचे खूप चोचले असतात. त्यांना पाळीव प्राण्यांबरोबर कसे राहायचे हे माहीत नसते असे जगनच्या सासऱ्याचे म्हणणे होते. त्याच्या बायकोने नंतर कधीतरी हे सांगितले होते.

जगनला मात्र ते दृश्य अगदी स्वर्गीय वाटत होते. त्याला क्षणभर समाधान

वाटले की, ही सर्व तयारी त्याच्यासाठी केलेली होती. (जरी इथे त्याचा भाऊ हा मुख्य अधिकारी होता.) त्यांनी जगनला त्याचे आसन दाखविले आणि बाकीच्यांनी त्याच्याभोवती जागा करून घेतली.

जगन विचार करू लागला की जर एवढी माणसे सभोवती असतील तर माझ्या निरीक्षणाला अडथळा येणार आणि मी जर परत यायचे म्हटले तर कोणी मला दोष देऊ नये. खरेतर परत एकदा पाहायला येणे शक्यच नव्हते. तो फक्त त्याचा कल्पनाविलास चौखूर उधळत होता.

काही आवाज ऐकू येऊ लागले आणि जगन एकदम ताठ झाला. मोठ्या निश्चयाने त्याने भावाची नजर टाळली. आतून कुठूनतरी हार्मोनिअमचा आवाज ऐकू येत होता व त्याच्या चुकणाऱ्या स्वरांच्या जोडीने एका जराशा पुरुषी आवाजात (ज्या आवाजाशी तो त्याच्या नंतरच्या आयुष्यात परिचित झाला) त्यागराजाचे 'तेलिसी रामा चिंतन' (रामनामाच्या शक्तीचा नुसता विचार...) ऐकू येत होते.

"अंबिका हार्मोनिअमवर गात आहे. तिला सगळ्यांसमोर गायला लाज वाटते म्हणून ती आत खोलीत गात आहे. ती चांगले गाऊ शकते. मी तिच्यासाठी शहरातून संगीत शिक्षक आणला आहे," असे म्हणून तिच्या वडिलांनी सहा मैल दूर असलेल्या त्या शहराचे नाव सांगितले. जगन त्या वेळी टीका करायच्या मन:स्थितीत नव्हता त्यामुळे "तुम्ही कशाला एवढा त्रास घेतला,' असे तो म्हणाला नाही. संगीत थांबले.

आत हालचाल झाली. काही चर्चा, वाद झाले. नंतर एक घट्ट वेण्या घातलेली छोटी मुलगी हसत आली आणि म्हणाली, "अंबिकेला लाज वाटते म्हणून ती बाहेर यायला तयार नाही." त्यावर सगळी वडीलधारी माणसे विनोद करून हसायला लागली. घरातले यजमान उठले. ते मोठ्याने म्हणाले, "अंबिका ये! आजकाल घाबरण्यासारखे काही नसते." आतल्या बायकांना उद्देशून ते म्हणाले, "तिची चेष्टा करू नका. ती ठीक होईल." या प्रस्तावानंतर एक उंच मुलगी आपली जरीची साडी फलकावीत सर्वांसमोर हसत आली. जगनच्या हृदयाचा एक ठोका चुकला. 'त्या फोटोसारखी ही मुळीच नाही. इतकी उंच... मी विश्वासच ठेऊ शकत नाही.' यजमानांनी त्याच्या पुढच्या कल्पना अवरोधत जाहीर केले की ही त्यांची मोठी मुलगी आणि ती उंच मुलगी म्हणाली, "अंबिका येत आहे!"

नंतरचे जगनने काही ऐकलेच नाही. जगनची त्या उंच मुलीमधली उत्सुकता संपली होती, ती फक्त धाकट्या बहिणीसाठी सुरक्षारक्षकासारखी आली होती. धाकटी बहीण नजर झुकवून, डोके खाली करून इतक्या झट्कन आली की,

जगनला बारकावे काही कळलेच नाहीत. ती फार उंच नव्हती की बुटकी नव्हती. फार जाड नव्हती की बारीक नव्हती. जगनला तिचे एक ढोबळ चित्र काढता आले नाही. बारकावे एकमेकांत मिसळून गेले पण एकूण अनुकूल परिणाम झाला होता. पूर्वीच्या अनुभवांप्रमाणे काही शंका निर्माण करणारे प्रतिकूल संकेत नव्हते.

'इतक्या घाईने जाऊन मी कसा आहे हे तिला कसे कळणार? नंतर माझा भाऊ काय बोलणार, हा विचार मी करणार नाही. मी आता नीट बघणार आणि निरीक्षण करणार. दुसऱ्यांना काय वाटेल हा विचार मी करणार नाही.' असा विचार करीत जगनने त्या मुलीला डोळ्याची पापणीसुद्धा न हलविता पाहायला सुरुवात केली. 'तिचे केस दाट कुरळे असून, घट्ट वेणी घालून तिने त्यावर फुले माळली होती. अंगावर खूप दागिने चमकत होते. ती फिकट हिरव्या रंगाची साडी नेसली होती, जी तिच्या रंगाला खुलून दिसत होती. ती गोरी होती की सावळी? कोण सांगेल बरं?' त्याची दृष्टी आनंदाने धूसर झाली होती आणि पूर्ण दिवस जरी तो कुणाचाही अडसर न येता तिच्याकडे असाच पाहत राहिला असता तरी तिच्या व्यक्तिमत्त्वाचा त्याला अंदाज आला नसता.

त्या गोंधळलेल्या क्षणांमधे तिने त्याच्याकडे एक विजेसारखा कटाक्ष टाकला. नशिबाने तो तिच्याकडे पाहत असतानाच त्या दोघांची नजरानजर झाली. जगनचे हृदय धडधडले. धावू लागले आणि त्यावर काही करण्या अगोदरच तो क्षण संपला. सभा बरखास्त झाली. लोक जाण्यासाठी उठले आणि ते दृश्यही अंतर्धान पावले.

परतीच्या प्रवासात जगन विचारातच गढलेला होता. त्याच्या भावानेही त्याची मन:स्थिती बिघडवली नाही. त्यांची ट्रेन दोन तासांनंतर येणार होती, पण त्या बैलगाडीवाल्याने सूर्यास्ताअगोदरच त्यांना त्या छोट्या रेल्वे स्टेशनवर पोहोचवले आणि तो गावात परत गेला. जगन प्लॅटफॉर्मवर वजन करण्याच्या मशीनकडे, दूरवरच्या पर्वतराजीकडे व हिरव्या शेतांकडे पाहत बसला होता. त्याचा भाऊ अस्वस्थपणे येरझारा घालत होता. तो क्षणभर थांबून म्हणाला, "त्या लोकांनी आपल्याला इतक्या लवकर इथे का आणून टाकले?"

"मला वाटते त्यांना त्यांची कारणे आहेत. मी त्या तरुण मुलाला बोलताना ऐकले की, त्यांच्या बैलाला रात्री चालायला त्रास होतो."

"ए! तू तर आत्ताच त्यांची बाजू घ्यायला लागलास म्हणजे याचा अर्थ..."

जगनने काहीसे लाजून होकारार्थी मान हलवली. मग तो उभा राहिला आणि त्याने उत्सुकतेने विचारले, "हे त्यांना कसे कळेल? आपण त्यांना सांगू या का?" त्याचा भाऊ ताठ उभा राहिला व म्हणाला, "मला वाटते की तू

मूर्खासारखे मुलगी आवडली म्हणून सांगू नये. त्यामुळे आपली किंमत कमी होते.''

''नाही! नाही!'' जगन म्हणाला, ''मी तुझ्याबरोबरच सगळा वेळ होतो. मी कोणाशीही न बोलता फक्त त्यांचा निरोप घेतला.''

जेव्हा शेवटी जगनला तिथून निघावे लागले तेव्हा तो गोगलगायीच्या गतीने या आशेवर निघाला की ती मुलगी दारातून एकदा तरी डोकावेल, हे सिद्ध करण्यासाठी की तिला तो आवडला आहे आणि त्याला तिच्या उजळलेल्या डोळ्यांतून ते कळेल. जगनला काहीतरी करून तिची खात्री करून द्यायची होती की तो तिच्याशी लग्न करणार आहे. तिच्या हार्मोनिअम वादनाबद्दल त्याचा काही ग्रह नाही. त्याच्या मनाच्या उत्सुक स्थितीचा निरोप तिला पोहोचविणे जरुरीचे वाटत होते. जर तिला त्याच्याबद्दल काही वाटत असले तर तिने निरोप घ्यायच्या वेळी काहीतरी खूण केली असती. त्याने हा विचारच केला नव्हता की ट्रेनची वेळ, बैलाचा रातांधळेपणा आपल्या प्रियेपासून इतक्या औपचारिकरीत्या आपल्याला दूर करील.

ट्रेनच्या प्रवासातही तो आपल्याच विचारात चूर होता. आपल्या प्रियेचा निरोप घेण्याची संधी हुकली असे वाटून तो दु:खी झाला होता. तिचा विचार त्याला अतिशय समाधान देणारा, मन शांत करणारा व गुपचूप उत्सुकता वाढविणारा होता. त्याचा भाऊ आता शिपाईगिरी संपल्यामुळे आपल्या आसनावर निवांत झोपला होता आणि जगनला मनातल्या मनात परत त्या खेड्यात जाऊन, विनाअडथळा भटकण्यासाठी मोकळा सोडला होता. घडलेल्या सर्व घटनांवर फेरविचार केल्यावर त्या घटनेच्या प्रत्येक क्षणाच्या आठवणीने तो मोहित झाला. घर छान व उबदार होते, हॉलमधे सुंदर वास होता जो पाठीमागच्या गोठ्यातून येणाऱ्या शेणाच्या वासात चांगल्या प्रकारे मिश्रित होता. हार्मोनिअम बेसुरे होते आणि तिचा आवाज उग्र होता पण तसा तो त्या हार्मोनिअमच्या सुरांशी जुळवून घेण्याकरिता असावा. जगनला खात्री होती की, तिचा आवाज तिच्या चेहऱ्यासारखाच गोड असणार. नंतरच्या प्रवासात त्यालासुद्धा झोप लागली.

कुठल्याशा जंक्शनला त्यांना गाडी बदलावी लागली. मालगुडीला ते पहाटे लवकर पोचले. भावाने टांगेवाल्याशी घासाघीस करून टांगा ठरविला आणि लॉली पुतळ्याजवळच्या त्यांच्या जुन्या घराकडे त्यांचा प्रवास सुरू झाला. दूधवाले त्यांच्या गायी घेऊन बाहेर पडले होते. थोडे सायकलवाले गावातल्या एकुलत्या कापडाच्या गिरणीकडे दारे उघडण्याअगोदर पोहोचण्यासाठी जोशात चालले होते.

जेव्हा दोघे भाऊ घरी पोहोचले तेव्हा आई पुढच्या अंगणात पाणी शिंपडून रांगोळी घालत होती. जेव्हा भाऊ ठरविल्यापेक्षा दोन आणे जास्त मागणाऱ्या टांगेवाल्याकडे हुज्जत घालत होता तेव्हा आपली छोटी बॅग सावरत जगन घरात गेला. आई त्याच्याकडे पाहून हसली, पण तिने काही प्रश्न विचारले नाहीत. परसात वडील विहिरीतून पाणी काढत होते. त्यांनी जगनकडे एकदा पाहिले व ते आपले काम करीत राहिले. त्याची बहीण मधल्या अंगणात तुळशीला फेऱ्या घालत होती, ती त्याच्याकडे बघून खट्याळपणे हसली, पण तिचे ओठ मात्र प्रार्थना पुटपुटत होते.

जगन स्वत:च्या खोलीत गेला आणि स्वत:शीच प्रश्न करू लागला, 'कोणालाही त्या मुलीबद्दलचे माझे मत जाणून घ्यायचे नाही का? मला ती मुलगी आवडली की नाही हे कोणालाही विचारावेसे वाटत नाही का? याचा अर्थ असा तर नव्हे की, त्या सर्वांचा या कल्पनेला विरोध आहे?' भाऊदेखील काय घडले हे सांगण्यासाठी थांबला नाही आणि वडिलांना मदत करण्यासाठी परसदारी विहिरीपाशी गेला.

पण कशी कोण जाणे ही बातमी बाहेर पडली आणि सर्वप्रथम माझी बहीण, मी कॉलेजला जाण्यासाठी निघणार एवढ्यात माझ्या खोलीपाशी आली. तिचे डोळे खट्याळपणे चमकत होते. "अरे!" ती मोठ्याने ओरडली. जीभ टाळ्याला लावून आवाज करीत मोठ्याने म्हणाली, "कोणाचे तरी लवकरच लग्न होणार तर..."

सगळ्या घरात प्रचंड उत्साह संचारला. जगनच्या भावाच्या बायकोला तिच्या माहेरून लग्नाची तयारी करण्यासाठी बोलावून आणण्यात आले. हळूहळू तयारीचा जोर वाढत गेला. वडील घरी तीन वाजेपर्यंत पोस्टकार्डे लिहून नंतर रेल्वेस्टेशनवर घेऊन जात आणि ती नक्की मेलने जातील याची खात्री करून घेत. त्यांना खूपच नातेवाईक होते. त्यांना ते खूपच मानीत व त्यांच्या सल्ल्याशिवाय ते पुढे जात नसत. दर दिवशी दहा वाजता ते पोस्टमनची वाट पाहायचे. त्या काळी पोस्टकार्ड तीन पैशाला मिळायचे. त्या पोस्टकार्डाच्या पुढे व पाठी जवळजवळ शंभर शब्दात लोकांना मनास येईल ते लिहिता येत असे.

वडीलधाऱ्यांकडून मान्यता मिळाल्यावर जगनच्या वडिलांनी आपल्या बायकोचे हळू आवाजात अंगणाच्या दुसऱ्या कोपऱ्यात जाऊन अनेक सल्ले घेतले. जगन घरात लहान असल्यामुळे तो स्वत:च्या लग्नात फारच उत्साही आहे असे दिसू न देण्याची काळजी घेत होता. त्याला कशी तयारी चालू आहे हे जाणून घ्यायची उत्सुकता मात्र होती. त्यासंबंधी प्रश्न विचारले तर त्याला ओरडा बसला असता. त्याला बातमीसाठी धाकट्या बहिणीवर अवलंबून राहावे लागे.

ती सहजपणे वडीलधारी माणसे बोलताना उभी राहून ऐके. आड राहून ऐके आणि जगनपर्यंत बातमी पोहचवे. तो त्याच्या टेबलापाशी वरवर अभ्यास करण्याच्या निमित्ताने बसला असता ती त्याला शोधत येई आणि हळू आवाजात ‘‘आजोबांनी परवानगी दिली, वडील नवरीच्या वडिलांना उद्या पत्र लिहिणार आहेत, ते चांगल्या मुहूर्ताची वाट पाहत आहेत, वडील पाच हजार रुपये हुंडा मागणार आहेत’ वगैरे बातम्या सांगत असे.

या बातमीने जगनला काळजी वाटू लागली की जर तिच्या वडिलांनी हे नाकबूल केले तर पुढे काय? त्यांना लग्न सप्टेंबरमध्ये व्हायला हवे होते. म्हणजे फक्त तीन महिने बाकी होते. तीन महिन्यात आपण लग्न झालेला माणूस होणार या विचाराची त्याला भीती वाटू लागली. जोपर्यंत तो एखाद्या मुलीशी लग्न होण्याचे स्वप्न बघत होता तोपर्यंत सर्व ठीक होते. पण ते सर्व प्रत्यक्ष घडण्याची वेळ आली आणि खरोखरीचा नवरा मुलगा व्हायची वेळ आली, तेव्हा त्या वास्तवाची त्याला भीती वाटू लागली. ‘इतक्या लवकर या सगळ्यांना लग्न का हवे आहे,’ असे तो स्वत:लाच विचारू लागला.

वडिलांचे मुलगी पसंत असल्याचे पत्र कुप्पम गावाला गेले. दोन्ही मंडळींची खूप पत्रापत्री झाली. पत्राचा ढीग वाढत गेला. तो जगनच्या वडिलांनी अत्यंत काळजीपूर्वक एका लोखंडी दांडीला अडकवून वरच्या अंगाला लाकडी टोपण लावले होते. याच पद्धतीने घरचा सर्व पत्रव्यवहार अगदी सुरुवातीपासून ठेवला गेला होता.

एका संध्याकाळी वधूकडचे लोक मोठी पितळी ताटे ज्यामध्ये विड्याची पाने, फळे, केशर, नवीन कपडे, चांदीच्या वाटीत उगाळलेले चंदन तसेच चांदीच्या ताटात ढीगभर बत्तासे आणि चांदीचे दिवे घेऊन आले. डझनभर भटजी हॉलमध्ये जमले. थोड्या शेजाऱ्यांना व नातेवाइकांना बोलावले गेले. जगनला धोतर नेसवून त्या सर्वांमध्ये बसविले गेले. नंतर एक कागद उलगडला गेला त्यावर त्यांनी खूप वेळ खर्च करून लग्नाची आमंत्रणपत्रिका तयार केली होती. त्यावर योग्य नावे लिहिली गेली. मग त्यांच्यामधला एक म्हातारा भटजी उठला आणि त्याने ते पत्रक थरथरत्या आवाजात वाचून दाखविले. त्याने जाहीर केले की, ‘अमक्याचा मुलगा जगन्नाथ आणि तमक्याची मुलगी अंबिका दहा सप्टेंबरला लग्न करीत आहेत वगैरे वगैरे...’

मुलीच्या वडिलांनी हे अत्यंत महत्त्वाचे कागद समारंभाने जगनच्या वडिलांच्या हातात एका लखोट्यासहित सुपूर्द केले, ज्यात नोटा होत्या. त्यात हुंड्याची अर्धी रक्कम होती. त्यांनी हळूच सुचविले की, ‘तुमच्या मोठ्या मुलाला नोटा मोजायला सांगा.’ वडिलांनी नापसंतीदर्शक उद्गार काढत तो लखोटा मोठ्या

मुलाकडे मोजण्यासाठी दिला. त्याने मोजण्यास वेळ न लावता काम पुरे करून खात्री केली की ते दोन हजार पाचशे आहेत.

"ते मोजण्याची काही जरुरी नव्हती" जगनचे वडील आब राखून म्हणाले, "पण तुम्ही म्हणालात म्हणून..."

"पैशाच्या व्यवहारात खात्री असलेली बरी! मला मी मोजलेले पैसे बरोबरच असणार अशी खात्री कशी असणार? मी नेहमीच पैसे पुन्हा पुन्हा मोजून बघतो." जगनचे सासरे म्हणाले. यावर सगळे एखादा चांगला विनोद असल्यासारखे हसले. नंतर ते सगळे खानसाम्यांनी तयार केलेली उत्कृष्ट मेजवानी झोडण्यासाठी गेले.

दुसऱ्या अंगणात मोठमोठी केळीची पाने मांडली होती. त्यावर प्रत्येकासाठी चांदीचे पेले, वाट्या मांडल्या होत्या. अनेक उत्कृष्ट पदार्थ व मधोमध पांढराशुभ्र भात वाढलेला होता. पुढल्या अंगणात सनई-चौघडा वाजवणारे अख्ख्या गावाला लग्न ठरल्याचे जणू कळवत होते. घर अनेक पितळी दिव्यांनी व गॅसबत्त्यांच्या हिरवट प्रकाशात उजळून निघाले होते.

जगन या समारंभामुळे भारावला होता. तो विचार करत होता की, 'हे सर्व माझ्या लग्नासाठी चालले आहे. सगळ्यांनी केवढ्या गंभीरपणे हा विषय घेतला आहे. आता मला माघार घेऊन चालणार नाही.'

मध्यरात्रीच्या ट्रेनने वधूपक्षाला निरोप दिला गेला. त्यांनी जाताच जगनची आई व इतर नातेवाईक आत गेले आणि वधूपक्षाने दिलेल्या कपड्यांची व वस्तूंची किंमत ठरवायला लागले. चांदीच्या वस्तूंच्या वजनाच्या आणि नक्षीबाबत समाधान झाल्यावर जगनच्या आईने आपले संपूर्ण अनुमोदन जाहीर करत म्हटले, "जगन तुझे सासरे अजिबात कंजूष नाहीत. बघ! कशा वजनदार भेटी दिल्या आहेत." जगनला वधूपक्षाशी जोडून आईने जणू आपलीच स्तुती केली असे जगनला वाटले.

सप्टेंबर येताच घरात काहीतरी नवीनच हालचाल सुरू झाल्यासारखे वाटू लागले. जगनला वेळेचे भान उरले नाही. त्याची टर्मची परीक्षा आटोपली होती. वडिलांनी त्याला कॉलेजमधून सुट्टी घ्यायला व घरच्या मंडळीना मदत करायला परवानगी दिली होती. आई सगळीकडे सांगत होती, "आम्ही जरी वरपक्षाचे असलो तरी आम्ही मोकळे नसतो. इथेही अनेक गोष्टी करायच्या असतात."

नवऱ्या मुलीसाठी आणि इतरांसाठी कपडे घ्यायचे होते. त्यासाठी आई आणि इतर नातेवाईक युनिव्हर्सल साडी एम्पोरिअममध्ये गेले. सोनेरी किनारी, पोत बघण्यासाठी शंभरेक साड्या पाहत जवळजवळ आठ तास घालविले. जगनने बराच वेळ शिंप्याकडे रेशमी सदरे, डार्क सूट शिवण्यासाठी मापे

देण्यात घालवला, कारण त्याच्या आईला व इतरांना नवरा मुलगा लग्नातील वरातीमधे सुटात पाहायचा होता. जगनला सदरा धोती पसंत होती, पण सगळ्यांनी लोकरीच्या सुटासाठी खूपच आग्रह केला. मोठा भाऊ तर या विषयावर खूपच ठाम होता कारण तो या सर्व गोष्टीतून थोड्या वर्षांपूर्वीच गेला होता. तोसुद्धा निमंत्रणपत्रिका छापायचे काम अंगावर घेऊन प्रिंटिंग प्रेस ते घर अशा चकरा मारू लागला. त्याने पत्त्यांची नीट यादी केली होती. तरी 'अमक्याचे नाव आहे का, तमक्याचे नाव आहे का? नसल्यास लगेच घाला' असे सांगून वडील भंडावून सोडत होते.

त्यांना कुठलाही मित्र किंवा नातेवाईक, तो जगनशी अगदी लांबच्या संबंधाचा असला तरी चुकायला नको होता. कोणालाही वाटले नव्हते की वडील आमंत्रणे पाठविण्याच्या बाबतीत एवढे उत्सुक असतील आणि एवढी नावे त्यांना आठवत असतील. कित्येकदा त्यांना त्यांची नावे किंवा आद्याक्षरे बरोबर असतील याची खात्री नव्हती. (पुष्कळदा त्यांना त्यांचे घरातले कौतुकाचे नावच माहीत असायचे.) एखादा माणूस त्याच पत्त्यावर राहत असेल का नाही आणि कळस म्हणजे एखादा माणूस मुळात जिवंत आहे का नाही असे प्रश्न त्यांना पडत. तरी त्यांनी हजारो आमंत्रणे पाठवली आणि फलस्वरूप भरपूर माणसे बसने, ट्रेनने किंवा मिळेल ते वाहन घेऊन कुप्पमगावी लग्नासाठी आली.

जगनचा सगळा वेळ पाहुण्यांना भेटण्यात, वडीलधाऱ्यांच्या पायावर डोके ठेवण्यात गेला. भटजींनी त्याला पवित्र होमासमोर बसवून ठेवले होते. अनेक विधी होत होते. मंत्र म्हटले जात होते. या सगळ्यात त्याला अनेकदा वधूचा हात धरावा लागत होता, त्याचे त्याला समाधान होते. समारंभात पवित्र मुहूर्तावर बायकोच्या गळ्यात बांधलेल्या मंगळसूत्राकडे पाहताना आपण एक जबाबदार माणूस असल्याचे जगनला जाणवले. फुलांच्या वासाने, मोगऱ्याच्या माळांनी, होमाच्या पवित्र धुराने, अंगावरील रेशमी वस्त्रांमुळे आणि थोड्या थोड्या वेळाने दृष्टिपथात येणाऱ्या बायकोच्या नवनवीन साड्यांच्या सळसळीने जगन भारावलेला होता.

तिचा आवाज त्याला पूर्वी हार्मोनिअमच्या साथीमध्ये जाणवल्याप्रमाणे कर्कश नव्हता. तिचे हसू आणि आवाज मोहक होता. जेव्हा एखाद्या कोपऱ्यात त्याला खासगी बोलण्याची संधी मिळे तेव्हा ती लाजत बोले. त्या घराचा इंचनूइंच पाहुण्यांनी भरून गेला होता. त्याला सगळ्या त्रास देणाऱ्यांची आणि लक्ष दुसरीकडे वळवणाऱ्यांचीच सोबत होती. जेव्हा कधी त्याला बायकोशी बोलण्याची एक क्षण संधी मिळे तेव्हा कोणीतरी तिथे टपके आणि म्हणे,

"चल! चल! पुरे झाले! आताच एवढा साडीत गुरफटू नकोस, तुला पुढे पुरे आयुष्य पडले आहे बायकोची स्तुती करायला! पण तुझ्या लग्नानंतर आम्ही परत भेटणार नाही आहोत." खरे पाहता हे लग्नसमारंभात होणारे नेहमीचेच विनोद होते. परंतु जगनला मात्र आपण खूप छळ सहन करीत आहोत असे वाटत होते. अगदी मोजकेच मित्र आणि नातेवाईक आले असते तर बरे झाले असते असे त्याला राहून राहून वाटू लागले.

तो आवाज, ते सनई-चौघड्याचे संगीत, ती मस्करी आणि मेजवान्या हे सर्व तीन दिवस सतत चालले होते. याचा शेवट फोटोग्राफरने मध्ये नवरा-नवरीला बसवून एका मोठ्या ग्रूपचा फोटो काढण्यात झाला. एकूण सर्व समारंभ शांततेत पार पडला. वरपक्षाला दिलेल्या कॉफीमुळे, जगनच्या काकांपैकी एक अतिशय म्हातारा माणूस लग्नसोहळा सोडून जायला निघाला तेव्हा थोडा कडवटपणा आला. दुसरी भानगड झाली ती मेजवानीच्या वेळी! कोणीतरी जे कुटुंबप्रमुखांमध्ये वडीलधारी, वयाने पंचाहत्तरी गाठलेले, जगनच्या वडिलांचे लांबचे भाऊ व खूप लांबून, बरहामपूरवरुन लग्नासाठी आले होते, त्यांना अर्धे फाटलेले केळीचे पान दिले गेले. मोठ्या मंडळींच्या पंक्तीत न बसविता त्यांना मुलांच्या रांगेत बसवले गेले. याचा परिणाम जंगी भांडणात होण्याचा संभव होता पण वधूपित्याने सर्वांसमक्ष या चुकीबद्दल क्षमा मागितली आणि सर्व विसरले गेले.

वरपक्षाच्या बायकांमधे थोडी रागवारागवी झाली, कारण मुलीला मूळ दागिन्यांच्या यादीप्रमाणे कमरपट्टा दिला नव्हता. गावातल्या सोनाराने वेळ लावला होता. शेवटी जेव्हा तो नग आला तेव्हा तो संपूर्ण सोन्याच्या एका पट्टीने केला नव्हता, तर बऱ्याच सोन्याच्या सरी रेशमाने एकत्र विणून केला होता. बायकांना वाटत होते की ही सरळ सरळ फसवणूक आहे. ते सोने वाचवीत आहेत असे त्या रागाने मतप्रदर्शन करायला लागल्या. त्यांनी कदाचित लग्न थांबवायचासुद्धा प्रयत्न केला असता, पण तसे झाले नाही, कारण जगनला सोन्याच्या पट्ट्यावरून चाललेला गोंधळ पसंत नव्हता. त्याने आपल्या आईला समजावले की, "ही अगदी हल्लीची फॅशन आहे. आजकालच्या मुलींना ते वाकायला लावणारे जडजड सोन्याचे दागिने घालायला आवडत नाही." यावर त्या बायकांनी जगनवरच टीका केली की "तो आताच जोरूचा गुलाम झाला आहे आणि वधूपक्षाचा बिनपैशाचा वकील बनला आहे." अगदी त्याच्या भावानेसुद्धा त्या गोंधळात त्याला बाजूला घेऊन म्हटले, "तू इतक्या लवकर आपला मूर्खपणा दाखवू नकोस. त्या बायका त्यांचे प्रश्न त्यांच्या पद्धतीने सोडवू देत."

तेव्हा जगनने धाडस करून उत्तर दिले, "कारण त्या माझ्या बायकोची नालस्ती करीत आहेत. बिच्चारी मुलगी!" या त्याच्या बायकोशी इमान राखण्याच्या प्रदर्शनाने भाऊ उपरोधिक हसत म्हणाला, "तू आता आकंठ प्रेमात बुडाला आहेस, त्यामुळे तुझ्याशी बोलण्यात काहीच अर्थ नाही."

जगनला घराच्या मधल्या भागात खोली दिली गेली. जेव्हा त्याने आणि त्याच्या बायकोने दार बंद केले तेव्हा ते दोघे त्या चार भिंतीच्या आड एका वेगळ्याच जगात होते. गर्भाधान विधीच्या वेळी जगनच्या वडिलांनी या विधीसाठी ती खोली वधूपक्षाने आपल्या खर्चाने व्यवस्थित सजवून द्यावी म्हणून हेका धरला. या खोलीचा एक कोपरा जगनच्या अभ्यासासाठी होता. (कारण अजून त्याला परीक्षा द्यायची होती) ते जेव्हा दोघेच असत तेव्हा पूर्ण वेळ प्रियाराधनेतच जाई. जगनला वेळेचे भानच उरले नव्हते. त्याला आपले शिक्षण मोठा उपद्रव वाटत होता. तो क्लास बुडवून घरी येई व हळूच आपल्या खोलीत जाई.

अखेर जगन सगळ्या परीक्षांमध्ये नापास झाला. शेवटी नाइलाजाने त्याच्या वडिलांना म्हणावे लागले की, "जगनला डिग्री मिळवायची असेल तर अंबिकेला निदान सहा महिने माहेरी पाठवायला हवी." घरी जगन बहीण, भाऊ, आई यांच्याबरोबर फार थोडा वेळ घालवी. स्वत:ला खोलीत बंद करून बायकोची वाट पाही. अंबिकेला त्या मोठ्या एकत्र कुटुंबामध्ये बरीच कामे करायला लागायची. तिला तिच्या वाट्याचे स्वयंपाकघरातले काम करावे लागे. सासूला स्वयंपाक करण्यात, वाढण्यात, जमीन सारवण्यात, घर झाडण्यात, भांडी विसळण्यात मदत करावी लागे. प्रत्येक जेवणाच्या वेळी अंबिकेला सासूसोबत असावे लागे. जेव्हा घरात सगळे जण आपापल्या कामात व्यस्त असताना नवऱ्याबरोबर असणे घरातल्या सुनेला शक्य नव्हते. हे अलिखित नियम मोठ्या सुनेने आपल्या वागण्याने घालून दिले होते आणि ते जगनच्या आईच्या वागण्याबरहुकूम होते. जगनची आई हे सर्व तिच्या पूर्वायुष्यात सून म्हणून या घरात आली तेव्हा शिकली होती.

अंबिका सून म्हणून आपल्यावर असणाऱ्या जबाबदारीची जगनला जाणीव करून देई. जगन मात्र स्वत:च्या शारीरिक मोहापुढे आंधळा झाला होता. तो जेव्हा घरी येऊन खोलीत बायकोची वाट पाही तेव्हा त्याची बायको दुसरीकडे कामात गुंतलेली असे. मग तो चिडून बायकोशी भांडे किंवा ती खोलीत येई तेव्हा तो अभ्यासात गढून गेल्यासारखे दाखवी. अंबिकेला त्याला नेहमी प्रसन्न मन:स्थितीत ठेवावेसे वाटे, त्यामुळे लगेच किंवा नंतर ती त्याच्या अमर्याद इच्छा पूर्ण करी.

त्याच्या वडिलांनी त्याच्या अभ्यासाबद्दलच्या निष्काळजीपणाबद्दल कडक

तंबी दिली होती. आई नेहमी शेरा मारायची की 'मुलगा बायको येईपर्यंतच मुलगा राहतो' कारण घरातल्या लोकांना तो फार कमी वेळ देत असल्याने ती दुखावली गेली होती. त्याची छोटी बहीण म्हणे, "कोण तू? कोणीतरी अनोळखी माणूस आहेस. आम्ही तू कसा दिसत होतास हेही विसरलो आहोत." बायको म्हणाली, "कृपा करून माझी अशी लाजिरवाणी परिस्थिती करू नका. निदान असे भासवा की, तुम्हाला बाकी सगळे लोकसुद्धा प्रिय आहेत." त्याचा मोठा भाऊ त्याला बागेत घेऊन गेला आणि त्याने सल्ला दिला, "मीसुद्धा या परिस्थितीतून गेलो आहे. जर तू चार तास आपल्या खोलीत घालवत असलास तर बाकीच्या लोकांना अधूनमधून तासभर तरी देत जा. नाहीतर घरात तू एकदम नावडता होऊन जाशील."

या ना त्या कारणामुळे जगनबद्दल घरामध्ये नाराजी होतीच पण नवरेपणाच्या धुंदीत त्याने या गोष्टीची अजिबात काळजी केली नाही. नंतरच्या काळात जेव्हा बायकोला मूल होऊ शकले नाही आणि कुजबुज, अफवा वाढल्या तेव्हा जगनने बायकोला म्हटले, "बाहेरच्या लोकांना आपण या घराच्या आत दिसायला लागलो तर आपल्यासंबंधी बोलणे थांबेल."

त्याच्या सर्व बढायांनंतरही त्याचे पौरुषत्वाचे चिन्ह बाहेर दिसत नव्हते. त्याच्या लग्नाला आता जवळजवळ दहा वर्षे झाली होती. तो इंटरमिजिएटला अनेक वेळा नापास झाला आणि आता बी.ए.ला नापास होत होता. तरी मूल होण्याची चिन्हे दिसत नव्हती. त्याचा मोठा भाऊ त्याच्या पूर्ण कुटुंबासह, जे आता खूपच मोठे झाले होते, विनायक स्ट्रीटमध्ये राहायला गेला होता. बहिणीचे लग्न होऊन ती सासरी गेली होती. ते मोठे घर आता शांत झाले होते व लोकांना ते किती रिते झाले आहे हे दिसत होते. घरात मूलबाळ नाही म्हणून आईने कुरकुर करायला सुरुवात केली होती आणि हेही सुनेला बोलण्याचे एक कारण होते. ती घरातली कामे करून थके तेव्हा सतत पुटपुटत असे. 'सगळे मुलीकडून सामान्यपणे मुलेबाळे जन्माला घालायची अपेक्षा करतात. कोणी सोन्याचांदीची अपेक्षा करीत नाही, अगदी त्या सोन्याच्या कमरपट्ट्यामधे फसवले गेले असले तरी... पण जगातल्या हजारो बायकांसारखे या मुलीला मूल का होत नाही?' हे सर्व घराच्या दुसऱ्या भागात काम करणारी सून ऐके. पण ती काही न बोलता काम करीत राही. पण रात्री दार बंद करून त्याचा राग ती जगनवर काढे. कधीकधी ती त्या बोलण्याला ते दोघेच बसले असता विनोदाचे स्वरूप देई. जगन त्याचे बी.ए.चे पुस्तक उघडून बसलेला असे आणि ती टेबलाच्या दुसऱ्या टोकाला पाय हलवीत बसे. ती म्हणे, "आजकाल माझी पाळी आली की त्या काहीतरी टोमणे मारणार म्हणून मला भीतीच वाटू

लागते.''

"तू आधुनिक स्त्रियांप्रमाणे विटाळशी झालेलीच नाहीस असे सोंग का आणत नाहीस?''

पण ही सूचना निरर्थक होती. त्या सनातनी घरात पूजाअर्चा, देव वगैरे असताना विटाळशी बाईला एकांतात राहावे लागे; कारण तिच्या विटाळाच्या प्रभावामुळे सगळे भ्रष्ट होते असा समज होता. घराच्या दूरच्या कोपऱ्यात तिला अन्न वाढले जाई. ती घरात इतरत्र फिरू शकत नसे. जगनला याची खूप चीड येई. त्याला ओरडून सांगावेसे वाटे की, 'घरातल्या एवढ्या साऱ्या मुलांनी समाधान झालेले नाही का? माझ्या भावाने अनेक घरांना पुरतील एवढी मुले जन्माला घातली आहेत. माझी बहीणसुद्धा चार वर्षांत तीन मुले प्रसवून तीच परंपरा चालवीत आहे. मग या सर्वांने ते समाधानी का नाहीत?'

"तुमच्या आईला आपल्याला मूल असते तर टोमणे मारायला काही कारणच उरले नसते,'' असे अंबिकेने सुचविले आणि नंतर ती पुटपुटली, "आमच्या कुटुंबाचा विचार केला तर माझ्या सर्व बहिणींना खूप मुले आहेत आणि तुमची आई अप्रत्यक्षपणे म्हणते की मी वांझ आहे.''

जगन लगेच स्वतःच्या कुटुंबाचा कैवार घेत म्हणाला, "आमच्या बाजूला देखील काही त्रुटी नाही. तुला माहीत आहे का... आमचा एक आजीबरोबर सर्व कुटुंबाचा फोटो आहे. त्यात आजी मध्यभागी आणि आजूबाजूला तिची मुले व नातवंडे आहेत. ती सर्व किती असतील?''

"चाळीस? पन्नास?'' अंबिकेने विचारले. "आमच्याकडे देखील सगळ्या कुटुंबाचा आजीबरोबर फोटो आहे. तुम्हाला माहीत आहे का किती नातवंडे, पंतवंडे आहेत ती?''

"एकशे वीस आहेत का?'' जगनने खट्याळपणे विचारले. बायको म्हणाली, "हा तुम्ही विनोद समजू नका. ती सर्व मिळून एकशे तीन आहेत. त्या वेळी फोटोग्राफरने चार पैसे अधिक लावले होते.'' अंबिकेचा पारा चढू लागला होता. ती लाल होऊ लागली होती. "आम्ही काही नपुंसक कुटुंब नाही आहोत!'' ती म्हणाली.

जगन तिच्या या सूचनेने वैतागला. त्याने घाबरून पुस्तकातून नजर वर केली. त्याच्याकडे यावर उत्तर नव्हते. त्याचे आजकाल पलंगावरचे प्रेम कमी व्हायला लागले होते. विचार करता करता त्याला आठवले की आजकाल तो वारंवार चटई गुंडाळून, उशी घेऊन, इथे खूप उकडते असे म्हणत व्हऱ्हांड्यात झोपायला जाई. त्या वेळी "तुला भीती तर वाटणार नाही ना?'' असे तिला विचारी. "कोणाची भीती?'' असे प्रथम ती विनोदाने म्हणत असे. पण हळूहळू

जसा काळ जाऊ लागला, ती रागाने म्हणू लागली. तिच्या मन:स्थितीकडे लक्ष न देता तो बाहेर जाऊन झोपे. हा जणू कायमचा अलिखित नियमच झाला होता. पण जेव्हा ती बरेच दिवस माहेरी राहून परते तेव्हा मात्र आठवडाभर तो तिच्याकडे जातीने लक्ष देई.

'आपण तिला पुरे पडतो की नाही,' हा प्रश्न त्याने स्वत:ला असंख्य वेळा विचारला होता. सर्व लैंगिक उपाय करून तो थकला होता. त्या उपायांची आश्वासने, निरर्थकता आणि सरतेशेवटी घामाघूम होऊन दु:खी होणे व आपल्या बायकोचाही हाच दृष्टिकोन असावा असे तो मानत होता. याशिवाय त्याने एका पुस्तकात असे वाचले होते की, 'शारारीरिक मिलन हे फक्त त्या त्या जमातीच्या वंशवृद्धीसाठी असते. एक शुक्राणू हा चाळीस रक्ताच्या थेंबांबरोबरीचा असतो. त्याचा अपव्यय आणि मानसिक थकणे हे दीर्घायुष्याला घातक असते. या सर्वांवरचा उपाय ब्रह्मचर्य आणि शुक्राणूंचा नाश वाचविण्यात आहे.'

मुलाला जन्म देणे त्याला आवश्यक वाटत होते. पण त्यावर काय उपाय करावा हे त्याला समजत नव्हते. अंबिकेलासुद्धा मूल असावे अशी जबर इच्छा होऊ लागली होती. त्याने काहीतरी करणे आवश्यक होते. अंबिका दुर्मुखलेली असून नजरेने जणू त्यालाच दोष देत असे. जेव्हा ती त्याला चटई गुंडाळताना पाही तेव्हा ती कडवटपणे म्हणे, "तुम्ही सरळ बाहेर जाऊन त्या लॉलीच्या पुतळ्याखालीच का झोपत नाही? तिथे जास्त थंड असेल."

जेव्हा ती असे टोमणे देई, तेव्हा तो गोंधळून जाई. तिचे वाक्य हसण्यावारी नेत तो म्हणे, "तो पुतळा तिथे झोपण्यासाठी केलेला नाही." हे बोलणे त्याच्याच कानांना मूर्खपणाचे वाटले, जेव्हा अंबिकेने अधिकच तिरके बोलायला सुरुवात केली. तसा त्याने दिवा मालवला, तिला पलंगाकडे ओढले आणि स्वत:ला हॉलिवूड सिनेमातला हिरो कल्पून रुडॉल्फ वेलंटिनोने बायकांना आनंदित करण्याची जी कला शिकवली होती त्यानुसार त्याने स्वत:ला झोकून दिले.

एके दिवशी सकाळी त्याचे वडील अचानक म्हणाले, "पुढच्या मंगळवारी आपण बद्री पर्वतावरील देवळात जाणार आहोत. तू तुझ्या कॉलेजमध्ये दोन दिवसांच्या सुट्टीसाठी अर्ज कर. तुझी बायकोसुद्धा येऊ दे." जेव्हा वडील काही इतक्या ठामपणे सांगत तेव्हा त्या विषयावर काही चर्चा होऊ शकत नसे. त्याचे वडील, जे नेहमी मागील परसात वेळ घालवत, ते हे सांगायला घराच्या मधल्या भागापर्यंत आले होते. यावरून परिस्थितीचे गांभीर्य लक्षात आले होते. तरी प्रश्न विचारायचा कणखरपणा जगनकडे होता. त्याने विचारले, "आपण त्या देवळात का जाणार आहोत?" त्याचे वडील म्हणाले, "ते देऊळ संतानकृष्ण म्हणून ओळखले जाते. बायकांच्या वांझपणावर त्या देवळाला भेट देणे हा

एकच माहीत असलेला उपाय आहे.''

जगन लाजला. जगनला आपल्या बायकोच्या सुपीकतेची खात्री द्यायची होती. त्यासाठी त्याला अंबिकेच्या घरातील ग्रूप फोटोतल्या तिच्या आजीबरोबर असणाऱ्या एकशे तीन माणसांचे वर्णन करायचे होते. पण ते बोलण्यासाठी त्याची जीभ अडखळली. अशा गोष्टींची कोणी आपल्या आईवडिलांबरोबर चर्चा करीत नसतो.

त्या वर्षी जगन एक निश्चयी विद्यार्थी होता. त्याने मनाशी काही करून बी.ए. पास होण्याचे निश्चित केले होते. त्याला दाखवायचे होते की, नवरेपणाबरोबरच त्याच्याकडे हुशारीही आहे. त्यामुळे निदान लोकांनी त्याच्या नापास होण्याबद्दल त्याच्या बायकोला दोष देणे थांबवले असते. जेव्हा कधी परीक्षेचा निकाल येई आणि तो नापास झालेला असे तेव्हा अंबिकेला ऐकू जातील असे टोचणारे संदर्भ सांगितले जात. त्यामुळे झोपण्याच्या खोलीचे दार बंद केल्याबरोबर ती म्हणायची, ''तुम्ही तुमची पुस्तकं घेऊन हॉस्टेलमध्ये का जात नाही? तुमच्या आईला नेहमी वाटते की, मी तुमच्या मांडीवर सतत झोपून असते आणि तुम्हाला पुस्तकाला हातसुद्धा लावू देत नाही.'' ती एवढी रागावलेली असे की त्या प्रसंगाचे गांभीर्य त्याला आपल्या पद्धतीने एखादा विनोद सांगून कमी करावेसे वाटे.

तो म्हणे, ''मी नापास होतो कारण मला शिक्षण महत्त्वाचे वाटत नाही.''

''तुमची आई म्हणाली की मी अशिक्षित असल्याने तुम्हाला माझ्या पातळीवर ओढायला बघते.''

''आईने असे बोलायला सुरुवात केल्यावर तू कानात बोटे का घालीत नाहीस?''

''त्यापेक्षा तुम्ही बुद्धी वापरून पास का होत नाही?''

''हीसुद्धा एक चांगली कल्पना आहे.''

मग तो या प्रश्नाला सगळ्या शक्तीनिशी भिडत असे. तो क्लासला वेळेवर जाऊ लागे. एकही लेक्चर चुकवीत नसे. त्याने विषयांचे एक कामचलाऊ वेळापत्रकही बनवले. त्याने खुर्चीत बसून रात्री उशिरापर्यंत अभ्यास करायला सुरुवात केली. अशाप्रकारे चांगल्या रीतीने सुरू केलेल्या उपक्रमात वडिलांच्या देवळाला भेट देण्याच्या योजनेने मोठाच अडसर आणला.

जगनने विनवणी केली, ''आपण माझ्या परीक्षेनंतर जाऊ शकणार नाही का?''

त्याच्या वडिलांनी त्याच्याकडे रागाने पाहिले व ते म्हणाले, ''आम्ही खूप काळ वाट पाहिली.'' मग आपण फारच आढ्यतेने बोललो असे वाटून ते पुढे

म्हणाले, "हा एकच महिना असा आहे जेव्हा आपण तिथे डोंगरावर जाऊ शकतो. पाऊस पडायला सुरुवात झाल्यावर आपण तिथे जाऊ शकणार नाही. तिथे खूप जळवा वगैरे असतात. तिथे जवळजवळ दहा महिने पाऊस पडतो."

डोंगराच्या पायथ्यापर्यंत ते बसने गेले. जगन, जगनची बायको, आई-वडील असे ते चौघेजण होते. या वयात एवढा डोंगर चढायला तयार होणाऱ्या वडिलांची आपल्याबद्दलची कळकळ पाहून जगन हेलावला होता. त्याची आई आपल्या सुनेच्या वांझपणावर शेवटी उपाय सापडला म्हणून खूपच खूश होती. ती सारखे म्हणत होती, "चांगल्या गोष्टी वेळ आल्यावरच मिळतात. नाहीतर आपल्याला हा विचार अगोदरच, गेल्या वर्षीच सुचला नसता का?" ती बसच्या आवाजाच्या वरचढ आवाजात ओरडून बोलत होती. ते सर्वजण बसच्या लांबलचक सीटवर हातातल्या छोट्या पिशव्या सांभाळत बसले होते. अंबिकेला जराशी लाज वाटत होती.

बसमध्ये दुसऱ्या बाजूला बसलेल्या एका बाईने त्यांना विचारले, "तुम्ही कुठे जात आहात?"

"बद्री पर्वताच्या मंदिरात जात आहोत."

"अरे! ही वेळ तिथे जाण्यासाठी चांगली आहे. तुम्हाला मुले होण्याचा आशीर्वाद मिळेल."

"मला नाही काही. मला भरपूर मुले आहेत." यावर ते सगळे हसले.

त्या बाईजवळ बसलेला पुरुष पुढे वाकून म्हणाला, "जर देवाने तुम्हाला आशीर्वाद दिला तर तुम्हाला जुळे होईल. माझ्या अनुभवावरून तुम्हाला सांगतो." आणि ते सर्व जण पुन्हा हसले. जगनची आई म्हणाली, "नाही रे बाबा! आम्ही जुळी मागत नाही. त्यांना वाढविणे कठीण असते. एकदा आमच्या कुटुंबात दूरच्या नात्यात जुळे झाले होते. त्यांचे आईबाप वेडे होऊन गेले होते, कारण ती दोघे एकाच वेळी भुकेली होत आणि एकाच वेळी खायला नाकारत. माझ्या सुनेला एक मूल झाले आणि दुसरे पाठीमागून आले तर मला आनंद होईल."

"तुम्हाला किती मुलगे आहेत?" त्या बाईने विचारले. त्या एकमेकांच्या कुटुंबाच्या माहितीमधे गुंग झाल्या. मागच्या सीटवर बसलेल्या कुणाला तरी बस लागत होती. त्याच्यासाठी प्रत्येक वेळी बस थांबवली जात होती आणि तो खिडकीबाहेर वाकून स्वत:चे पोट मोकळे करीत होता.

अंबिका घरची सून असल्यामुळे सासूच्या शेजारी बसली होती आणि जणू कोणाबरोबर कराराची बोलणी करायला निघालेल्या आविर्भावात वडिलांबरोबर जगन बसला होता. जगनला त्याऐवजी बायकोबरोबर बसणे जास्त आवडले असते. पण बायकांनी पुरुषांबरोबर बसणे ही कल्पनेबाहेरची गोष्ट होती. त्यामुळे

अंबिकेला औपचारिकपणे सासूबरोबर बसणे अपरिहार्य होते आणि जगनला वडिलांबरोबर जबरदस्तीने बसावे लागले.

ती एक खिडकीच्या खाली असलेली लांबलचक सीट होती. जगनच्या दुसऱ्या बाजूला जो माणूस बसला होता तो जंगलातून आल्यासारखा वाटत होता. त्याच्या गळ्यात मण्यांच्या माळा होत्या. त्याने मांडीवर ठेवलेल्या पिंजऱ्यात एक रंगीबेरंगी पक्षी होता. तो अधूनमधून ओरडत होता. तो आवाज तेलपाणी न केलेल्या, गंजलेल्या बिजागरींमुळे करकरणाऱ्या दारासारखा होता. वाहनामध्ये जवळपास पन्नास माणसे होती. कायद्याने खरे पाहता त्याच्या अर्ध्याने माणसे असणे आवश्यक होते. काहींनी तिकिटे काढली होती. काही तिकिटाशिवाय होते, कारण कंडक्टरने त्यांचे पैसे खिशात घालून रेकॉर्ड ठीक केले होते. त्याकरता तो सारखा पॅड ओढून त्यावर नोंद करत होता. शेरे, चौकश्या, सल्ले, मोठ्याने सूचना, माणसांची बडबड, बायकांचे टिपेच्या आवाजात बोलणे, मुलांचे रडणे, हसणे या सगळ्याचे एक प्रचंड मिश्रण झाले होते. त्या मिश्रणावर त्या रंगीबेरंगी पक्ष्याचा आवाज कडी करत होता.

जगनचे वडील उजव्या बाजूला बसलेल्या शेतकऱ्याबरोबर खतांवर, विहीर कशी खणावी या विषयावर लांबण लागलेल्या वार्तालापात बुडून गेले होते. तो माणूस सतत शेंगा खाऊन खालची जागा टरफलांनी खराब करत होता. जगनने बायकोकडे पाहिले तेव्हा त्याला ती सुकलेली, सगळ्या आवाजाने व खडखडाटाने गळून गेलेली आढळली. त्याला वाटले, ती जर आपल्या बाजूला बसली असती तर तिला म्हटले असते, "ती झाडे बघ, ते डोंगर बघ, किती सुंदर आहेत. तुला माहीत आहे का, की हा प्रवास तुझ्याच भल्याकरता आहे." मग कदाचित नाराज होऊन तिने म्हटले असते, "तुमच्या-माझ्याकरता असे म्हणू. मला गरोदर राहण्याकरता कुठल्याही चमत्काराची गरज नाही. तुम्हाला आमच्या घरातला तो ग्रूप फोटो आठवतो ना?" मग त्याने तिला चिडवले असते. पाठीला चिमटा काढला असता. याचा शेवट भांडणात झाला असता किंवा तिने ते हसण्यावारी नेले असते. त्याला ते निश्चितपणे सांगता येईना. लग्न होऊन इतकी वर्षे झाली तरी त्याला तिची प्रतिक्रिया काय असेल याचा अंदाज नव्हता. काही वेळा ती गोष्टी सहजपणे हसत घेई तर कधी त्याच बोलण्याकरता दंश करी, रागाने पाही. तसे पाहता एरवी ती चांगुलपणा, औपचारिकता, हसरेपणा यांचा आदर्श होती पण तिचा पारा चढला तर जिभेने ती जीवघेणे वार करू शकत असे.

काही आठवड्यांपूर्वी वडिलांनी तक्रार केली की 'लोणचे बिघडले आहे.' असे आढळून आले की त्यात मीठ जास्त पडले आहे. तिथल्या तिथे चौकशी

सुरू झाली. सासूने विचारले, "अंबिका तू मीठ घातलेस का?" अंबिकेने स्वयंपाकघरातून उत्तर दिले, "हो आई! मी मीठ घातले आहे." आई बाहेरच्या खोलीत पुरुषांना वाढत होती. सुनेने हो म्हटल्यावर तिने हातातले ताट सोडले आणि ती आत कबुलीजबाब घ्यायला गेली.

"तुला मीठ घालायला कोणी सांगितले होते?" त्यावर सून रागावून म्हणाली, "मला माहीत नाही."

"अगोदर विचारायला नको का मीठ घातले आहे की नाही ते? सगळ्यांनीच मीठ घातले तर काय होणार? आता हे खायच्या नाही तर गटारात घालायच्या लायकीचे झाले आहे. अशाच सर्व गोष्टी या घरात खराब होतात व फेकल्या जातात. मला माहीत आहे या गोष्टी कशा घडतात ते!"

"आता आणखी थोडा भात आणा!" बाहेरच्या खोलीतून जगनचे वडील म्हणाले. अंबिकेने भात नेऊन बाहेर वाढला. तिच्या सासूची टकळी सुरूच होती, "कोणी काही फार मोठ्या गोष्टी मागत नाही आणि त्या काही आमच्यासाठी नाहीत. आम्हाला अनेक माणसांसारखा सोन्याचा कमरपट्टा बघण्याचेसुद्धा नशीब नाही. एखाद्याने निदान अक्कल तरी..." तिने वाक्य पूर्ण करण्याच्या अगोदरच अंबिकेने रडायला सुरुवात केली. "मला कशाची पर्वा नाही," असे म्हणून हातातले ताट तिकडेच टाकून ती तिथून निघून गेली. तिने स्वत:ला खोलीत कोंडून घेतले. अन्नपाणी वर्ज्य केले आणि घरात गोंधळ माजला. तिने तक्रार केली की तिला खावेसे वाटत नाही. नंतर त्या आठवड्यात जेव्हा परिस्थिती थोडी शांत झाली तेव्हा अंबिका जगनला म्हणाली, "मी तुमच्या आईला काय म्हटले माहीत आहे?" मी म्हटले, "तुम्ही त्या सोन्याच्या कमरपट्ट्याच्या एवढ्या पाठी का आहात? त्याचा साखरेशी किंवा मिठाशी काय संबंध आहे? तुम्ही तुमच्या आयुष्यात कधी सोन्याचा पट्टा पाहिला नाही का?"

त्या दिवसापासून आई काळजीपूर्वक शेरे मारू लागली. विशेषत: सोन्याच्या कमरपट्ट्याचा उल्लेख ती टाळे. त्या सर्वांनी अंबिकेच्या रागाबद्दल चुकीची कल्पना केली होती.

बसने त्या सर्वांना डोंगराच्या पायथ्यापाशी सोडले. हे कदाचित नकाशावरचे सर्वांत लहान खेडे असावे. तिथे केवळ दोन रांगांमध्ये झोपड्या होत्या. लाकडी स्टॅन्ड जे पॅकिंगसाठी वापरतात त्यावर थोडे सामान विकायला ठेवले होते. त्यात मुख्यत: पर्वतावर जाणाऱ्या यात्रेकरूंच्या सोयीसाठी नारळ, केळी, विड्याची पाने व फुले होती.

आई एवढ्या प्रवासानंतर थकलेली दिसत होती. ती तिथल्या एका दगडावर विश्रांतीसाठी बसली. वडिलांनी त्या नारळ विक्रेतीबरोबर दर कमी करण्याविषयी

घासाघीस सुरू केली. शेवटी "हे खेडवळ लोक आजकाल बिघडले आहेत, ते पैसे लुटणारे झाले आहेत," असे म्हणत, रागाने मुठी वळत त्यांनी आपला प्रयत्न सोडला. ते फणफणत म्हणाले, "आम्ही वीस मैल दुरून आलो आहोत. आमच्या थकण्याबद्दल तुम्हाला जराही आस्था नाही का? मला जर इथल्या वस्तूंच्या किमती माहीत असत्या तर मी सगळ्या वस्तू घरूनच घेऊन आलो असतो." आई बसल्या जागेवरून म्हणाली, "याची परवानगी नाही परंपरेप्रमाणे..."

"हो! हो! ते सर्व वेदांमधे दहा हजार वर्षांपूर्वीच लिहिले गेले होते की या भागातील या विशिष्ट नारळविक्याकडूनच घ्यायला हवे! खरे आहे! खरे आहे!" वडील उपरोधाने दगडावर बसलेल्या मुलाकडे व सुनेकडे रागाने बघत म्हणाले. त्यांना जणू म्हणायचे होते की 'जर माणसांनी सामान्य सुपीकता दाखवली असती तर त्यांना एवढ्या जास्त दरात नारळ घ्यावे लागले नसते." जगन बापाच्या त्या दृष्टिक्षेपाने शरमला आणि त्याला नेहमीपेक्षा अधिकच नपुंसक असल्यासारखे वाटले. अंबिकेकडे जेव्हा त्याने पाहिले तेव्हा ती अधिकच उर्मट भासली, जणू काही ती आपला माहेरचा एकशे तीन माणसांचा ग्रूप फोटो काढून दाखवणार होती.

जगन भित्रा असल्यामुळे त्याने त्याच्या आईवडिलांना इतकेच विचारले असते, "तुम्हाला पुरेशी नातवंडे झालेली नाहीत का? तुम्हाला अधिक का हवी आहेत? तुम्ही मला एकट्याला का सोडत नाहीत?"

मधल्या वेळात ती नारळ विकणारी बाई म्हणत होती, "थोडा अधिक खर्च झाला म्हणून नाराज होऊ नका. तुमचा नातू येईल तो तुमच्यासाठी चांगले भाग्य घेऊन येईल." या तिच्या बोलण्याने म्हातारा नरम झाला. त्याने विचारले, "तुम्हाला मुलगाच होईल, मुलगी होणार नाही हे नक्की कसे माहीत?"

"इथे या देवळात येऊन प्रार्थना करणारे कोणी मुलगी होऊन निराश झालेले नाही."

जणूकाही त्या नारळवालीची भविष्यवाणी सार्थ करण्यासाठी मालीचा जन्म झाला. त्याचा जन्म होताक्षणी दाईने त्याला स्वच्छ करायच्याही अगोदर (आईच्या माहेरी) त्याचे नवस केल्याप्रमाणे तराजूने वजन केले गेले आणि त्याच्या वजनाइतके सोने, रूपे आणि धान्य बद्री पर्वतावरच्या देवाला दिले गेले.

जेव्हा अंबिका तीन महिन्याच्या बाळाला घेऊन सासरी आली तेव्हा त्या काळाच्या रिवाजाप्रमाणे अंबिकाच्या आईवडिलांनी पहिल्या मुलाच्या जन्माबरोबर मोठ्या प्रमाणात भेटी पाठविल्या होत्या. मोठ्या मेजवानीचे आयोजन झाले. शंभरेक पाहुणे आमंत्रित केले गेले. त्यांच्यासाठी घराच्या तीनही भागात पाने मांडली गेली होती. माली अजूनही अगदी दुबळा वाटत होता. तो त्याच्या

लाडक्या आजी-आजोबांनी घातलेले सोने, दागिने सहन करू शकत नव्हता.

रात्रीचे जेवण झाल्यावर समाधानाने पान चघळत असताना जगनचे वडील खूप आनंदी दिसत होते. घर पाहुण्यांच्या बोलण्या-हसण्याने भरून गेले होते. बायका घोळक्याघोळक्याने एकाच वेळी वेगवेगळ्या स्वरात बोलत होत्या. बाळ एका हातातून दुसऱ्या हातात जात होते. ते शेवटी आजूबाजूचा गोंधळ सहन न झाल्यामुळे रडायला लागले. एखाद्या सणाच्या दिवशी यावा तसा धूपाचा, फुलांचा आणि चंदनाचा वास वातावरणात भरून राहिला होता. दोन्ही घरचे आजोबा पाहुण्यांना टाळून एक क्षणभर एका कोपऱ्यात गेले. एक आजोबा म्हणाले, "मालीच्या नावावर हजार रुपये बाजूला काढून डिपॉझिट केले जातील आणि त्यात त्याच्या प्रत्येक वाढदिवशी शंभर रुपये टाकले जातील. ही आमच्या कुटुंबात पिढ्यान्‌पिढ्या जेव्हा जेव्हा मूल जन्माला येईल तेव्हा करायची प्रथा आहे."

"आमच्याकडेही हीच प्रथा आहे" असे दुसरे आजोबा म्हणाले, "शेवटी नवीन येणाऱ्या जीवाला अशा प्रकारे जीवनाची चांगली सुरुवात करून देणे आवश्यक आहे. घरात जन्माला आलेला नवीन मुलगा ही या लोकाची व परलोकाची संपत्ती आहे."

"मला भीती होती की जगन निपुत्रिकच राहील," जगनचे वडील म्हणाले.

"पण मला ही शंका कधीही नव्हती; कारण आमच्या घरात वांझपणा अजिबात माहीत नाही."

जेव्हा जगन प्रत्येक पाहुण्याकडे जाऊन, पाया पडून आशीर्वाद घेत होता तेव्हा जगनच्या चेहऱ्यावर जग जिंकल्याचे तेज झळकत होते. अंबिकाही त्याच्या पाठोपाठ पाया पडत होती आणि आशीर्वाद घेत होती. अंबिकाही कुटुंबात आता योग्य स्थान मिळाल्यामुळे अभिमानाने वावरत होती. दोन्ही कुटुंबांच्या फॅमिली फोटोमधे कसेही करून एका व्यक्तीची भर टाकू शकल्याने तिला कृतार्थ झाल्यासारखे वाटत होते.

# तेरा

भूतकाळातील घटनांवर विचार करीत जगनला पुतळ्याच्या पायाशी डुलकी लागली होती. पुतळ्याच्या डोक्यावर उतरणाऱ्या पक्ष्यांच्या किलबिलाटाने तो जागा झाला. जगनने स्वत:ला हलवून जागे केले आणि तो आपल्या घराकडे पाहू लागला. आता त्यावर सूर्याचा प्रकाश पडू लागला होता आणि त्याचे मोठे कोपरे दिसू लागले होते.

'आता रात्रीपेक्षा हे जरा जास्त ठळक दिसत आहेत,' तो स्वत:शीच म्हणाला. 'पण या घराला एक दु:खी झाक आहे. या घराला पूर्वीचा प्रकाश आणि हास्यविनोद लाभणार नाही. कोण या घराला परत उजळेल? माझा मुलगा ते करणार नाही आणि त्याची ती... तिला काय हाक मारायची? खरंच मी तिला काय नाव देऊ? पण ते कुठे आहेत? ते माझ्या दृष्टीला पडले नाहीत. ते घरी येत नाहीत. ते कुठे जातात ते मला सांगत नाहीत. ते दोघेही सारखेच आहेत. ते माझ्या आईप्रमाणे किंवा अंबिकेप्रमाणे घर प्रसन्न करू शकत नाहीत. त्याउलट ते आजूबाजूचे वातावरण काळवंडतात. कदाचित मी तिथे नसलो तर ते सुखाने राहू शकतील.'

जगनला घराकडे परत जाणे अशक्य वाटू लागले. 'ते डागाळलेले घर आहे. पण ते डागाळलेले घर माझे नाही, ते त्यांचे आहे. त्यांच्यावर नाराजी दाखवणारा किंवा रागावणारा मी कोण? मी साठ वर्षांचा आहे. यापुढे मी आणखी दहा किंवा पंधरा वर्षे जगेन. त्याउलट मालीला त्याच्या कथेच्या मशीनबरोबर किंवा मशीनशिवाय आणखी साठ किंवा जास्त वर्षे जगावे लागणार. त्याला दीर्घायुष्य लाभू दे.' जगनला एक क्षणभर माली ऐंशी वर्षांचा आहे असे कल्पून मौज वाटली आणि त्याच्या काळजात प्रचंड कालवाकालव झाली. लगेचच दुसरा विचार आला की, 'जेव्हा माली ऐंशी वर्षांचा असेल तेव्हा ग्रेस कुठे असेल? ती आताच्याच परिस्थितीत असेल का? जर त्यांनी जगनची

डोंगरावरील देवळात झटपट लग्नविधी उरकून घेण्याची सूचना लाथाडली असेल तर कदाचित माली तिला परत पाठविण्यात यशस्वी होईल.' हेच त्या प्रश्नाचे उत्तम निराकरण होते.

जगनला या आठवणीनी जखमेला सुई टोचल्यासारखे झाले. 'कदाचित मी या घरात गरजेपेक्षा जास्त काळ राहिलो असेन. मी जर आणखी दहा-पंधरा वर्षे जगणार असेन तर ते वेगळ्या ठिकाणी असायला हवे. साठाव्या वर्षी माणसाचा पुनर्जन्म होऊन तो नवीन जीवनात प्रवेश करतो. त्यामुळेच लोक साठावा वाढदिवस साजरा करतात.' त्याला आठवले की त्याचे आईवडील, काकाकाकी, आणि बऱ्याच जोडप्यांनी त्यांचे साठावे वर्ष लग्नाप्रमाणे सनई-चौघडा वाजवून, मेजवानी देऊन साजरे केले होते. लोकांना एक नाहीतर दुसरी गोष्ट साजरी करायला फार आवडते. जगनने त्या गोष्टी पुरेपूर अनुभवल्या होत्या. त्याविरुद्ध त्याची काही तक्रारही नव्हती.

मालीने मात्र सिद्ध केले होते की अशा प्रकारच्या समारंभांची काही जरुरी नाही. अगदी वधूच्या गळ्यात मंगळसूत्र बांधायचीही जरुरी नाही. काही बंधने नाहीत. जुडणे नाही किंवा जबाबदारीही नाही. एकत्र यायचे, एकत्र राहायचे आणि जेव्हा वाटेल तेव्हा एकमेकांना लाथ मारायची. ज्याची लाथ जास्त जोरात तो प्रथम निघून जाणार. लाथ? कुठे होती लाथ? ते दोघे एकमेकांबद्दल काही बोलले असले तरी त्या हिरव्या मोटारीत ते एकमेकांच्या पायात पाय गुंतवून बसले होते.

या काही गोष्टी गोंधळविणाऱ्या असल्यामुळे त्याचा धीर खचत होता. जसा एखादा संदेश अर्धवट अनोळख्या लिपीत असला तर अर्थ लावणे जसे कठीण होते तसे मालीच्या वागण्यावरून काही निष्कर्ष काढणे जगनला कमालीचे थकवत होते. त्याला आणखी काही शिकण्याची गरज नव्हती. त्याला आता कुठलीही कोडी उलगडायची नव्हती.

त्या समोरच्या बंद घरात परत कधी संगीत, मेजवान्या होणार नव्हत्या. त्याचा साठावा वाढदिवस येईल आणि कोणीही दखल न घेता निघून जाईल. त्याच्यासारख्या विधुराला काही साजरे करण्याचा हक्क नाही. तो फक्त निवृत्त होण्यास लायक आहे. निवृत्ती हा शब्द किती जादुई आहे? एखाद्याला सर्वांपासून पूर्णपणे सुटका हवी असेल तर काहीही मागमूस न ठेवता किंवा परतीचा मार्ग न ठेवता जायचे. पण त्याला त्या घराला भेट द्यावीच लागणार होती, कारण काही जरुरीच्या तुरळक वस्तू घ्यायच्या होत्या.

जसे बुद्धाला ज्ञान प्राप्त झाल्यावर तो सर्व सोडून चालता झाला, तसे जगनला एकदम चालते व्हावेसे वाटत होते. पहाटेचे पाच वाजले होते आणि

गेल्या अर्धशतकाच्या सवयीप्रमाणे ही त्याची अंघोळीची वेळ होती, एका तासाने सकाळची आन्हिके आणि न्याहारी आटोपल्यावर तो घरातून बाहेर पडला. त्याने सोबत एक छोटे गाठोडे घेतले होते. त्या बाकीच्या गोष्टींबरोबर चरखाही होता. 'महात्मा गांधीजींच्या प्रति असलेले हे माझे कर्तव्य आहे. मी त्यांच्या समोर आयुष्यात प्रत्येक दिवशी चरखा चालवेन, असे व्रत घेतले आहे. मला ते घरी असो वा रानात असो पाळले पाहिजे,' जगन मनाशीच म्हणाला.

सूर्यप्रकाश, थंड पाण्याने केलेली अंघोळ आणि त्याने खाल्लेली लापशी त्यामुळे त्याला दुष्कर वाटणारा गृहत्याग थोडासा सौम्य वाटत होता. त्याच्या हातात किल्ली अजून तशीच होती. 'ही मी कोणाजवळ तरी ठेवायला हवी कारण ही मी माझ्याबरोबर नेऊ शकत नाही... पण काय हरकत आहे? कारण ही किल्ली तर मागल्या दाराची आहे. मुख्य दाराची किल्ली मालीजवळ आहे. जर तो ते दार कधीच उघडणार नसेल तर तो त्याचा प्रश्न आहे. हे त्याचे घर आहे, ते भुताखेतांचे होईल. आतल्या वस्तू इकडेतिकडे फेकल्या जातील. जगनला या गोष्टीवर पूर्ण भरवसा नव्हता. पण त्याला अशा ओसाड पडलेल्या घरात अशा गोष्टी घडत असलेली उदाहरणे माहीत होती. शेवटी भुताखेतांना सुद्धा कुठेतरी आश्रय लागतोच ना? तो सतत प्रश्न विचारणारा आगाऊ शेजारी, त्याला आता या घरात वावरणाऱ्या भुतांनाच प्रश्न विचारावे लागतील,' या विचाराने जगनला हसू फुटले.

त्याला अजून किल्लीची काळजी वाटत होती. 'मी ती माझ्या मोठ्या भावाकडे का देऊ नये? त्याला भेटायचे हे एक चांगले कारण होऊ शकेल.' तो या कल्पनेशी खेळायला लागला. गफ्फूरची टॅक्सी पकडायची, विनायक स्ट्रीटवर जायचे आणि त्याच्याकडे ही चावी सोपवायची.

खूप वर्षांपूर्वी जेव्हा त्याने देशाच्या स्वातंत्र्य चळवळीत भाग घ्यायचा ठरविले तेव्हा स्वखुशीने तुरुंगात जाण्याअगोदर त्याने घरातल्या प्रत्येकाचा साग्रसंगीत निरोप घेतला होता. त्याच्या भावाच्या डोळ्यांत अश्रू उभे राहिले होते. सगळे कुटुंब त्याच्या या स्वार्थ त्यागाने भारावून गेले होते. जरी त्यांना त्याच्या देशभक्तीच्या गोष्टी पसंत नव्हत्या तरी ते त्याच्याबरोबर अर्धा रस्ता चालत आले होते. जगनने ते प्रेमाची ऊब असणारे गजबजलेले दिवस आठवून एक नि:श्वास सोडला. त्याला आतासुद्धा तशाच प्रकारचा निरोप मिळावा अशी इच्छा झाली.

त्याला वाटले, 'जर ते लोक एका तुरुंगात जाणाऱ्याला एवढा भावपूर्ण निरोप देऊ शकतात, तर आता आयुष्यातून निवृत्त होणाऱ्यासाठी थोडीतरी भावना दाखवू शकतील. कदाचित जास्तच दाखवू शकतील, कारण हे एकप्रकारे

मरणच असणार. जरी मी श्वासोच्छ्वास करीत असलो, अधूनमधून संबंध ठेवणार असलो तरी ही निवृत्ती मरणापेक्षा वेगळी नसणार.' त्याला खूप लोकांनी येऊन आपल्याला चांगल्या प्रकारे निरोप द्यावा असे वाटू लागले. त्याच्या संपूर्ण पिढीमध्ये एकटा सख्खा मोठा भाऊच राहिला होता. जगनला त्याचे दर्शन घ्यावेसे वाटू लागले.

त्याच्या नेहमी येणाऱ्या दूरच्या भावाने सांगितल्याप्रमाणे मोठ्या भावाचे सगळे दात पडून गेले होते. तो आता कसा दिसत असेल हे पाहण्याची जगनला उत्सुकता होती. त्या भावाचा घोगरा आवाज, तुटक वाक्ये ऐकण्यासाठी तो आतुर झाला. तो सकारात्मक वृत्तीचा, सगळ्या लहान भावंडांचा जणू जन्मजात नेताच होता.

जगन परदेशी मुलीचा सासरा झाल्यामुळे त्याला पाहायला सगळी गल्लीच गफ्फूरच्या टॅक्सीजवळ जमली असती. त्याच्या भावाने जगनच्या सावलीचा त्याच्या उंबऱ्याला विटाळ होईल म्हणून दुरूनच किल्ली फेकायला सांगितले असते. जगनला कदाचित दुरूनच त्याला ओरडून सांगावे लागले असते की, 'मी एकांतवासात निघून जात आहे. माझी साठ वर्षे झाली आहेत व हा माझा पुनर्जन्म आहे.' त्याला कदाचित मालीबद्दलही बोलावे लागले असते की, 'हे त्याच्या लग्नासंबंधीचे नव्हे तर तुझ्या माहितीसाठी ताजे सत्य म्हणजे त्याने लग्न केलेले नाही. फक्त एकमेकांविरुद्ध गोष्टी बोलतात पण कारमध्ये मात्र एकमेकांजवळ बसतात.' मग त्याचा भाऊ ओरडला असता, 'कुटुंबाची प्रतिष्ठा धुळीला मिळविणारा तू, चालता हो!' आणि टॅक्सीभोवती जमलेल्या गर्दीने त्याची हसून चेष्टा आरंभली असती. त्याची टॅक्सी अडवली असती व त्यामुळे मार्केट गेटजवळ मिळणारी त्याची बस चुकली असती. अशाप्रकारे तो दैनंदिन चक्रात परत अडकला असता. हे खरोखर अशक्य विचार होते त्यामुळे ती किल्ली घेऊन जाणेच इष्ट असे त्याने ठरविले. शेवटी ती केवळ मागच्या दाराची किल्ली होती.

सर फेड्रिक लॉलीच्या पुतळ्याजवळून पुढे जात असता त्याला त्याचा दूरचा भाऊ सायकलवर कसाबसा येताना दिसला. त्याची शेंडी हवेत उडत होती. त्याच्या सायकलीची चाके वेडीवाकडी होत नाल्याच्या कडेपर्यंत जात आणि आश्चर्यकारकरीत्या परत रस्त्याच्या मध्यभागी येत. जगन थक्क होऊन हे दृश्य पाहत राहिला, कारण त्याने कधीच त्याला सायकल चालविताना पाहिले नव्हते. सायकल जगनकडेच जणू सरळ येत होती. ओरडत आणि असंबद्ध प्रश्न विचारत जगन बाजूला झाला. भाऊ असाहाय्यपणे जवळजवळ डझनभर यार्ड पुढे फरफटत गेला आणि सीटवरून खाली पडला. त्याने

सोडलेली सायकल आपली आपण खड्ड्यात जाऊन थांबली. भाऊ स्वत:ला सावरून उठला आणि जगनही आश्चर्याच्या धक्क्यातून सावरला.

"तुला सकाळी सकाळी सर्कस करण्याचा कसला झटका आला? या वयात अशाने तू मरशील."

"ते मला माहीत नाही," खरचटलेल्या कोपराची धूळ झाडत भाऊ म्हणाला. "मला तुला भेटायची घाई होती म्हणून मी शेजाऱ्याची सायकल मागून घेतली. तुला जर चालत असेल तर मी सायकल तुझ्या घरी ठेवतो. मला परत सायकलवर जाण्याचे धैर्य नाही."

"मी घराला कुलूप लावले आहे आणि मला परत जायचे नाही."

जगनच्या उत्तरातला ठामपणा पाहून भाऊ सरळ मुद्द्याकडेच वळला. "तू माझ्याबरोबर चल! वकील आपली वाट बघत आहे. मालीला तातडीने मदत हवी आहे."

"अरे! काय झाले आहे?"

"माली काल संध्याकाळपासून तुरुंगात आहे."

जगनला अचानक सगळे थांबल्यासारखे वाटले व तो ओरडला, "अरे देवा! पण का?"

"त्याच्या मोटारीत अर्धी बाटली दारू सापडली."

"शिव! शिव! म्हणून मी त्याला ती भयंकर मोटार खरेदी करण्यापासून परावृत्त करत होतो."

तो स्वत:चा त्या हिरव्या मोटारीवरील राग व्यक्त करू लागला तेव्हा भावाने अडवत म्हटले, "बाटली कुठेही गुपचूप नेता येते."

"तुला कळत नाही. त्या कारमुळे तरुण माणसांच्या डोक्यात अनेक कल्पना येतात."

अशाप्रकारे जगनने स्वत:च्या म्हणण्याला पळवाट शोधली व तो पुढे म्हणाला, "जर त्याने ती मोटार खरेदी केली नसती तर सगळे काही चांगले झाले असते."

"मला तू अडवू नकोस. माझे म्हणणे ऐकून घे. तुला प्रथम मालीला तुरुंगातून सोडवले पाहिजे. जर तू कुठेतरी नाहीसा झाला नसतास तर काल रात्रीच आपण त्याला बाहेर काढू शकलो असतो. तू कुठे होतास?"

"मी पुतळ्याजवळ झोपलो होतो." जेव्हा जेव्हा जगन बाहेर झोपण्याचा प्रस्ताव मांडे, तेव्हा त्याची बायको त्याला टोमणा मारी ते आठवून तो म्हणाला. "त्या पुतळ्याला सोबत करायला चांगली वेळ शोधलीस! मी तुला सगळीकडे शोधत होतो. आपण काल रात्रीच मालीला सोडवू शकलो असतो."

"हो! पण आता आपण काय करू शकतो? बिच्चारा पोर! तुरुंगात आहे, त्याला तिथे कसे बरे वाटत असेल? वयाच्या सातव्या वर्षापासून त्याला नेहमी स्प्रिंगच्या गादीवर झोपण्याची सवय आहे. मी त्याला कसा बाहेर काढू शकतो?"

जगनचे डोळे अश्रूंमुळे अंधूक झाले. त्याला समोरचा भाऊ विद्रूप झाल्यासारखा, झिजल्यासारखा, बुटका होत गेल्यासारखा वाटायला लागला. भावाने त्याच्याकडे शांतपणे पाहिले. तो म्हणाला, "चल, चल! इथे भटकणाऱ्यांना तुझे अश्रू दाखवू नकोस."

तो भाऊ अत्यंत व्यवहारी होता आणि त्याला नेमके काय करायचे हे माहीत होते. त्यामुळेच त्याला गावभर मागणी होती यात काही नवल नव्हते. गावातल्या कुठल्याही घरात काही आपत्ती आली, मग ती अंत्येष्टी असो, लग्न असो, अपघात असो किंवा खटला असो त्या वेळी भावाचा चांगुलपणा उफाळून येई.

"कुठल्या तुरुंगात आहे?"

"जोपर्यंत खटला सुरू होत नाही तोपर्यंत तो तात्पुरत्या तुरुंगात आहे. उठ, उठ! आपण जाऊ आणि बघू काय होते ते!"

जगनला चक्कर आल्यासारखे झाले. त्याने आपले कपाळ तळव्यांनी दाबले. "माझ्यावर तू आणखी काही लादू नकोस. मला सहन होत नाही." असे म्हणत तो चक्कर येऊन पुतळ्याच्या पायाजवळ पालथा पडला.

"आपण तुझ्या घरी जाऊ!"

"नाही!" जगन निश्चय केल्यासारखा म्हणाला.

"तुला आरामाची आवश्यकता आहे. तू काळजी करू नकोस! मी सर्व नीट मार्गी लावतो."

भावाने त्याच्या खांद्यावर हळुवार थोपटले आणि म्हटले, "तू धीर सोडू नकोस, जर तू ही छोटीशी परीक्षा झेलू शकला नाहीस तर तुझ्या त्या सगळ्या तत्त्वज्ञानाचा काय उपयोग?"

"ती पोलीस कस्टडी?" जगन विव्हळला. "मला ती जागा माहीत आहे. माझ्या काळात ती जागा खूप घाणेरडी असे. कैदी तिथे कोपऱ्यातच मुतत. आता तिथे काही सुधारणा झाली आहे का?" जगन नाक शिंकरत म्हणाला.

"स्वाभाविक आहे, पण आता तिथे सगळे वेगळे आहे."

"जरी ती ब्रिटिशांच्या काळात भयानक असली तरी आता नक्कीच वेगळी असणार."

भाऊ पुढे बोलत होता, "मी पहिली जी गोष्ट केली ती म्हणजे मी त्या तुरुंगाच्या दुय्यम अधिकाऱ्यास भेटलो, त्याला विनंती करून तुझ्या मुलाला

भेटून बोललो. मी त्याला एक कॉफी पाजण्याची व्यवस्था केली.''

"तू त्याला काही खायला दिलेस का? त्याला भूक लागली असणार.''

"त्यांनी त्याला विशेष वागणूक दिली. मी डिस्ट्रिक्ट कलेक्टरला ओळखतो. त्यामुळे मी सर्व व्यवस्था करू शकलो. मला सहा वाजता ही बातमी कळली. त्या वेळी मी सुपरिन्टेंडेंट इंजिनिअरच्या घरून येत होतो. त्याच्याकडे मी त्याच्या मुलासाठी खासगी शिकवणी घेणारा शिक्षक लावून द्यायला गेलो होतो. जनरल पोस्ट ऑफिसच्या वळणावर त्या इंजिनिअरच्या नोकराने मला ही बातमी दिली. ती हिरवी मोटार मेम्पीच्या नाक्यावर थांबवली गेली. तिथे सामान्यत: दारूबंदीच्या विरुद्ध जाणाऱ्या अपराध्यांना तपासतात, कारण जंगलामध्ये अवैध दारू गाळली जाते व तिची ने-आण होते. एका पोलिसाने मालीची मोटार थांबवली व त्याला आत दारूची अर्धी बाटली लपवलेली आढळली. त्यानंतर तुला माहीत आहे कसे होते ते! पोलिसांनी कार ताब्यात घेतली. साक्षीदारांसमोर बाटली सील केली. दारूबंदीचा कायदा मोडल्याचा आरोप कारमध्ये बसलेल्यांवर लावला.

"आणखी कोण होते?''

"त्याचे दोन मित्र होते.''

"हो! त्या मित्रांनीच त्याची वाट लावली. आता ती कार कुठे आहे?''

"ते कार खाली घेऊन आले. आता खटला संपेपर्यंत ती पोलीस स्टेशनमध्येच राहील.''

जगन उठून बसला. तो डोळे झाकून शांत राहिला. त्याचे ओठ प्रार्थना पुटपुटत होते. "मला मला... मुलगा पितो हे माहीत नव्हते.'' मालीच्या बाबतीतले हे एक नवे संशोधन होते.

"दारूबंदीवाल्यांना माणसांना पकडण्यासाठी, त्यांनी प्यायलाच पाहिजे असे नाही. एखाद्याच्या श्वासाला दारूचा वास असला तरी पुरे. काही तापावरची औषधे आहेत त्यांनासुद्धा दारूची चव असते. एखाद्या डॉक्टरला सर्टिफिकेट द्यावे लागेल की, त्याने त्या तापाच्या औषधाचे दोन डोस सकाळी दिले होते म्हणजे काम होईल.''

"तो कोणता डॉक्टर असेल?''

"अरे! तू तुझा वेळ फुकट घालवीत आहेस. चल! आपण जाऊ या.'' भाऊ अस्वस्थपणे ओरडला. "वकील ते सर्व बघून घेईल. त्याच्यावर विश्वास ठेव आणि त्याच्या हाती सर्व काही सोपव.''

"डोंगरामधे त्या हिरव्या मोटारीचे काय काम होते?''

"हा आपला मुद्दा नाही. माली डोंगरावरच्या घरात काही गिऱ्हाइकांबरोबर

त्याच्या धंद्यासंबंधी शांतपणे एकत्र विचार करायला गेला होता. तो तिथे त्याच्या परदेशी भागीदारांपैकी कोणाची तरी वाट बघत होता.''

जगन आता ताळ्यावर आला होता. ''हो! परदेशी भागीदार! तुमच्यावर छाप पाडणारे शब्द आहेत. भारतातल्या कोणालाही त्याच्या उद्योगाची माहिती नाही. नेहमी परदेश! ठीक आहे, कबूल! पण त्या बाटलीचे काय? ती कशी आत आली?''

''कोणीतरी ती तिथे टाकली असेल. कोणी अनोळखी माणसाने डोंगराच्या रस्त्यावर मोटार थांबवून पुढे जाण्यासाठी मदत मागितली असेल व कदाचित तो बाटली तिथे सोडून मधेच उतरून गेला असेल.''

जगनला या सगळ्या शक्यता ऐकून सुटल्यासारखे वाटले. त्याने त्या भावाचा चेहरा त्याच्या बोलण्यात कितपत सत्य आहे हे कळावे म्हणून न्याहाळला. पण त्याने जगनकडे बघण्याचे टाळले.

तो म्हणाला, ''आजकाल साधारणपणे काहीही घडणे शक्य आहे. तुम्ही लोकांवर विश्वास ठेवू शकत नाही. विशेषत: अनोळखी लोकांवर. काल मला जेव्हा तू आत सापडला नाहीस तेव्हा मी गणेश राव, आपला वकील, जो आपल्या जिल्ह्यात एकदम प्रसिद्ध आहे, त्याला शोधत गेलो. तो एकदम गळ्यापर्यंत आपल्या कामात बुडालेला असतो. त्याने आपली केस स्वीकारली. तो मालीला ओळखतो. त्याला मालीच्या प्लॅन्सचे कौतुक आहे. त्याने वेळ आल्यावर मालीच्या कंपनीचे शेअर्स घेण्याचे कबूल केले होते.''

''त्याला मालीचे मशीन कथा लिहू शकेल असा विश्वास आहे का?''

''मला ती सगळी चर्चा करायला वेळ नव्हता. पण मी जेव्हा मालीचे नाव घेतले तेव्हा तो म्हणाला, मी ही केस जरूर घेईन.''

जगन विचारात पडला.

''तो सगळा केसचा भाग नक्कीच आपल्याला अनुकूल आहे. आम्ही पहाटे दोनपर्यंत सर्व शक्यतांवर चर्चा केली. मला झोपायलाही वेळ मिळाला नाही. पाच वाजता उधारीवर सायकल घेऊन आलो. तुझ्यापर्यंत पोहोचेपर्यंत चार वेळा रस्त्यात पडलो.''

''आता परत सायकलवर जाऊ नकोस. नाहीतर तू स्वत:ला मारशील.'' जगन पोपच्या थाटात म्हणाला.

''तो वकील टोल नाक्यावर मालीची कार तपासणाऱ्या पोलिसाच्या पूर्वेतिहासाची पण दखल घेत आहे. तो अनोळखी माणूस, ज्याने त्यांना हाक मारली, तो पोलिसांचा साथीदार असण्याची शक्यता आहे. त्यांना तुझ्याविरुद्ध सुद्धा राग असला पाहिजे.''

"का? माझ्याविरुद्ध राग का असेल?"

"शंभर कारणांसाठी असू शकेल. लोक सामान्यत: वाईट असतात. तो कदाचित तुझ्या दुकानात येऊन फुकट मिठाईची पाकिटे मागत असेल. बिच्चारे पोलीस! त्यांना फार कमी वेतन मिळते. त्यामुळे ते दुकानदारांकडून भरपाई करून घेतात. तुला आता आठवत नसेल पण आठवायचा प्रयत्न करावा लागेल की, तू कधी पोलिसाला त्याच्या वरिष्ठांना सांगण्याची धमकी दिली होतीस का?"

"पण मी एकाही पोलिसाला आमच्या दुकानात पाहिलेले नाही."

"किंवा तुला ब्रिटिशांच्या काळात त्याने कुठलातरी कायदा मोडताना पाहिले असेल."

जगन या कल्पनेवर हसला. तो म्हणाला, "जर नाराजच व्हायचे असेल तर आपल्याकडे पोलिसापेक्षा मोठमोठी कारणे आहेत."

"ठीक आहे तसेही असेल."

"महात्मा गांधींनी आम्हाला शिकवण दिली होती की, कुठलाही राग कुरवाळायचा नाही. ते असो! आमच्या वेळेचे ते शिपाई आतापर्यंत म्हातारे झाले असतील किंवा मरून गेले असतील."

"किंवा त्याचे मागे कधीतरी मालीबरोबर भांडण झाले असेल. सामान्यत: पोलिसांना स्कूटर चालविणाऱ्या तरुण मुलांच्या बाबतीत पूर्वग्रह असतो. हे सगळे आपण सहज बोलत आहोत. वकील तुला काय बोलायचे ती सूचना देईल. आपल्याला त्याच्या मार्गदर्शनावर अवलंबून राहावे लागेल. एक गोष्ट निश्चित आहे की त्यांच्या उलटतपासणीत त्याने सांगितल्याप्रमाणेच तू उत्तरे द्यायची. तुझ्या पुराव्यावर सगळा प्रश्न पालटेल."

जगन तुटकपणे म्हणाला, "तू म्हणतोस ते जर सत्य असेल तर सत्य नेहमीच जिंकते. जर हे सत्य नसेल तर मात्र मी काहीच करू शकणार नाही."

"नाही, नाही! असं म्हणू नकोस. आपण मालीला बाहेर काढण्यासाठी शक्य तेवढे सगळे प्रयत्न केले पाहिजेत नाहीतर या कायद्याखाली मालीला दोन वर्षांपर्यंत शिक्षा होऊ शकते."

"आपण त्याला सोडविणारे किंवा आत टाकणारे कोण?" जगन तात्त्विक भूमिका घेत म्हणाला. आता तो त्याच्या पहिल्या धक्क्यातून पूर्णपणे सावरला होता. त्याचा आवाज दु:खाने जरासा जड झाला होता, तरी त्याने थोड्या खोडकरपणे बोलायला सुरुवात केली. तो म्हणाला, "तू सांगत आहेस ते जर सत्य असेल तर सत्य नक्कीच त्याला बाहेर काढेल."

"पण ते सत्य योग्य पुराव्यासकट मांडावे लागेल. वकील त्यासाठी अनेक मार्गांचा आणि उपायांचा विचार करतो. तो जर पोलिसांच्या अवैध गोष्टी सिद्ध करू शकला तर आपण त्यांच्यावरच उलट खटला दाखल करून आपली केस बळकट करू शकतो."

जगनच्या मनात आता लख्ख प्रकाश पडला होता. त्याने त्याच्या गाठोड्याकडे एक नजर टाकली. ते सहज उचलले आणि तो म्हणाला, "तू आणि तुझा वकील, त्याचे प्रतिष्ठित गिऱ्हाईक आणि तो गरीब आत्मा पोलीस ज्याने दुर्दैवाने ती हिरवी कार थांबवली या सगळ्यांना मी शुभेच्छा देतो. पण मी या सर्वांत भाग घेईन अशी इच्छा करू नकोस. मला यातून पूर्णपणे वगळ. मला विसर. मी तुला काहीही प्रश्न न विचारता निघून जाईन."

"तू कुठे जाणार आहेस?" भाऊ चिंताक्रांत होऊन म्हणाला.

"मी काहीतरी नवे शोधणार आहे. गेल्या साठ वर्षांत नित्यनियमाने केलेल्या गोष्टींहून वेगळे असे. मी कुठेतरी निघून जाणार. माझा खांदा जेवढे पेलू शकतो तेवढेच ओझे घेऊन. मला जे हवे ते या गाठोड्यात आहे."

"तसेच बँकेचे एक पासबुकसुद्धा असेल. ही तर वस्तू घेऊन जायची एक आटोपशीर पद्धत आहे. तू किती दूर जाणार आहेस?"

जगनने नदीपलीकडे असलेल्या आपल्या एकांतवासाच्या स्थळाचे वर्णन केले. भाऊ आश्चर्यचकित झाला. "अरे! मला ती स्मशानाजवळची जागा माहीत आहे. तो केसाला कलप लावणारा माणूस ती जागा तुला विकू पाहत आहे का? मला क्षमा कर पण मी तुला सांगेन की त्या माणसापासून तू दूर राहा. तो एक मांत्रिक आहे. तो काळी जादू जाणतो आणि साध्या धातूचे सोने करून दाखवायचे आमिष दाखवतो."

"तो काय करतो याची मला पर्वा नाही. मला दगडातून तयार होणारी देवी पाहायची आहे. मला जर ती जागा आवडली नाही तर मी दुसरीकडे निघून जाईन. मी आता स्वतंत्र आहे. मी आयुष्यात एवढा निश्चयी कधीच नव्हतो. मी तुला आता भेटलो याचा मला आनंद आहे. नाहीतर मी निघूनच गेलो असतो. सगळे माझ्याबरोबर किंवा माझ्याशिवायही शक्य आहे. एखाद्या महात्म्याचा खून झाला किंवा तो हृदयक्रिया बंद पडून मेला तरी जग कोलमडत नाही. तू असा विचार कर की, माझे हृदय बंद पडले."

त्याने त्या भावाकडे किल्ल्यांचा जुडगा दिला आणि म्हटले, "तू नेहमीच्या वेळी दुकान उघड आणि चालव. माली कधीतरी त्याचा ताबा घेईल. शिवरामनला आणि दुसऱ्या नोकरांना आनंदी ठेवा. त्यांना घालवून देऊ नकोस. काही तातडीचे काम असेल किंवा हिशेब द्यायचा असेल तर तू कधीही त्या एकांतवासाच्या

ठिकाणी येऊ शकतोस. मी तुला काय करायचे ते सांगेन. मार्केटगेटजवळ मेम्पीला जाण्यासाठी, प्रत्येक चार तासाला सकाळी साडेआठपासून एक बस सुटते. तू कामात अत्यंत व्यग्र असणारा माणूस आहेस, पण आता कृपा करून मदत कर.''

''हो! मी तू सांगशील ते करीन.'' जगनच्या स्वराने घाबरलेला भाऊ म्हणाला. ''वकिलाला दोन हजार रुपये प्राथमिक खर्चासाठी हवे होते. तो बेल मिळविण्याची व्यवस्था करील. माली संध्याकाळच्या आत बाहेर येईल.''

''तुरुंगात राहण्याची शिक्षा ही वाईट गोष्ट नाही. त्याला त्याच गोष्टीची आवश्यकता होती.'' असे म्हणत जगनने गाठोड्यातून आपले चेकबुक काढले. गुडघ्याचा आधार घेत त्याने चेक लिहिला व भावाकडे दिला.

''आणखी काही पैसे द्यावे लागले तर?''

''आपण ते फेडू. तू मला जेव्हा लागतील तेव्हा विचार. मी काही परग्रहावर उडून जात नाही.''

भावाला जगनमध्ये झालेल्या बदलाचे खूपच आश्चर्य वाटले. तो भरल्या डोळ्याने सारखे म्हणत होता की ''एवढ्याशा तुरुंगवासाने कोणालाही इजा होत नाही. माझी ती साडेआठला मार्केटवरून सुटणारी बस चुकता कामा नये. मला प्रश्न विचारायचे नाहीत. पण मला सांग ती कुठे आहे?'' जगन उठून खांद्यावरची पिशवी सावरत म्हणाला.

''तिच्या मैत्रिणी आहेत. त्यांनी तिच्यासाठी मुलींच्या वसतिगृहात नोकरी शोधली आहे.'' तो भाऊ त्याला पुढे काही सांगणार इतक्यात जगनने त्याला थांबवले. जगन म्हणाला, ''तू जर तिला भेटलास तर तिला सांग की, तिला जर कधी तिच्या देशाला परत जावेसे वाटले तर मी तिच्यासाठी तिकीट घेऊन देईन. ते आपले तिच्याबाबत असणारे कर्तव्य असेल. ती एक चांगली मुलगी होती.''

❐